உலோகம்

ஜெயமோகன்

பிறந்தது 1962, ஏப்ரல் 22ல். பள்ளி நாள்களில் ரத்னபாலா என்கிற சிறுவர் இதழில் முதல் கதையை எழுதினார். 1987ல் கணையாழியில் எழுதிய 'நதி' சிறுகதை பரவலாகக் கவனம் பெற்றது. 1988ல் எழுதப்பட்ட 'ரப்பர்' நாவல் அகிலன் நினைவுப்போட்டியின் பரிசைப் பெற்றது. இது தவிர கதா விருதும் சம்ஸ்கிருதி சம்மான் தேசிய விருதும் பெற்றுள்ளார். இவர் எழுதிய விஷ்ணுபுரம் தமிழ் இலக்கிய உலகில் பெரிய கவனத்தைப் பெற்றதோடு விவாதத்தையும் ஏற்படுத்தியது. இவரது படைப்புகள் தொடர்ந்து தமிழ் இலக்கிய உலகில் அதிர்வலைகளையும் புதிய சாத்தியங்களையும் ஏற்படுத்திய வண்ணம் உள்ளன. தமிழ் மற்றும் மலையாளத் திரைப்படத் துறைகளிலும் இவரது பங்களிப்பு தொடர்கிறது.

கிழக்கு பதிப்பக வெளியீடுகளாக
ஜெயமோகனின் புத்தகங்கள்

நாவல் *(கோட்பாடு)*

வாழ்விலே ஒரு முறை

உலோகம்

ஏழாம் உலகம்

பேய்க்கதைகளும் தேவதைக்கதைகளும் *(நிழல்வெளிக் கதைகள்)*

இந்து ஞான மரபில் ஆறு தரிசனங்கள்

விசும்பு *(அறிவியல் புனைகதைகள்)*

அண்ணா ஹசாரே; ஊழலுக்கு எதிரான காந்திய போராட்டம்

நவீன தமிழ் இலக்கிய அறிமுகம்

The Forest *(காடு நாவலின் ஆங்கில மொழிபெயர்ப்பு)*

உலோகம்

ஜெயமோகன்

கிழக்கு

உலோகம்
Ulogam
by *Jeyamohan* ©

First Edition: December 2010
168 Pages
Printed in India.

ISBN: 978-81-8493-588-2
Title No: Kizhakku 574

Kizhakku Pathippagam
177/103, First Floor,
Ambal's Building, Lloyds Road
Royapettah, Chennai 600 014.
Ph: +91-44-4200-9601

Email : support@nhm.in
Website : www.nhm.in

Author's Email: jeyamohan.writer@gmail.com

Cover Image : Shutterstock

Kizhakku Pathippagam is an imprint of New Horizon Media Private Limited

சமர்ப்பணம்

என் பிரியத்துக்குரிய நண்பர்
இளங்கோ கல்லானைக்கு

மனித ஆயுதம்

நெடுநாள்களாக மனத்தில் இருந்த ஒரு கரு இது. நெருக்கமான நண்பர் ஒருவர் சொன்ன உண்மை நிகழ்வின் விளைவாக எழுந்த கதை. இதற்குரிய வடிவம் திரில்லர் எனப்படும் சாகச எழுத்து என்று தோன்றியது. நான் ஆங்கில சாகச எழுத்துகளை விரும்பி வாசிப்பவன். தமிழில் சாகச எழுத்துக்களில் எனக்கு ப. சிங்காரம்தான் ஒட்டக்கூடிய வராக இருந்தார்.

சாகச எழுத்து, அதன் சாதாரணத் தளத்தில் ஒரு தொழில்நுட்பமே. தொடர்ச்சியான நிகழ்ச்சிகள் வழியாக வாசகனை ஊகிக்கவைக்காதபடி இட்டுச்சென்று ஒரு வியப்புடன் கதையை முடிப்பது. இலக்கியம் என்பது எப்போதுமே மனித அகத்துக்குள் பயணம் செய்யக்கூடியது. சாகச எழுத்தில் அகம் வெளிப்படுவதில்லை என்பதனாலேயே அதற்கு இலக்கிய இடம் கொடுக்கப்படுவதில்லை.

ஆனால் இது ஒரு கதைவடிவம் மட்டுமே என எடுத்துக்கொண்டால் இதிலும் மனித ஆழ்மனம் வெளிப்படும் தருணங்கள் சாத்தியமாகலாம் என்று நவீன எழுத்தாளர்கள் பலர் நிறுவினார்கள். அவ்வகையில்தான் நான் ப. சிங்காரத்தின் 'புயலிலே ஒரு தோணி'யின் சாகச அம்சத்தை ரசித்தேன்.

இந்நாவலில் விரைவான நிகழ்ச்சிகள் மூலம் ஒரு சாகசப்புனைவு நிகழ்த்தப்பட்டிருக்கிறது. ஆனால் இது மனித உள்ளம் வழியாகவும் செல்கிறது. அபூர்வமான சில மானுட நிலைமைகளில் வாழ்க்கையை வைத்து ஆராய்கிறது.

ஈழப் பேச்சுமொழியை சகஜமாக எழுதுமளவுக்கு எனக்குப் பரிச்சய மில்லை. அந்தக் குறை இதில் புனைவுத்தி மூலம் தாண்டப்பட்டிருக் கிறது. புனைவுப்படி இதில் உள்ள அனைவருமே ஈழத்தைவிட்டு வந்து நெடுநாட்கள் இந்தியாவில் புழங்கியும் இங்குள்ள மொழிக்கு மாறப் பயிற்சி பெற்றும், அந்த மொழியின் தூய வட்டாரத்தன்மையை இழந்தவர்கள்.

இந்த நாவலில் அரசியல் சார்ந்த ஏதும் இல்லை. இது ஒரு மனித ஆயுதத்தின் கதை. எந்த அரசியலும் அப்படிப்பட்ட ஆயுதத்தை உருவாக்கும். ஆயுதமாக மனிதன் உருவம் மாறும் பரிணாமத்தில் நாம் மனிதன் என உருவகித்திருக்கும் பல விஷயங்களை மறுபரிசீலனை செய்தாக வேண்டியிருக்கிறது.

இந்நாவலை வெளியிடும் கிழக்கு பதிப்பகத்துக்கும் பிரதியை மேம் படுத்திய ஹரன் பிரசன்னாவுக்கும் நன்றி.

- ஜெயமோகன்

1

என் பெயர் சார்லஸ். இது என் பெயரல்ல. உங்கள் பதிவேடுகளில் என் பெயர் சாந்தன் என்றிருக்கிறது. அதுவும் என் பெயரல்ல. அதற்கும் பின்னால் சென்றால் நீங்கள் இன்னொரு பெயரைத்தான் கண்டடைய முடியும்.

வெகுகாலம் முன்பு எனக்கு ஒரு பெயர் இருந்தது. அந்தப் பெயருடன் இருந்த அந்த இளைஞனுடன் இன்று எனக்கு எந்தவிதமான தொடர்பும் இல்லை. அவனுக்கு எஞ்சினியர் ஆக ஆசை இருந்தது. அவன் கணிதத்தில் நிபுணனாக இருந்தான். யூனிவர்சிடி தேர்வில் நூற்றுக்கு நூறு வாங்கினான். அவனால் நல்ல கோட்டோவியங்கள் வரைய முடியும். கரியை மட்டுமே பயன்படுத்தி அவன் வரைந்த இருபது ஓவியங்கள் அவனுடைய கல்லூரியில் கண்காட்சிக்கு வைக்கப்பட்டது உண்டு.

அவன் நிறையக் கவிதைகள் எழுதியிருக்கிறான். இளநீலநிறமான கோடு போட்ட ஒரு நோட்டு நிறைய கவிதைகள் எழுதி நிரப்பி தன் டிரங்குப்பெட்டிக்கு அடியில் பழைய சால்வைக்குள் வைத்திருந்தான். அவ்வப்போது சிறுகதைகளும் எழுதுவான். கதைகளை அவன் வீரகேசரிக்கும் ஈழ முரசுக்கும் அனுப்பியிருக்கிறான். அவை பிரசுரமான தில்லை. ஆனால் கவிதைகளை அவன் எவரிடமும் காட்டியதில்லை. என்றாவது ஒருநாள் அவன் ஓர் எழுத்தாளனாக அறியப்படுவான் என்று நம்பியிருந்தான். இந்தியாவுக்கு வரவேண்டும் என அவன் நினைத்ததே சுந்தர ராமசாமியைப் பார்க்கத்தான்.

இனிய இளைஞன் அவன். பெரிய தலையைத் தாங்கும் ஒல்லியான உடலும், வெட்கமும் தயக்கமும் கொண்ட பாவனைகளும், ஆவல் நிறைந்த விரிந்த கண்களும் கொண்டவன். புகைபோன்ற மெல்லிய தாடியும், மென்மையான உதடுகளும், சிறிய பருக்கள் இருந்த கன்னங் களும் உடையவன். பெண்களை நேருக்கு நேர் பார்க்க அஞ்சுபவன். ஆனால் எல்லாப் பெண்களையும் பேரழகிகளாக எண்ணி மனத்துக்குள் வழிபட்டவன். ஒரு பெண்ணைக் காமத்துடன் நினைப்பதேகூட அவள் அழகுக்கு அவமரியாதை என்று நினைப்பவன். எந்நேரமும் பகற்

கனவுகள் நுரைத்துத் ததும்பும் அகம் கொண்டவன். காமமும் எதிர் காலத் திட்டங்களும் கலந்து திகட்டும் பகற்கனவுகள். இளமையை அர்த்தமுள்ளதாக்கும் அந்தரங்கம். புறத்தைவிடப் பெரிய அகம்.

அவனுக்கு ஒரு காதலி இருந்தாள். எல்லா அசைவுகளும் பேரழகையே உருவாக்கும் ஒரு மகத்தான கலைநிகழ்வு என அவன் அவளைப் பற்றி எண்ணினான். கல்லூரியில் அவன் சகமாணவி அவள். அவளிருக்கும் இடத்தில் தூரத்தில் எங்கோ அவன் எப்போதுமிருப்பான். அவள் மீதிருந்து கண்களை எடுக்காமல், கண்களே அவனாக தியானத்தில் ஆழ்ந்திருப்பான். அவன் அவளுடன் பேசியதேயில்லை. அவனுடைய இருப்பையே அவள் அறிந்திருக்க வாய்ப்பில்லை. அவளுடைய சுடிதார் துப்பட்டாவின் நுனி மட்டும் ஒரே ஒருமுறை அவன் முழங் கையில் மிக மென்மையாக, மிக ரகசியமாகத் தொட்டுச் சென்றிருக் கிறது. ஒன்பதாண்டுகளாக அந்தத் தீண்டல் அவன் கைகளில் இருந்து கொண்டிருக்கிறது.

சார்லஸ் என்றே என்னை அழையுங்கள். இந்தப் பெயர் எனக்கு அளிக்கும் அடையாளத்துடன் என்னைப் பிணைத்துக்கொண்டால் என்னால் திடமாகப் பேச முடியும். என் நாக்கு தழுதழுக்காமல், கண்கள் ஈரமாகாமல் இருக்கும். என்னை நீங்கள் எப்படி நினைத்திருக் கிறீர்களோ அப்படி இருப்பேன். அதுவே உங்களுக்கும் எனக்கும் எளியது. இந்தச் சந்திப்பை விரைவாக, முழுமையானதொரு முடி வுக்குக் கொண்டுவரவேண்டும் என்றே நாமிருவரும் விரும்புகிறோம், இல்லையா?

ஆம், கொலையாளி நான்தான். மிக அண்மையில் இருந்து ஒரு தானியங்கிக் கைத்துப்பாக்கியால் நான் செல்வராஜா அம்பலவாணர் என்ற பொன்னம்பலத்தாரை நோக்கி நான்கு சுற்றுகள் சுட்டேன். இதோ இந்த மேஜை மீதிருக்கும் இந்தத் துப்பாக்கிதான். ஐவர் ஜான்ஸன், பாயின்ட் முப்பத்தெட்டு. மூன்று குண்டுகள் அவர் உடலில் பட்டன. தவறிய குண்டு அவர் இருந்த சோஃபாவில் பட்டு நுரைப்பஞ்சை எரித்துச் சென்று சுவரில் பட்டு பிளாஸ்டரைச் சிதறடித்தது. ஒன்று நுரையீரல் வழியாகச் சென்று கம்பளத்தைச் சிதைத்துத் தரையை உடைத்தது. ஒன்று இடுப்பெலும்பிலேயே புதைந்து நின்றுவிட்டது. எஞ்சிய மூன்று குண்டுகளும் உங்களிடம் இருக்கக்கூடும்.

துப்பாக்கிக் குண்டுகள் துளைக்கும் ஒருவர் எப்படி எதிர்வினை யாற்றுவார் என்பதைப் பலர் அறிந்திருக்கமாட்டார் கள். குண்டுகள் நம்மீது படும்போது மெல்லிய ஆனால் கூரிய ஓர் உதை பட்டது போலிருக்கும். சிறியதோர் எரிச்சல். ஷேவ் செய்யும்போது வெட்டிக் கொண்டால் ஏற்படும் அளவுக்கே. எனக்கு, பலாலி போர்முனையில்

தொடையில் குண்டுபட்டிருக்கிறது. உதையால் நிலைதடுமாறி சமாளித்து நின்றபோது, நல்லவேளை பெரிதாக ஒன்றும் ஆகவில்லை என்ற எண்ணமே எனக்குள் வந்தது. என்மீது குண்டு படவில்லை என்றே நினைத்தேன். என்னருகே நின்ற என் தோழன், உண்மையில் அவனுடைய பெயரும் எனக்குத் தெரியாது, கீழே விழுந்திருந்தான். அவன் கன்னம் வழியாகக் குண்டு சென்று முகம் சிதைந்திருந்தது. என் தோழர்கள்தான் திகைத்து நின்றிருந்த என்னைத் தோளில் பற்றி அமுக்கி அமரச்செய்து என் காலில் குண்டுபட்டிருப்பதைச் சொன்னார்கள். நான் குனிந்து என் காலைப் பார்த்தேன். என் சீருடை சதையுடன் ஒரு குழியாகப் புதைந்திருந்தது. அதைப் பார்த்த கணம் என் நெஞ்சு திக்கென்றது. என் தலை சுழன்றது.

இப்போதும் அந்தக் குண்டு எனக்குள் இருக்கிறது. மிக மென்மையான குளிரான உலோகம். உலோகம் உங்களுக்குள் இருப்பதைப் பற்றி யோசித்துப் பாருங்கள். அது இதயம் போல, நுரையீரல் போல, மூளை போல ஓர் உறுப்பாக ஆகிவிடுகிறது. அதுவும் சுரக்கிறது. மிகவும் கசப்பான ஒன்றை. அதன்பின் நீங்கள் பழைய ஆளல்ல. உங்களுக்குள் இருக்கும் உலோகத்தை உங்களால் மறக்கவே முடியாது. நீங்கள் அதை விரும்பலாம், வெறுக்கலாம். பெரும்பாலானவர்கள் அறிமுகமான நாலாவது வரியில் அதைப்பற்றிச் சொல்லிவிடுவார்கள். தனிமையில் இருக்கையில் தொட்டுப் பார்ப்பார்கள். அப்போது இதோ, உயிருடன் இருக்கிறேன் என்ற எண்ணம் எழுந்து உருவாகும் மனக்கிளர்ச்சி இருக் கிறதே, அதை எப்படி வர்ணிக்க முடியும்? கடுமையான காம எழுச்சி திடீரென உருவாகுமே, அதைப் போன்ற ஓர் உடல் அனுபவம் அது. ஆனால் கனவுகளில் அந்த உலோகம் மௌனமாக, சில்லென்று தோன்றும்போது நாம் முதுகு சிலிர்த்து கடும் தாகத்துடன் விழித்துக் கொண்டு நடுநடுங்குகிறோம்.

நான் சுட்டதும் துப்பாக்கி ஒலிகேட்டு பொன்னம்பலத்தார் திடுக்கிட்டு என்னைப்பார்த்து தலை வெடவெடவென நடுங்க 'என்னப்பா இது? வேண்டாம்' என்று தடுப்பது போலக் கைநீட்டினார். அவருக்குள் தோட்டாக்கள் புகுந்துவிட்டதை அவர் அக்கணங்களில் உணரவில்லை. அவரது கண்ணில், 'சுட்டுவிடுவேன்' என்ற அச்சமும், 'அது எப்படிச் சுடுவான்?' என்ற நம்பிக்கையும் ஒரே கணத்தில் மாறி மாறித் தெரிந்தன. கையை மார்பில் வைத்து மேலே தூக்கி விரல்களில் ஒட்டிய செம்பிசின் போன்ற ரத்தத்தைப் பார்த்ததும் அதிர்ச்சி அடைந்தார். கமறலாக இரு முறை இருமியபோது வலியுடன் உடல் அதிர நுரையீரலில் இருந்து கொழுமையான குருதியும் சளியும் வாய்வழியாகவும் மூக்குவழி யாகவும் வெளியே வந்தன. அப்படியே பக்கவாட்டில் சரிந்துவிட்டார்.

ரத்தம் சூடாக வீச்சத்துடன் சோஃபாவிலும் டீப்பாயிலும் தரையிலு மெல்லாம் சிதறிப் பரவியது.

நான் என் புகையும் துப்பாக்கியுடன் உள்ளே பாய்வதற்குள் வாசலில் நின்ற இந்திய கமாண்டோ கதவை உடைத்துத் திறந்து அதே கணத்தில் என்னை நோக்கிச் சுட்டான். வேகமான கையசைவிலும் குறிதவறாத திறமையான குண்டு. நான் தோளில் பட்ட காயத்துடன் நிலை தடுமாறி மறுதோளால் சுவரை மோதி, படிகளில் பாய்ந்தேறுவதற்குள் என்னை மீண்டும் கணுக்காலில் சுட்டுவிட்டுச் சூழ்ந்துகொண்டார்கள். மயக்க மடைந்து மீண்டபோது மருத்துவமனையில் இருந்தேன். கடும் காவலுடன். ஒன்றரை மாதங்கள். மீண்டும் மீண்டும் நினைத்துக் கொள்ள நிறைய நேரம். ஆனால் நினைக்க விரும்பாத விஷயங்களால் ஆனதாக ஒருவனின் வாழ்க்கை இருந்தது என்றால்... அப்படியும் சொல்லிவிட முடியாது. அனைவருக்கும் இளமைப் பருவம் இருக் கிறது. அது மகத்தானது. பட்டினியும் துன்பமும் தனிமையும் மட்டுமே இருந்தாலும்கூட இளமைப்பருவம் இனிமையானது. நான் இளமைப் பருவத்தில் மீண்டும் வாழ்ந்தேன். கண்மூடி, புன்னகை நிறைந்த முகத்துடன், நீர்க்கொழும்பின் மீன் மணம் நிறைந்த கடற்கரையில் அலைந்துகொண்டிருப்பேன்.

இந்த நாள்களில் நான் மீண்டும் ஒரு கவிதையை எழுதிவிடமுடியுமா என்று பார்த்தேன். சொற்களை அர்த்தமில்லாமல் இணைக்கத்தான் முடிந்தது. கவிதை எழுதும்போது வரிகளில் இருப்பதைவிட பலமடங்கு உக்கிரமான ஒரு மன எழுச்சி நம்மில் இருக்கவேண்டும். எழுத எழுத இன்னும் எழுதவில்லையே என்று மனம் பொங்கிக்கொண் டிருக்கவேண்டும். மேற்கொண்டு எழுத ஒன்றுமில்லை என்றானபின்னர் ஒரு தனிமையும் ஏக்கமும் எஞ்ச வேண்டும். ஒன்றும் நிகழவில்லை. வார்த்தைகள் வேறு எங்கோ நின்றன. நான் தூரத்தில் நின்று கொண்டிருந்தேன். கவிதைகளை நான் நிரந்தரமாக இழந்துவிட்டேன் என உணர்ந்தேன். ஆனால் அந்த நினைப்பு எனக்குத் துயரத்தை அளிக்க வில்லை. கொஞ்சம் ஆறுதல்கூட அடைந்தேன். என்னுள் கவிதையின் மலர் அல்ல, குளிர்ந்த மௌனமான ஓர் உலோகம்தான் இருக்கிறது. என்னுடைய மிகப்பெரிய ஆயுதம் அதுதான். அது என்னையே ஓர் அபாயமான ஆயுதமாக ஆக்குகிறது.

ஆம், என்னிடம் சயனைட் குப்பி இருந்தது. அதை நான் உடனடியாகக் கடித்திருக்கவேண்டும்; அதுவே எனக்குள்ள பயிற்சியும் உத்தரவும். ஆனால் அக்கணங்களில் அது எனக்கு நினைவுக்கே வரவில்லை. சயனைட் கடிப்பதே நோக்கம் என்பதனால் சுட்டபின் எப்படித் திரும்பிச்செல்வது என்று திட்டமே போட்டிருக்கவில்லை. ஆனால்

சுட்ட மறுகணமே என் மனத்தில் தப்பி ஓடுவதற்கான ஒரு வழி தெளிந்தது. மாடிக்குச் சென்று கார் ஷெட்மீது குதித்து சிறிய சுற்று மதிலைத் தாண்டினால் பரபரப்பான சாலைக்குச் சென்றுவிடமுடியும். அங்கே எனக்குத் தெரிந்த சண்முகவேல் ஒரு சர்வீஸ் ஸ்டேஷன் நடத்து கிறான். கண்டிப்பாக சாவியுடன் பைக்குகள் நிற்கும். அங்கிருந்து பெங்களூர், நேபாளம்... எனக்குத் தொடர்புகள் இருந்தன. அந்தத் திட்டம் எனக்குள் என்னையறியாமலேயே முன்னரே உருவாகியிருந்தது என இப்போது அறிகிறேன். ஆனால் நான் அந்த கூர்க்கா கமாண்டோவை மதிப்பிடத் தவறிவிட்டேன். அவன் உயிரைத் துச்சமாக எண்ணி அத்தனை வேகமாக உள்ளே வருவான் என்று நினைக்க வில்லை. அவன் கதவை உடைக்க கனமான டீப்பாயைப் பயன்படுத்த லாமென முன்னரே திட்டமிட்டிருந்திருந்ததனால் கணநேரத்தில் செய்துவிட்டான்.

பொன்னம்பலத்தாரின் கொலை என்னென்ன விளைவுகளை உருவாக்கிய தென நான் அறிவேன். ஒரு மாதத்துக்கும் மேலாக நாளிதழ்கள் அதையே கொண்டாடிக்கொண்டிருந்தன. அந்தக் கொலை எத்தனை கச்சிதமாகத் திட்டமிடப்பட்டிருக்கிறது என்பதைப் பற்றி நூற்றுக் கணக்கான பக்கங்கள் எழுதப்பட்டன. எளிமையான இதழாளர்கள் எழுதிய கற்பனைகள் அவை. ஆங்கில திகில் கதைகளை வாசிக்கும் இளைஞர்களால் புனையப்பட்டவை. உண்மையில் அதைவிடப் பல மடங்கு நுட்பமாக அது திட்டமிடப்பட்டது, நிகழ்த்தப்பட்டது. ஓர் இயந்திரம் ஆயிரக்கணக்கான உறுப்புகளாலான நூற்றுக்கணக்கான தனிக்கருவிகளாக வடிவமைக்கப்பட்டு ஒரு தருணத்தில் ஒன்றிணைக் கப்பட்டு மின்சாரம் அளிக்கப்பட்டதும் சரசரவென செயல்பட ஆரம்பிப்பதைப்போல எத்தனையோ பேர் என்ன நடக்கிறதென்றே அறியாமல் தங்களுக்கு அளிக்கப்பட்ட ஆணைகளை நிறைவேற்ற ஒவ்வொன்றும் அதற்குரிய பங்களிப்பாற்ற அது நிகழ்ந்தது. என்ன நடந்தது என்று அறிந்தவர்கள் அதை வடிவமைத்தவர்கள் மட்டுமே.

பொன்னம்பலத்தாரின் கொலைத் தண்டனை எங்கள் அமைப்பால் பத்தாண்டுகளுக்கு முன்னதாகவே விதிக்கப்பட்டுவிட்டது. அப்போதே கொலை இயந்திரம் வடிவமைக்கப்பட்டு வார்க்கப்பட்டு உதிரிக்கருவி களாக அனுப்பப்பட்டுவிட்டது. அவருக்கும் அது தெரியும். அதிலிருந்து தப்புவதே கடந்த பத்தாண்டுகளாக அவரது ஒவ்வொருநாளும் ஒவ்வொரு நொடியுமாக இருந்தது. துரோகம் மூலம் அவர் பெற்ற தண்டனையை துரோகம் மூலமே வெல்ல அவர் முயன்றார். எல்லாத் தரப்புக்கும் அவர் துரோகம் செய்தார். இன்று துரோகத்துக்காக அவர் கொல்லப்பட்டாரா, துரோகங்கள் பயனளிக்காததனால் கொல்லப்பட் டாரா என்று சொல்வதே கடினம். அவ்வளவுதான், அவரது வாழ்க்கை

முடிந்தது. அடுத்தகொலைவரைக்கும்கூட அவர் நினைக்கப்பட மாட்டார்.

கொலைகள்மீது கொலைகள் விழுந்து மறைத்துக்கொண்டே இருக் கின்றன. எவரும் எதையும் நினைவில் நிறுத்தப்போவதில்லை. நினைத்துக்கொள்ள உகந்தவை அல்ல எவையும். மண்ணும் காற்றும் வானமும் மாறிக்கொண்டே இருக்கின்றன. பொன்னம்பலத்தாரின் குடும்பமேகூட இப்போது அவரை மறந்துவிட்டிருக்கும். அவரது துரோகங்களின் லாபங்களை அனுபவித்தவர்கள் அவர்கள். அதன் விளைவுகளில் இருந்து தப்பவும் விரும்புகிறார்கள். இப்போது அவர் களைப் பின்தொடர்ந்து வந்துகொண்டிருந்த அந்த மிருகத்துக்கு, வேண்டிய பலியைக் கொடுத்து அவர்கள் தப்பிவிட்டிருக்கிறார்கள்.

நானும் மறைந்துபோவேன். எனக்கும் எந்தத் தடயமும் இருக்காது. துரோகங்களும் தீரங்களும் தியாகங்களும் எல்லாம் மறக்கப்பட்டு விடும். எதுவுமே எஞ்சாது. எஞ்சுவதென்ன என்றால் சில கதைகள், சில தொன்மங்கள் மட்டுமே. நான் எதற்காகவும் வருந்தவில்லை. நான் வருந்துவேன் என நீங்கள் எதிர்பார்க்கிறீர்கள் என்றால் அந்த வழியாக நீங்கள் தவறான இடத்துக்குச் செல்வீர்கள். நான் அப்படிப்பட்டவனே அல்ல. பொன்னம்பலத்தாரின் கடைசிப் பார்வை என் கண்ணில் இருந்துகொண்டிருக்கிறது. அதில் இருந்தது அதிர்ச்சிதான். 'அட இவனா?' என்ற பாவனை. அது ஆச்சரியமல்ல. அவருக்குத் தெரியும், இதில் எதுவுமே ஆச்சரியமல்ல என்று. எப்படித் தவறவிட்டோம் என்று நினைத்திருக்கலாம். அந்தக் கணம் அவரை அப்படி ஆச்சரியப்பட வைத்தது குறித்து ஒரு மெல்லிய நகைப்பு எனக்குள் ஓடிச்சென்றது. மற்றபடி எந்த உணர்ச்சியும் இல்லை. என் கையோ காலோ நடுங்க வில்லை. நெஞ்சு பதறவில்லை. கொலை எனக்குக் கழிவிரக்கத் தையோ வேறெந்த அறச்சிக்கல்களையோ அளிப்பதில்லை. முதல் கொலையின்போதுகூட நான் அப்படித்தான் இருந்தேன். ஒரு கொலைக்குப்பின் அந்தப் பிணத்தைத் திரும்பிப் பார்க்காமல் அங்கிருந்து விரைவில் அகன்றுவிடவேண்டும் என்று மட்டுமே நினைப்பேன். கடலோரம் அமர்ந்து மலம் கழித்தபின் எழுந்ததுமே விலகிச்செல்கிறோமே, அதைப்போல. ஆனால் நம்மால் நம் மலத்தை அரைக்கணம் பார்க்காமல் இருக்க முடிவதில்லை.

ஆம், நான் பொன்னம்பலத்தாரைக் கொன்றேன். இது என்னுடைய வாக்குமூலம். இதை நீங்கள் பதிவு செய்வதிலும் எனக்கு ஆட்சேபணை இல்லை. நீதிமன்றத்தில் இந்த வாக்குமூலம் முதலாதாரமாகக் கொள்ளப்படாது என்பதனால் இதை முற்றிலும் வெளிப்படையாகவே முன்வைக்கிறேன். நம்முடைய உறவாடல் இந்த வாக்குமூலத்துடன்

முடிவடைந்து நீங்கள் என்னை விட்டுவிடவேண்டும் என்பதே என்னுடைய எண்ணம். என்னை நீங்கள் தூக்கிலிடமாட்டீர்கள். நீங்கள் இதுவரை எவரையுமே தூக்கிலிட்டதில்லை. தனிமைச் சிறைகளைப் பற்றி எனக்குப் பயமில்லை. நான் பத்தாண்டுகளுக்கும் மேலாக முற்றிலும் தனிமையானவன். எனக்குள் இருக்கும் இந்த உலோகம் எவருக்கும் தெரியாமல் வெதுவெதுப்பான சதைக்குள் குளிர்ந்து முற்றிலும் தனித்திருக்கிறது.

2

'கிளம்பு' என்ற ஒற்றை வார்த்தை ஆணை எனக்குக் கிடைத்தது. நான் அப்போது பருத்தித்துறையில் ஒரு வீட்டில் கிட்டத்தட்ட எட்டு மாதமாகத் தலைமறைவாகத் தங்கியிருந்தேன். அவர்கள் என்னை, இயக்கத்தில் இருந்து தப்பிப் புகலிடம் தேடிவந்தவனாக நம்பியிருந் தார்கள். சார்லஸ் என எனக்குப் பெயரிட்டவர்கள் அவர்களே. அவர்கள் கத்தோலிக்கர்கள். அவர்களில் மூத்தவர் கத்தோலிக்க மதகுருவாக இருந்தார்.

அங்கிருந்து நள்ளிரவில் கிளம்பிய அகதிக்குழு ஒன்றுடன் இணைந்து கொண்டேன். அந்தக் குடும்பத்துத் தலைவர் கூறியதனால் மட்டுமே என்னை அவர்கள் சேர்த்துக்கொண்டார்கள். எட்டரை மணிக்கு கடலோரப் புதர்கள் மண்டிய மணல்தேரியில் இருந்து கட்டுமரங்களில் ஏறி, சத்தமில்லாமல் இரண்டு கிலோமீட்டர் சென்று, அங்கே நின்றிருந்த மீன்பிடிப் படகில் ஏறிக்கொண்டோம். அதில் நின்றிருந்த வன் மெல்லியகுரலில், 'சீக்கிரம்... சீக்கிரம்' என்றான். கடலின் உள் வெளிச்சத்தில் நீர்ப்பரப்பு பளபளத்துக் கொண்டிருந்தது. அனைவரும் ஏறிக்கொண்டதும் அவன் கைகாட்ட அதன் யமகா மோட்டார் திப்திப்திப் என்று அதிர பின்பக்கம் நீர் அலையடித்து விலகும் ஒளி யசைவைக் காணமுடிந்தது. நான்கு பக்கமும் கடல் அலைகள் பெரிய கரும்பாறைக் கூட்டங்களாகவும் இருண்ட பள்ளங்களாகவும் மாறி மாறித் தோற்றம் தர, இருட்டுக்குள் பயணம் செய்தோம். என்னுடன் படகில் நாற்பத்திஇரண்டுபேர் இருந்தார்கள். பெரும்பாலும் குழந்தைகள், பெண்கள். ஆண்களில் ஏறத்தாழ எல்லாருமே முதியவர்கள். இளைஞனாக மூவர், மற்றும் நான்.

எவரும் பேசவில்லை. ஒருவரை ஒருவர் ஒண்டி குழந்தைகளை அணைத்தபடி குளிருக்குப் பழைய துணிகளைப் போர்த்திக்கொண்டு தலைகுனிந்து அமர்ந்திருந்தோம். சுற்றிலும் இரையும் கடலுக்கு அப்பால் ஏதாவது படகோசை கேட்கிறதா என்று காதுகள் கூர்ந்திருந்தன. இருளுக்குள் ஒளி தெரிந்தால் அநேகமாக அது சிங்களக்

காவல்படைதான்; அல்லது இயக்கத்தினர். இரு தரப்புமே எங்களுக்கு ஆபத்தானவர்கள். வானத்தையே பார்த்துக்கொண்டிருந்தேன். நட்சத்திரங்கள் பின்னால் நகர்வதுபோலத் தோன்றியது. படகில் கட்டப்பட்டிருந்த கயிற்றுச்சுருள் காற்றில் அதிர்ந்து டடம் டடம் என்று தகரப் பரப்பில் மோதிக்கொண்டே இருந்தது. மண்ணெண்ணையும் டீசலும் கலந்த வாசனை. மீன் வாசனை. படகில் இருந்தவர்கள் எங்களிடம் எதுவும் பேசவில்லை. அவர்களில் ஒருவன் என்னருகே வந்தபோது மலிவான நாட்டுச்சாராயத்தின் வீச்சம் எழுந்தது.

நெடுந்தூரம் என்று தோன்றும் பயணம். நொடிநொடியாக ஓர் இரவு. இதயம் காலத்தைவிட வேகமாக ஓடும் அனுபவம். நான் என்ன எண்ணிக்கொண்டிருந்தேன் என்று சொல்வது கஷ்டம். தொடர்பற்ற உதிரி நினைவுகள். அம்மாவின் நினைவு அடிக்கடி வந்துகொண்டிருந்தது; அத்துடன் சம்பந்தமில்லாமல் எங்கள் வீட்டுக் கிணறு. அதனுள் ஒரு மாபெரும் மீனின் கண்போல மின்னும் குளிர்ந்த நீர்வட்டம். ஒருவேளை நான் இந்த மண்ணுக்கு மீளவே போவதில்லை. இந்த மண்ணில் பிறந்த ஒவ்வொருவருக்கும் இந்த மண்ணை விட்டுவிட்டுப் போவது ஓர் அந்தரங்கக் கனவு. விரிந்த வெளியுலகம் எங்கோ இருக்கிறது என்றும் அங்கே சென்று சேர்ந்துவிடவேண்டும் என்றும் இங்குள்ள ஒவ்வொரு இளம் மனதும் ஏங்கிக்கொண்டிருக்கிறது. இது ஒரு சிறிய தீவாக இருப்பதனால் இருக்கலாம். தீவுகளில் பிறந்தவர்களுக்கெல்லாம் இந்த மனநிலை உண்டா என்ன? இருக்கலாம். பிரிட்டன், ஜப்பான் என சிறிய தீவினரே உலகை வெல்லக் கனவு கண்டிருக்கிறார்கள். துணிந்து தங்கள் மண்ணை உதறிவிட்டுக் கிளம்பி, கடலோடியிருக்கிறார்கள்.

இங்கிருந்து இப்போது கிளம்பும் ஒவ்வொருவரும் எண்ணிக்கொள்ளும் அதே நினைப்புதான்: இப்படிக் கிளம்ப நான் எண்ணவில்லை, இது வல்ல என் கனவு, இதுவல்ல அந்த அனுபவம்... நான் இந்தியாவுக்குச் சென்று இறங்குவதைப் பற்றி எத்தனையோ முறை எண்ணியதுண்டு. இளமையில் தூத்துக்குடி அல்லது ராமேஸ்வரத்துக்குக் கப்பல் வழியாகச் செல்வதைப் பற்றிய திட்டமாக அது இருந்தது. ரயில் வழியாக சிதம்பரம். அதன்பிறகு சென்னை. சென்னையைக் கண்டவர்கள் என் சகாக்களில் எவருமே இல்லை. ஆனால் அத்தனை பேருக்கும் சென்னையைத் தெரியும். புரசைவாக்கம், வில்லிவாக்கம், மாம்பலம், கோடம்பாக்கம், திருவல்லிக்கேணி, லஸ்... குமுதம் பத்திரிகையைப் போல ஓயாமல் சென்னையை முன்வைத்த இன்னொரு இதழ் இல்லை. அதை வாசிக்கிறவர்கள் மானசீகமாக சென்னையில் வாழ ஆரம்பித்து விடுகிறார்கள். என் இளமைப்பருவத்தில் நான் குமுதத்தால் ஆட்கொள்ளப்பட்டிருந்தேன். சாண்டில்யன் தொடர்கதைகள். சுஜாதாவின் துப்பறியும் கதைகள்.

நான் சென்னைக்குச் சென்று பார்க்க விரும்பியதெல்லாம் எழுத்தாளர் களைத்தான். ஜெயகாந்தன், சுந்தர ராமசாமி, கி.ராஜநாராயணன். அவர் களெல்லாம் கிட்டத்தட்ட ஒரே இடத்தில் இருப்பவர்களாக எண்ணி யிருந்தேன். அவர்களிடம் சொல்வதற்கு நான் நிறையச் சொற்களைத் தயாரித்திருந்தேன். கண்காணாத மண் ஒன்றில் பிறந்தும் அவர்களின் ஒவ்வொரு சொல்லையும் நான் வாசித்திருந்தேன். அப்போது எனக்கு ஒன்று தெரிந்திருந்தது என இப்போது எண்ணுகிறேன். நான் திரும்பி வரப்போவதேயில்லை. இந்த மண்ணை நான் மிதிப்பதற்கான வாய்ப் பென்பது அநேகமாக இல்லை. அந்த உண்மைக்கு மேலேதான் நினைப்புகளை அள்ளிப் போட்டுக்கொண்டே இருந்திருக்கிறேன். விடிகாலையில் படகு எங்களை ஒரு மணல்தேரியில் கொண்டு வந்து விட்டது. படகு இடுப்பளவு நீரில் நிற்க, 'எறங்குங்க... ஏ எறங்கு... என்னா?' என்று மீனவர்கள் எங்களை அதட்டினார்கள். ஒருவன் தொலைநோக்கியால் கடலைச் சுற்றிச் சுற்றிப் பார்த்தான். 'ஆம்பிளைங் கள்லாம் மூட்டைகளை எடுத்துக்கிடுங்க' என்றான் சுக்கான் பிடித் திருந்தவன்.

குழந்தைகள், டிரங்குப் பெட்டிகள், தோற்பைகள், சூட்கேஸ்களுடன் மக்கள் இடுப்பளவு நீரில் குதித்து ஒருவரை ஒருவர் பற்றியபடி அலை களில் தள்ளாடிக்கொண்டு மணற்கரை நோக்கிச் சென்றார்கள். நான்கு சூட்கேஸ்களுடன் நான் இறங்கி மணலில் சுமைகளை இறக்கிவிட்டு நின்றேன். நிலைத்த காலடி மண்ணை அப்போதுவரை அசைவையே உணர்ந்துகொண்டிருந்த மூளை புரிந்துகொள்ளாததால் தலைசுற்றியது. அப்படியே அமர்ந்துகொண்டேன். மணலில் எவருமே நிற்கவில்லை. அத்தனைபேரும் படுத்துக்கொண்டார்கள். தூங்கிக்கொண்டிருந்த குழந்தைகள் அழ ஆரம்பிக்க, தாய்மார்கள் அவற்றை ஆறுதல் ஒலிகளால் சமாதானம் செய்தார்கள். எங்களை விட்டுவிட்டு படகு நீர்மீது ஏறி இறங்கி விலகிச் சென்றது. முந்திய நாள் இரவில் எங்கள் மண்ணில் இருந்து படகு ஏறும்போது அந்தப் பதற்றத்தில் எதுவும் தோன்றவில்லை. ஆனால் இப்போது விலகிச்செல்லும் படகு எங்களை நிராதரவாகக் கைவிட்டுவிட்டு விலகிச்செல்லும் எங்கள் தாய்நாடு என்றே தோன்றியது. முட்டை விரிந்து வந்த குஞ்சுகளை விட்டுவிட்டுச் செல்லும் ஆமை போல, கடலுக்குள் சென்று மறைந்தது படகு. நான் நினைத்ததையே பிறரும் நினைத்திருக்கலாம். பலர் மனம் ஏங்கி அழுவதைக் கண்டேன்.

வானம் வெளிறிச் சிவந்து ஒளியாகி சட்டென்று வெயிலாகியது. வானத்தில் வெண்பறவைகள் நீந்திச் சுழன்று கொண்டிருந்தன. வெகு தூரத்தில் மிதக்கும் கொக்குகள் போலப் பாய்மரம் விரித்த நாட்டுப் படகுகளைக் கண்டேன். அலைகள் ஓயாமல் சர்ர்ரீல் சர்ர்ரீல் என்று

மணலைக் கழுவிக்கொண்டே இருந்தன. அரை ஏக்கர் விரிவுள்ள சிறிய மணல்மேடு. அடியில் பெரும்பாறை இருக்கலாம். நாணல்கள் அன்றி ஒரு புதர்ச்செடிகூட இல்லை. கடல் ஒளியாக ஆனபோது கண்கள் கூசத் திரும்பி அமர்ந்தோம். உலர் உணவும் நீரும் வைத்திருந்தோம். அவற்றைப் பகிர்ந்து உண்டோம். விழுங்கத் தெரியாத குழந்தைகளுக்கு தாய்மார்கள் வாயில் பாதி மென்று துப்பி ஊட்டிவிட்டதைக் கண்டேன். விசித்திரமான பெரிய கடற்பறவைகள் நாங்கள் என்று எண்ணிக் கொண்டேன். காலை ஏழரை மணிக்கே வெயில் தகிக்க ஆரம்பித்தது. மணலில் அமர முடியவில்லை. சிறிய அலுமினியச் சட்டிகளால் கடல் நீரை அள்ளி அள்ளி விட்டு அந்த ஈர மணல் மீதுதான் அமர்ந்திருந்தோம். புடைவைகளையும் துணிகளையும் தலைக்குமேல் கூடாரம் போலப் பிடித்து வெயிலை மறைத்தோம். மணலில் உலரப்போட்ட கருவாடுகள் நாங்கள் என்று ஒருவர் சொன்னபோது சிலர் சிரித்தார்கள். பெண்கள் சிரிக்காமல் வெறித்துப் பார்த்தார்கள்.

படகுக்காரர்கள் கொடுத்துவிட்டுப்போன பெரிய மூங்கிலில் ஒரு சட்டையைக் கட்டி கொடியாக ஆக்கி நட்டு வைத்திருந்தோம். மீன்பிடிப் படகுகள் ஏதேனும் எங்களைக் கண்டுபிடிக்க வேண்டும். தலைக்குமேல் எங்கள் மனத்தைப்போல அந்தக் கொடி படபடத்து கைநீட்டி அழைத்துக்கொண்டே இருந்தது. ஆனால் அன்று பகலும் இரவும் எவரும் எங்களைப் பார்க்கவில்லை.

பொதுவாக இரண்டு நாள்களுக்குள் பார்த்துவிடுவார்கள். ஆனால் ஏழுநாள்கள் வரை பார்க்கப் படாமலிருந்து குழந்தைகள் உயிர்துறந்த நிகழ்ச்சிகளும் உண்டு. நான்கு நாள்களுக்குரிய உலர் உணவும் நீரும் எடுத்திருந்தோம். வறுத்துப் பொடித்து, நெத்திலிக் கருவாடுடன் சேர்த்து இடித்து உருட்டிய உணவு. பிளாஸ்டிக் கேன்களில் குடிநீர். ஆனால் எரிக்கும் வெயிலில் நீர் இரண்டாவது நாளே தீர்ந்துவிடும் போல் இருந்தது. குழுத்தலைவர் போல் இருந்த யோகம் என்ற பெரியவர் ஒருநாளைக்கு ஒருவருக்கு இரண்டு டம்ளர் தண்ணீர் மட்டுமே அளிக்கப்படும் என்றும் குழந்தைகளுக்கு நான்கு டம்ளர் என்றும் ஆணையிட்டார்.

அந்தி சிவந்து வந்தது. அந்தச் சூரியப் பிழம்பைப் பார்த்தபடி அமர்ந் திருந்தபோது எங்களைச் சுற்றி இருந்த மொத்த உலக நிலமே அழிந்து விட்டதுபோலவும் கையளவு நீருடன் நாங்கள் மட்டுமே மிஞ்சி யிருப்பது போலவும் எண்ணம் எழுந்தது. அந்தக் கடலுக்கு அப்பால் கரையே இல்லை. மெல்லமெல்ல அந்தத் தீவே நீரில் மூழ்கிக்கொண் டிருப்பது போல இன்னொரு கற்பனை. அந்த நேரத்தில் தன்னிரக்கக் கற்பனைகள் மட்டுமே எழுந்துகொண்டிருந்தன. அவை குரூரமான ஓர்

இன்பத்தை அளித்தன. மெல்ல இருட்டியது. சூழ்ந்திருந்த மக்களின் கண்கள் மட்டும் அரையிருளில் கடலொளியை ஏற்று மின்னிக்கொண் டிருந்தன. முற்றிலும் இருண்டு தொடுவான்கோடு அழிந்தபோது ஒருவர் 'யா அல்லா!' என்றார். அப்போதுதான் அவர் முஸ்லிம் என்று உணர்ந்தேன். அவரைத் திரும்பிப் பார்க்க எண்ணி, ஆனால் தலையைத் திருப்பாமலேயே அமர்ந்திருந்தேன்.

இரவில் வான்வெளியெங்கும் பரவிக்கிடந்த நட்சத்திரங்கள் அச்ச மூட்டின. மணலில் சூடு இருந்தது. அந்தச் சூடு கடலில் இருந்து வந்த குளிர்ந்த காற்றுக்கு இதமாக இருந்தது. மல்லாந்து படுத்துப் பார்த்துக் கொண்டிருந்தபோது மணல்தேரி ஒரு படகு போல மெல்ல நகர்வ தாகப் பிரமை எழுந்தது. இருளுக்குள் எங்கள் கொடி விர்ர் என்று ஒலித்தது. ஆடைகளின் சடசடப்பு கேட்டுக்கொண்டிருந்தது. நான்கு கிலோமீட்டருக்கு அப்பால் பெருங்கரை. அங்கே உறுதியான வீடுகளில் கொசுவர்த்திகள் ஏற்றிவைத்து, உணவு உண்டு, நீர் அருந்திய மக்கள் நிம்மதியாகத் தூங்கிக் கொண்டிருக்கிறார்கள். காலைமுதல் மாலை வரை அவர்களுக்கு என்னென்ன பிரச்னைகள் இருந்தாலும் இரவில் அவர்களால் தூங்க முடிகிறது. நல்ல கனவுகள் காண முடிகிறது. அவர்களின் வீடுகளை இனிய விளக்கொளியும் கதகதப்பான போர்வை யும் கொண்டவையாக எண்ணிக்கொண்டேன். நானே சட்டென்று என்னை அங்கே தூங்கிக்கொண்டிருப்பவனாகக் கண்டேன். வானில் மின்னி மின்னி அணையும் விளக்குகளுடன் ஒரு விமானம் சென்ற போது என் சுரப்பிகளில் ஜிவ்வென்று அமிலம் ஏறி தசைகள் இறுகின. மறுகணம் இது வேறு நிலம், இங்கே விமானங்களுக்கு வேறு பொருள் என்று ஆறுதல் கொண்டேன். அந்தக் குழு முழுக்க உடல்தசைகள் தளரும் அசைவுகள் தெரிந்தன. ஆம், அத்தனை பேரும் வேட்டை யாடப்பட்ட உயிர்கள்தான்.

மறுநாள் மதியம்தான் எங்களை நோக்கி ஒரு கடற்படைப் படகு வந்தது. அந்தக் கரிய புகை தூரத்தில் தெரியும்போதே நாங்கள் உற்சாக மடைந்து எழுந்துவிட்டோம். கைகளைத் தூக்கி வீசியும் சட்டைகளைச் சுழற்றியும் அவர்களை அழைத்தோம். பெரிய படகு என்று, அருகே வர வரத் தெளிவாகியது. சீருடையுடன் முகப்பில் நின்ற மீசை இல்லாத வட இந்திய அதிகாரி மெகாபோனில், 'நீங்கள் யார்? யார் நீங்கள்?' என்றார். யோகம் கையை அசைத்தபடி, 'நாங்கள் ஸ்ரீலங்கா குடிமக்கள்' என்று கூவினார். படகு வேகம் குறைந்து நின்றது. படகிலிருந்து இருவர் சிறிய ஃபைபர் படகுகளை கம்பிகள் வழியாக நீரில் இறக்கி, குதிரை மீது ஏறுவதுபோல அவற்றில் ஏறி, அலைகளில் எம்பி இறங்கி, எங்களை நோக்கி வந்தார்கள். படகிலிருந்து ஒரு நூலேணி தொங்கி

ஆடியது. ஃபைபர் படகுகள் நெருங்கியதும் அவற்றில் இருந்த இரு வீரர்கள் எங்களை நெருங்கினர்.

ஒருவர், 'இங்க யாருப்பா பஞ்சாயத்து ஆளு? பெரிசு நீயா?' என்றார்.

யோகம், 'நாந்தான் ஐயா' என்று கைகூப்பியபடி முன்னால் சென்றார்.

'எத்தினி பேரு?'

'நாப்பத்திரண்டு... இருபத்திமூணு பெடிகள். பெட்டைகள் பதினெட்டு...' என்றார்.

அவர்கள், படகில் ஐந்து பேராக ஏறிப் பெரிய படகை நோக்கிச் செல்ல ஆணையிட்டார்கள். ஒருவர் சிறிய துப்பாக்கி வைத்திருந்ததைக் கவனித்தேன்.

அவர்களின் கண்கள் இளைஞர்களைக் கூர்ந்து கவனித்தன. நான் அருகே சென்றதும் என் உடைகளையும் உடலையும் பரிசோதனை செய்தார்கள். வாயைக்கூடத் திறந்து உள்ளே பார்த்தபின் படகில் ஏறும்படிச் சைகை காட்டினார்கள். நான் ஏறிக்கொண்டதும் எனக்குப்பின்னால் வந்த மெல்லிய தாடி வைத்த இளைஞனையும் சோதனை செய்தனர். நூலேணி யில் ஏறி படகுக்குள் குதித்ததும் எங்கள் படகில் இருந்த நான்கு இளைஞர்களையும் தனியாகப் பிரித்து உள்ளே அழைத்துச் சென்றார்கள். தனித்தனியாக அறைக்குள் கொண்டுபோய் நிர்வாணமாக ஆக்கிப் பரிசோதனை செய்தார்கள். என் அடிவயிற்றை அழுத்தியும் வாயின் இடுக்குகளைக் கைவிட்டுத் துழாவியும் சோதனை செய் தார்கள். ஒரு பேசினில் என்னை அமரச்செய்து முக்கச்செய்து நான் மலக்குடலுக்குள் எதையாவது வைத்திருக்கிறேனா என்று சோதனை செய்தார்கள். என்னுடைய முழங்கைகளையும் முழங்கால்களையும் சோதனை செய்தார்கள். அவை பயிற்சியினால் காய்த்துக் கருப்பாக இருந்தன.

தமிழ் அதிகாரி, 'இயக்கத்திலே இருந்தியாடா?' என்றார்.

'ஓம்...' என்றேன்.

அவர் என் கண்களைக் கொஞ்ச நேரம் கூர்ந்து பார்த்தபின் 'ம்ம்' என்றார்.

'பேரென்ன?'

'சார்லஸ்.'

'வயசு?'

'முப்பத்தேழு.' என்னை நிமிர்ந்து பார்த்தார். எனக்கு அவ்வளவு வயது தெரியாது.

போகும்படிக் கைகாட்டி என் பின்னால் நின்ற தாடிக்கார இளைஞனைக் கூப்பிட்டார்.

ஆடைகளை அணிந்துகொண்டு வெளியே வந்தேன். படகுக்குள் அலைகளின் ஒளி அலையடித்தது. மீசையில்லாத உயரதிகாரி, 'தண்ணீர் குடிக்கிறாயா?' என்று ஆங்கிலத்தில் கேட்டார். 'ஓ' என்றேன். அவர் நீட்டிய தண்ணீர்க் குப்பியை வாங்கி மொத்த நீரையும் குடித்து முடித்து மிச்சத்தை முகத்தில் ஊற்றிக்கொண்டேன். 'சிக்ரேட்?' என்றார் அதிகாரி பெட்டியை எடுத்தபடி. நான் புன்னகை செய்தேன். அவர் ஒரு சிகரெட் பாக்கெட்டைத் திறந்து நீட்டினார். நான் சிகரெட்டைப் பார்த்து நான்கு வருடங்களாகின்றன. அதன் வாசனையே மறந்துவிட்டது. ஒன்றை உருவி என் பழைய பழக்கத்தின்படி மெல்லக் கசக்கிவிட்டு புகையிலையின் இனிய மணத்தை முகர்ந்தேன். சிகரெட்டை வாயில் பொருத்தியதும் அவர் லைட்டரால் பற்ற வைத்தார்.

'ஆங்கிலம் தெரியுமா?'

'ஓ...' என்றேன்.

'அங்கே கடுமையான போர் நடக்கிறதா?' என்றார் ஆங்கிலத்தில்.

'மிகத் தீவிரமான போர்' என்றேன்.

அவர் 'ஃபூல்ஸ்' என்றபடி ஆழமாகப் புகை இழுத்து ஊதி விட்டார். ஒரு போர்முனைக்குக் கூடப் போகாமல் ஓய்வுபெற்றுவிடலாம் என்று நம்பி ராணுவத்தில் சேரும் படித்த இளைஞன் என நினைத்தேன்.

'உன் பேரென்ன?'

'சார்லஸ்.'

'கிறிஸ்டியனா?'

'ஆமாம்.'

'நான் ஜோஷி... புனாவைச் சேர்ந்தவன். நீ என்ன படித்திருக்கிறாய்?'

'பிஎஸ்ஸி, கணிதம்... முடிக்கவில்லை.'

'ஓ' என்றபின் இருமுறை மௌனமாகப் புகைவிட்டார். கடலில் ஒளி அலையடித்தது. சட்டென்று என்னிடம் 'தென், ஓக்கே' என்று கைகொடுத்துவிட்டுச் சென்றார்.

படகிலேயே வரிசையாக அத்தனைபேரும் அமர்ந்திருந்தார்கள். அவர்களிடம் பெயர்களைக் கேட்டுக் குறித்துக்கொண்டு கைரேகைகள் பதிவு செய்துகொண்டார்கள். எல்லாம் வழக்கமான ஓர் அலுவலக நடைமுறைபோல நடைபெற்றது. எல்லாருமே நிறையத் தண்ணீர் குடித்த தளர்ச்சியுடன் இருந்தார்கள். சிறு குழந்தைகள் நீரைக் கக்கின. படகின் விளிம்பில் ஒரு கடற்காக்கை வந்து அமர்ந்து ஆடியபின் எழுந்து பறந்து பாய்மரக்கயிறில் சென்றமர்ந்தது.

அந்தத் தாடி இளைஞன் சட்டைக் கைகளைச் சுருட்டியபடி என்னருகே வந்து மெல்ல 'என்ன கேட்டான்?' என்றான்.

'சும்மா, பேரைக் கேட்டார்.'

'பாத்துப் பேசணும்' என்றான் அவன்.

எங்கள் கண்கள் சந்தித்தன, அவன் புன்னகை செய்தான். பின்னர் என்னுடைய சிகரெட்டுக்காகக் கைநீட்டினான். அவன் உதடுகள் கருத்திருந்தன. ஒல்லியான சுருட்டை முடிகொண்ட இளைஞன். அவன் ஆப்ரிக்கன் என்றால் எவரும் நம்புவார்கள். நான் நல்ல சிவப்பு. உயரமானவன். என் மீசைகூடக் கொஞ்சம் செம்பட்டையடித்திருக்கும். எத்தனை ரத்தங்கள் கலந்தது நாம் பேசிக்கொண்டிருக்கும் இனம் என்று நினைத்துக்கொண்டேன். அவன் என் சிகரெட்டை வாங்கி ஆழமாக இழுத்து இழுத்து விட்டான். 'சிகரெட் இளுத்து பத்து வருஷம் ஆச்சு அண்ணை' என்றான். அவ்வாறுதான் ஜோர்ஜ் எனக்கு அறிமுகமானான்.

3

ஜோர்ஜ் அதன் பின் ஏழு மாதம் என்னுடைய இணைபிரியாத நண்பனாக இருந்தான். ஒரு நிரந்தரச் சடங்குபோல் இருந்த பதிவு, சோதனை, சரிபார்ப்பு, விசாரணை எல்லாம் முடிந்தபின் அடையாள எண்ணும் அட்டையும் கொடுக்கப்பட்டு முகாமுக்கு அனுப்பப் பட்டோம். அங்கே ஏற்கெனவே பதினேழு குடும்பங்கள் இருந்தன. முன்பு உப்புக்களஞ்சியமாக இருந்த பெரிய தகரக்கொட்டகையை பிய்ந்துபோன பனையோலைத் தட்டிகளால் மறைத்து, பிரித்து, அறைகளாக ஆக்கிக் குடியிருந்தனர். கூரைக்குக் கீழே எண்பத்தெட்டு பேருடைய மொத்த உரையாடலும் ஒரு முழக்கமாக எதிரொலித்துக் கலந்திருந்தது. பெட்டிகளுடனும் குழந்தைகளுடனும் நாங்கள் உள்ளே சென்றபோது நட்போ வரவேற்போ தெரியாத முகங்கள் எங்களை ஆர்வமில்லாத கண்களுடன் பார்த்தன. குழந்தைகள் பெரிய கண் களுடன் வாயில் கையை வைத்துக்கொண்டு நின்று வேடிக்கை பார்த்தன. எங்களுக்கு அளிக்கப்பட்டிருந்த தட்டிமறைப்பு அறைகளில் ஏற்கெனவே குடியிருந்தவர்கள் வேறு முகாமுக்குச் சென்றிருந்தார்கள். அவர்கள் வாழ்ந்ததன் தடயங்களால் நிறைந்திருந்தன சுவர்களும் தரையும். எண்ணெய்ப் பிசுக்கு, கறைகள், கரிப்படலம் பரவிய சுவர், சில பழைய காலண்டர்கள்...

முதலில், இங்கே எப்படி வாழமுடியும் என்ற திகைப்பே எழுந்தது. ஆனால் பெண்கள் சில கணங்களுக்குள் அந்த இடத்தில் இணைந்து விட்டார்கள். முதலில் அந்த இடம் அவர்கள் மனத்துக்குள் அவர்களின் வாழ்விடமாக மாறியது. அந்தந்த இடங்களில் அந்தந்தப் பொருள்கள் கற்பனையில் அமர்ந்துகொண்டன. அதன்பின்னர் அந்த அறையை அவ்வாறு மாற்றுவதற்கான கடுமையான வேலை ஆரம்பித்தது. வேலைசெய்யும்போது ஏற்படும் உற்சாகம் நிறைந்து, குழந்தைகளை அதட்டி, கணவர்களை வேலை ஏவி, பரபரப்பானார்கள். தூசிபெருக்கி, சுவர்மூலைகளின் ஒட்டடைகளை அகற்றி, பாத்திரங்களை அடுக்கி, பொருள்களை உரிய இடங்களில் வைத்து, குழந்தைகளைத் தொட் டில்கட்டித் தூங்கவைத்து என எட்டுக் கைகளுடன் வேலை

செய்துகொண்டிருந்தார்கள். ஆண்கள் மட்டும் மெல்ல வெளியே வந்து முகாமுக்கு முன்னால் நின்றிருந்த கருவேல மரத்துக்கு அடியில் சென்று தரையில் கிடந்த பாறாங்கற்களில் அமர்ந்தோம். அங்கே ஏற்கெனவே இருந்தவர்கள், எங்களைச் சுருங்கிய கண்களுடன் பார்த்தார்கள். எங்கள் புன்னகைகளைத் திருப்பியளிக்கவில்லை.

ஜோர்ஜ், 'அண்ணை வணக்கம், பீடி இருக்கா?' என்றான்.

அவர்களில் வயதானவர் ஒருகணம் கூர்ந்து நோக்கிவிட்டு இரண்டு பீடிகளை எடுத்து ஒன்றை எனக்கும் நீட்டினார். பீடியைப் பற்றவைத்து இழுத்துவிட்டுக் காத்திருந்தோம். அவர்கள் பேச ஆரம்பிக்கவில்லை. சில நிமிடங்களுக்குப் பின் ஜோர்ஜ், 'நல்ல வெப்பம்' என்றான்.

அவர்களில் ஒருவர் 'ஓ' என்றார்.

மீண்டும் கொஞ்ச நேரம் மௌனமாக இருந்துவிட்டு ஜோர்ஜ் 'இங்க மழை உண்டா?' என்றான்.

அவர்களில் ஒருவர், 'தம்பிக்கு ஊரிலே எங்க?' என்றார். இறுக்கம் மெல்லத் தளர்ந்தது. அதன் பின்னர் மெல்லப் பேசிக்கொள்ள ஆரம்பித்தோம், பொதுவான வசதிகள், சிக்கல்கள் போன்றவற்றை. அவர்களில் மூத்தவரான ஜெபத்துரை, 'தம்பி நீங்கள் எந்த ஆக்கள்?' என்றார். நான் என் சாதியை மாற்றிச்சொன்னேன். சாதிக்குப் பின் ஊர், ஊருக்குப்பின் உறவினர்கள்.

ஆனால் ஒரு சொல்கூட அரசியல் பேசவில்லை. போர் நிலவரத்தைக் கூடப் பேசிக்கொள்ளவில்லை. முகாமில் எவரும் பொதுவாக அரசியலே பேசுவதில்லை. பிறருடைய அரசியல் என்ன என்பது எப்போதுமே ரகசியமானது. யாரையுமே நம்பக்கூடாதென்பதே இந்தப் போர் எங்கள் சமூகத்துக்குக் கற்றுக்கொடுத்த முதல் பாடம். நாக்கின் மீது இரட்டைத் தாழ் போடாத ஓர் ஈழத்தவரை நீங்கள் சந்திக்க முடியாது. நம்மிடம் ஒருவர் பேசும்போது அவரது கண்கள் சம்பந்த மில்லாமல் நம்மை வேவுபார்ப்பதைக் காணலாம். கண்கள் சந்தித்துக் கொண்டால் உடனே எதிர்முனைக் காந்தமுட்கள் போல விலகிக் கொள்ளும். ஒருபோதும் அவர் தன்னைப் பற்றிய முழு விவரங் களையும் சொல்வதில்லை, நம்மிடம் கேட்பதுமில்லை. பேச்சு நகர்ந்து நகர்ந்து ஓர் எல்லைக்குச் சென்றதும் நிறுத்திக்கொள்ளவேண்டிய இடம் இருவருக்குமே தெரிந்து கச்சிதமாகப் பின்வாங்கி விடுவோம்.

அன்றிரவு வீட்டுச் சாப்பாடு சாப்பிட்டோம். சோறு நீரில் வெந்து தளதளத்து எம்பிக் குதிக்கும் மணமே பசியைக் கிளப்பி உடலைப் பதறச்செய்தது. குழம்பு ஏதும் இல்லை. கருவாட்டை லேசாகத் தீயில்

வாட்டிக் கடித்துக்கொண்டு புளிநீர் விட்ட சூடான சோற்றை அள்ளி அள்ளித் தின்றபோது உணவுடன் உயிருக்குள்ள உறவென்ன என்று புரிந்தது. படுத்துக்கொள்வதற்கு பாய் ஏதும் இல்லை. நான் சேவியர் என்பவரின் மைத்துனனாகப் பதிவுசெய்யப்பட்டிருந்தேன். அவரது மனைவி பக்கத்து வீட்டுக்குப் போய் இரு பாலிதீன் தாள்களை வாங்கி வந்தார். அதுதான் அங்கே படுப்பதற்கு. பெண்களும் குழந்தைகளும் மட்டும்தான் முகாமுக்குள் படுப்பார்கள். அங்குள்ள புழுக்கத்தில் ஆண்கள் படுத்துக்கொள்ள முடியாது. வெளியே கடற்காற்று கொஞ்சம் மணலுடன் வீசிக்கொண்டிருந்தது. தாளைப் பரப்பிப் படுத்துக் கொண்டேன். ஜோர்ஜ் வந்து என்னருகே படுத்தான். கருவேல மரத்தில் காற்று சீறிச் சென்றுகொண்டிருந்தது. முகாமின் தகரக் கூரையில் மென்மையாக மழை பெய்வதுபோல அதன் சத்தம். மணல்காற்றுக்கு முகத்தின்மீது மெல்லிய துணியைப் போட்டுக்கொண்டுதான் தூங்க வேண்டும். தூரத்தில் கடல் இரைந்துகொண்டிருந்தது. கலங்கரை விளக்கின் ஒளி, பறவை போல வானில் சுழன்று சென்றது.

நான் கைகளைத் தலைக்கு வைத்துக்கொண்டு மல்லாந்து படுத் திருந்தேன். ஜோர்ஜ் இருளுக்குள் என்னை நோக்கி நடந்துவந்து, 'அண்ணை' என்று என்னை அடையாளம் கண்டபின்னர் என்னருகே தாளை விரித்தான். 'இங்க கொசுத்தொல்லை உண்டு... மண்ணெண்ணெ யிலே வேப்பெண்ணையக் கலந்து வெளக்கு வைக்கிறது வழக்கமாம். கொசு போயிடும்...' என்றான். படுத்துக்கொண்டு 'வெளியே கொசு வராது, காத்து அடிக்குதே?' என்றான். நான் ஒன்றும் சொல்லவில்லை. என் திட்டப்படி நான் ஜோர்ஜை நட்பாக்கிக்கொள்ளவேண்டும். ஆனால் நான் அவனை அறிய விரும்பினேன். அவனை நம்புவதற்கான முகாந்திரமேதும் எனக்குக் கிடைக்கவில்லை.

ஜோர்ஜ், 'நிம்மதியாத் தூங்கணும் எண்டு நினைக்கிறேன் அண்ணை... ஆனா நிம்மதியும் இல்லை தூக்கமும் இல்லை' என்றான். நான் உம் கொட்டினேன். அவன் பெருமூச்சுகளுடன் புரண்டுகொண்டே இருந்தான். கொஞ்சநேரத்திலேயே கரடுமுரடான தரை உடலை உறுத்த ஆரம்பித்தது. ஆனாலும் களைப்பில் நான் சீக்கிரமே தூங்கிவிட்டேன்.

நள்ளிரவில் புரண்டு படுத்தபோது, ஜோர்ஜ் மெல்ல, 'அண்ணை' என்றான்.

நான் 'ம்ம்' என்றேன்.

அவன் ஆழமான மெல்லிய குரலில், 'திரும்பி அந்த மண்ணை மிதிப்பமா?' என்றான்.

நான் அரைக்கணம் கழித்து 'எதுக்கு?' என்றேன்.

அவன் பேசாமல் படுத்திருந்தான். 'அங்க என்ன மிச்சமிருக்கு?' என்றேன் மீண்டும்.

அவன் பெருமூச்சு விட்டான். 'பீடி இருக்கா?' என்றான்.

'இல்லை.' அவன் மீண்டும் பெருமூச்சு விட்டான். 'எங்கடை வீடு காங்கேசந்துறையிலதான் அண்ணை...' என்றான். பின்னர் சடசடவென மழை கொட்டுவதுபோலத் தன்னைப்பற்றி எல்லாவற்றையும் சொல்ல ஆரம்பித்தான்.

அவன் இலங்கையில் அழிக்கப்பட்டுவிட்ட இயக்கம் ஒன்றின் உறுப்பினராக இருந்திருக்கிறான். ஆனால் அதில் அவன் இருந்தது யாருக்கும் தெரியாது. பத்தாம் வகுப்பு தேறியபின் கொழும்புக்குப் படிக்கச் சென்றவன் அந்த இயக்கத்தின் இரண்டரை வருடப் பயிற்சிக்காக இந்தியா வந்தான். திரும்ப அங்கே சென்று சேர்வதற்குள் அந்த இயக்கம் அழிக்கப்பட்டுவிட்டது. ஆகவே பேசாமல் கொழும் பில் ஒருவருடம் தங்கியிருந்துவிட்டு ஊருக்குச் சென்று சேர்ந்தான். அங்கே இயக்கத்தில் இருந்து அவனைக் கூப்பிட்டுப் பலமுறை விசாரித்தார்கள். அவனுடைய மாமா கத்தோலிக்கப் பாதிரியாராக இருந்ததனால் அவன் தப்ப முடிந்தது. அவன் மேலும் அங்கே தங்க முடியாதென்பதால் அவர்தான் அவனை அகதியாகக் கிளம்பச் சொன்னார்.

'உனக்கு என்ன வயதாகிறது?' என்றேன். 'இருபத்துமூணு அண்ணை' என்றான். மிகவும் சிறுவன்.

'ரெஜீனாவுக்கு என்னைவிட நாலுவயசு அதிகம்...' என்றான். அந்தக் கத்தோலிக்கப் பாதிரியாரின் தம்பி மகள். அவளை மணம் முடித்த ஒரே காரணத்தால்தான் அவனால் தப்ப முடிந்தது.

சொந்தமாக இருந்த மீன்பிடிப் படகை விற்று பணம்சேர்த்து இயக்கத் தின் கீழ்மட்டங்களுக்கு லஞ்சம் கொடுத்து படகுக்கான பணத்தையும் சேர்த்து, குழந்தையுடனும் அம்மாவுடனும் கிளம்பியிருந்தான். ஜோர்ஜ் என்னை ஒருமாதம் முன்னரே கவனித்துவிட்டிருந்தான். தொடர்ச்சியாக என்னைக் கண்காணித்துக்கொண்டே இருந்திருக்கிறான். என்னிடம் பேச இந்த நாட்டுமண்ணை மிதிப்பதுவரை காத்திருந்திருக்கிறான்.

ஜோர்ஜ் அன்று விடிவதுவரை பேசிக்கொண்டே இருந்தான். பேசப் பேச அவனுக்கு விஷயங்கள் வந்துகொண்டே இருந்தன. அவனுடைய சிறுவயதுக் கனவுகள், அவன் மயிரிழையில் தப்பிப் பிழைத்த தருணங்கள். இந்த இரண்டு விஷயங்களைப் பற்றித்தான் அத்தனை பேரும் பேசுவார்கள். அந்தப் பேச்சில் எத்தனை சதவிகிதம் உண்மை

என்று எவராலும் சொல்லமுடியாது. பல விஷயங்கள் கற்பனையாக இருக்கும். பலமுறை உக்கிரமாகக் கற்பனையில் அனுபவிக்கப்பட்ட அனுபவங்கள் அவை. உண்மையான அனுபவங்களைவிடவும் ஒரு வகையில் நுட்பமானவை, விரிவானவை. நான் எண்ணிக்கொள்வதுண்டு, ஒருவர் சொல்லும் அனுபவம் மிகமிக உண்மையாகத் தோன்றினால் அநேகமாக அது பொய்தான் என்று. இந்தச் சூழலில் ஒரு மனிதன் மகிழ்ச்சி அடைவதற்கு இரண்டு காரணங்கள்தான் உள்ளன. ஒன்று இளமை நினைவுகள், அக்காலத்துக் கனவுகள். இரண்டு, இத்தனைக்குப் பிறகும் உயிர்வாழ முடிதல். அந்த இரு உணர்ச்சிகள்தான் இப்படி வெளியாகின்றன. ஜோர்ஜ் இன்னமும் முதிர்ச்சி அடையாத இளைஞன். அந்த இரவில் ஏன் அப்படிப் பேசினான்? விடியற்காலையில் மனம் மிக நெகிழ்ந்திருக்கிறது. நான் ஒருபோதும் விடிகாலையில் எவரிடமும் உரையாடுவதில்லை. அப்போது உணர்ச்சிகள் நம் கையில் நிற்காது. ஆனால் அதைவிட முக்கியமாக அவன் இந்தப் புதிய மண்ணில் புதிதாகத் தன்னை உருவாக்கிக்கொண்டு ஒரு தொடக்கத்தை நிகழ்த்த விரும்பினான். புதிதாகத் தொடங்கியிருக்கிறோம் என்பதை நம் மனம் நம்பவேண்டுமென்றால் நாம் ஏதாவது செய்தாகவேண்டும். நம்மை நாமே நம்ப வைப்பது மட்டும்தான் அங்கே பிரச்னை. அவன் பேசியது அதற்காகவே. அவன் தன்னைப் பேசிப் பேசி உருவாக்கிக் கொண்டான். கடைசியில் அவன், குடங்களில் நீர் நிறைவடையும்போது ஓசை மாறுபடுவதுபோல உணர்ச்சிகள் நிறைவடைந்து மெதுவாக அமைதியானான்.

ஏன் அத்தனை தூரம் பேசினோம் என்று அவன் எண்ணுகிறான் என்று உணர்ந்தேன். அந்த உணர்ச்சிப்பெருக்குக்கு எதிராக நான் மிகவும் கவனமாகப் பேசியதைப் பற்றி நினைத்துக்கொள்கிறான். அவன் என்ன செய்வான் என என்னால் ஊகிக்க முடியவில்லை. என்மீது தேவைக்கு மீறிய சந்தேகம் கொள்வதற்கான வாய்ப்பே அதிகம். ஆனால் அவன் பேசியபோது அவன் இன்னமும் சிறுவன்தான் என்பது உறுதியாகியது. 'அண்ணை, நீங்கள் எனக்குச் சொந்த சகோதரன் மாதிரி...' என ஆரம்பித்து நெகிழ்ந்துகொண்டே சென்று சட்டென்று விசும்பி அழ ஆரம்பித்தான். நான் உள்ளுக்குள் புன்னகை செய்தேன் என்றாலும் கைநீட்டி அவன் கைகளைப் பிடித்துக்கொண்டேன். அவன் என் கைகள் மீது தன் கைகளை வைத்தான். அவை சூடாக, ஈரமாக இருந்தன.

அத்தனைதூரம் நெருங்கியபின்னர் அவனால் என்னை விட்டுவிட முடியாது. மேலும் மேலும் நெருங்கித்தான் ஆகவேண்டும். மறுநாள் முதல் அவன் எனக்குக் குற்றேவல் புரிந்தான். நாங்கள் இருவரும்

எந்நேரமும் அந்தக் கருவேல மரத்தடிக் கல்லில் அமர்ந்துகொண்டு மெல்லிய குரலில் பேசிக்கொண்டே இருந்தோம். அவனுடைய மனைவிக்கு எங்கள் பேச்சு சில நாள்களிலேயே ஐயத்தை உருவாக்கியது. தீவிரமான எந்த விஷயமும் ஆபத்தே என்று எண்ணும் மனநிலைக்கு எங்களூர் பெண்கள் வந்துவிட்டிருக்கிறார்கள். அவள் அவனிடம் என்னைத் தவிர்க்கும்படிச் சொல்லியிருப்பாள் என்று நினைக்கிறேன். அவன் பொருட்படுத்தியிருக்கவில்லை. நாங்கள் பேசிக்கொண்டிருக்கும்போது வெறுப்பால் சுளித்த முகத்துடன் அவள் அவ்வழியாக அடிக்கடி நடந்துசெல்வாள். நான் தனியாக எதிரே வந்தால் காறித் தரையில் துப்புவாள். அவளை நான் ஏறிட்டே பார்ப்பதில்லை. கருமையான நிறமும் சுருண்ட கூந்தலும் கொண்ட கன்னங்கள் ஒட்டிய பெண். அவள் வயதைவிட அதிகமான வயது தெரியும். ஒரே முறை என் காதுபட ஏதோ சொன்னாள். பிள்ளைகுட்டி உள்ளவர்களின் வாழ்க்கையுடன் விளையாடவேண்டாம் என்று சொன்னதுபோல இருந்தது.

முகாமில் வெறுப்பே எப்போதும் ஒலித்துக்கொண்டிருந்தது. எந்த மனிதரானாலும் அங்கே சகமனிதர்களை வெறுக்காமல் இருக்க முடியாது. முதல் பிரச்னை இடம்தான். மனிதர்கள் ஒருவர் தோளை ஒருவர் இடித்துக்கொண்டு ஒருவர் துப்பும் எச்சில் ஒருவர் மீது தெறிக்கும்படி நெருக்கிக்கொண்டு வாழ்வதென்பதுதான் நரகம் என்பது. அதன்பின் எல்லாமே பிரச்னைகள்தான். முகாமின் ஒரே அடிபம்பில் உப்புகலந்த நீர்தான் வரும். அதுதான் துணி துவைக்கவும் குளிக்கவும் எல்லாம். அந்த நீரில் குளித்தால் சோப்பு போடக்கூடாது. சோப்பு அழுக்குடன் சேர்ந்து ஒருவகை பிசினாக தோல்மீது திரித்திரியாக உருளும். குடிநீர் இரண்டு நாள்களுக்கு ஒருமுறை ஒரு லாரியில் ஏற்றப்பட்ட கரிய பிளாஸ்டிக் தொட்டியில் கொண்டுவரப்பட்டு விநியோகம் செய்யப்படும். குடும்பத்துக்கு நான்கு குடம் என்று கணக்கு. கழிப்பறைகள் என்பது, தட்டி வைத்து மறைக்கப்பட்ட குழிகள். அவற்றின்மீது பலகைகள் போடப்பட்டிருக்கும். கீழே நாற்றமடிக்கும். பலநாள் மலம் நொதித்துப் புழுத்து அசைந்துகொண்டிருக்கும். எப்போதும் வெயிலில் காயும் சிறுநீரின் வாடை. திரும்பத் திரும்ப இந்த முகாமின் முள்கம்பி வேலிக்குள்ளேயே சுற்றி வர வேண்டும். வெளியே போக காவலர் அனுமதி வேண்டும். வந்தபின் குறைந்தது மூன்றுமாதம் தாண்டாமல் அனுமதி கொடுக்கமாட்டார்கள்.

மூன்று மாதங்களுக்குள் ஜோர்ஜ் என்னை அவனுடைய அண்ணனாகவே வரித்துக்கொண்டிருந்தான். அவன் மனைவியின் வெறுப்பு மெல்ல மெல்ல உறைந்த வெற்றுப் பார்வையாக மாறியது. முகாமிலுள்ள அத்தனை குழந்தைகளுக்கும் விரலிடுக்குகளில் சொறி வந்தது. இரண்டு

வாரம் திரும்பத் திரும்ப புகார் கொடுத்து மன்றாடியபின் ஒரு வயோதிக டாக்டர் வந்து நீலநிறமான ஒரு மையைக் கொடுத்தார். அதைப் போட்டபோது குழந்தைகள் கதறி அழுது கால்களை உதைத்துத் திமிறின. பல வாரங்கள் அந்த மையின் கந்தக வாசனையே முகாமில் நிறைந்திருந்தது. நிறைய கரியரிசியும் உமியும் கலந்த அரிசியும் சிறிய சிவந்த பருப்பும் சீனியும் அளித்தார்கள். மற்ற பொருள்களை முகாமில் இருந்து சிலர் அனுமதி பெற்று வெளியே போய் வாங்கிக்கொண்டு வரவேண்டும். மீன் மட்டும் கடற்கரையிலிருந்து நேராகவே கொண்டு வந்து விற்பார்கள்.

எண்பதாம் நாள் வெளியே போகும் அனுமதி பெற்று நானும் ஜோர்ஜும் முகாமைவிட்டுக் கிளம்பினோம். புதிய ஊரின் நிலம் எனக்கு ஒருவிதமான பதைப்பையே கொடுத்துக்கொண்டிருந்தது. தென்னை மரங்கள் குறைவு. பெரும்பாலும் உடைமுள் கூட்டங்கள் நடுவே புதிய டிஸ்டெம்பர் அடிக்கப்பட்ட மஞ்சள் நிறமான கட்டடங்கள். எங்கு பார்த்தாலும் செல்ஃபோன் விளம்பரங்கள். சிமிண்ட் விளம்பரங்களும் துணிக்கடை விளம்பரங்களும் சுவர்களில் கண்ணில் அறையும்படி வரையப்பட்டிருந்தன. டீக்கடைகளில் ஜனங்கள் எந்தவிதமான அவசரமும் இல்லாமல் பேப்பர் வாசித்துக்கொண்டு டீ குடித்தார்கள்.

வழியெங்கும் ஏதேதோ நடந்துகொண்டிருந்தது. தகரப் பொருள்களைப் பிரித்துப்போட்டு டங் டங் என்று அடித்துக்கொண்டிருந்தார்கள். டயர் வல்கனைசிங் செய்தார்கள். ஏதோ மோட்டார் இயந்திர பாகத்தை ஒரு சிறுவன் துணிபோட்டுக் கொளுத்தி எரியவிட்டுக்கொண்டிருந்தான். எத்தனை தொழில்கள், எத்தனை வாழ்க்கைகள்... ஆச்சரியமாகவே இருந்தது. சுடிதார் போட்ட பெண்கள் புத்தகங்களுடன் காத்திருந் தார்கள். இருசக்கர வாகனங்களில் பையன்கள் வளைந்து நெளிந்து சென்றார்கள். ஆட்டோக்களில் பத்துப்பேர் வரை ஏறி, சிரித்துப் பேசிக் கொண்டு புகை கக்கியபடிச் சென்றார்கள்...

முதலில் சுகுணா முனியாண்டி விலாஸ் என்ற ஓட்டலில் நுழைந்து பரோட்டாவும் சிக்கனும் சாப்பிட்டோம். ஜோர்ஜிடம் கொஞ்சம் பணம் இருந்தது. முகாமில் கொடுக்கப்பட்ட உதவித்தொகையும் இருந்தது. என்னிடம் பணமே இருக்கவில்லை. ஆனால் ஜோர்ஜ் எனக்காக எதையும் செலவழிப்பவனாக இருந்தான். சாப்பிட்டபின் நகரத் தெருவில் சுற்றினோம். ஜோர்ஜ் அவனுடைய கைவிளக்குக்கு இரு பாட்டரிகளும் குழந்தைக்கு சில மருந்துகளும் வாங்கிக்கொண்டான். மனைவிக்கு பௌடரும் ஸ்டிக்கர்பொட்டும். நான் பேசாமல் கூடவே நின்றேன். 'அண்ணை, உங்களுக்கு என்ன வேணும்?' என்றான். நான் தலையசைத்தேன்.

அதன்பின் இருவரும் சந்தை நெரிசல் வழியாக, குவிக்கப்பட்ட முள்ளங்கி, பெரிய வெங்காயம், பூண்டு வழியாக கூச்சல்களையும் குனிந்து வாங்கும் பெண்களின் பின்பக்கங்களையும் தாண்டிச் சென்றோம். உரச் சாக்குகளால் ஆன பைகள் தொங்கும் கடைகள், கருவாடுகள் குவிக்கப்பட்ட சாலையோரக் கடைகள். அப்பால் ஒரு திரையரங்கில் டிக்கெட் கொடுத்துக்கொண்டிருந்தார்கள். 'தூள்' என்ற தமிழ் சினிமா. எனக்குப் படம் சில நிமிடங்களிலேயே சலித்து விட்டது. கால்களை நீட்டிக்கொண்டு நன்றாக சாய்ந்தமர்ந்து அக்கறை இல்லாமல் பார்த்துக்கொண்டிருந்தேன். ஆனால் ஜோர்ஜுக்குப் படம் மிகவும் பிடித்திருந்தது. சிரித்தும் அடிக்கடி இருக்கையில் துள்ளியும் கைதட்டியும் ஒன்றிப்போய் ரசித்துக்கொண்டிருந்தான்.

திடீரென்று இத்தகைய அமைதியான உற்சாகமான ஓர் இடத்தில் நான் இருப்பதைப் பற்றி எனக்கே ஆச்சரியம் ஏற்பட்டது. ஒவ்வொரு முகமாகப் பார்த்தேன். எல்லாமே பற்களைக் காட்டியபடி பரவசநிலையில் ஒளியசைந்துகொண்டிருந்தன. அந்த அரங்கிலேயே நான் மட்டும் தனித்திருக்கிறேன் என்று தோன்றியது. அமைதியான நிம்மதியான அந்தச் சூழலில் என் நரம்புகள் பதற்றமடைந்து நிலைகொள்ளாமல் என்னை அசையச் செய்தன. நிமிர்ந்தும் தளர்ந்தும் கால்களை நீட்டியும் மடித்தும் அமர்ந்தேன். ஓயாமல் நான் அசைந்துகொண்டிருப்பதை யாராவது கவனிக்கிறார்களா என்று எண்ணி அசையாமலிருந்தால் இறுக்கம் தாளாமல் சில நிமிடங்களிலேயே என் தசைகள் களைத்தன.

இடைவேளை விட்டபோது அப்பாடா என்றிருந்தாலும் இன்னும் பாதி நேரம் மிச்சமிருக்கிறதே என்றும் இருந்தது. டீ குடித்துக்கொண்டிருக்கும்போது ஜோர்ஜ் ஜோதிகாவைப் பற்றிப் பரவசமாகப் பேசினான். 'என்ன மாதிரி ஒரு கண்' என்று வியந்தான். இனிமேல் இரண்டு வாரங்களுக்கு ஒருமுறையாவது நாம் படம் பார்த்துவிட வேண்டும் என்று சொன்னான். நான் புன்னகை செய்தேன். என்னைச் சூழ்ந்திருந்த அந்தக் கடற்கரை இளைஞர்கள் ஏன் அத்தனை கத்துகிறார்கள், எதற்காக உரக்கப்பேசுகிறார்கள் என்றே புரியவில்லை. சலிப்பூட்டுகிற வாழ்க்கையை, கத்திக் கத்தி உற்சாகமாக ஆக்கிக்கொள்கிறார்களா என்ன?

மீண்டும் சினிமா. நான் அப்போதுதான் ஒன்றை நினைத்துக்கொண்டேன். குண்டுகள் வெடிக்கும் போர்முனைகளில் நான் நிதானமாகவே இருந்திருக்கிறேன். தோழர்கள் குண்டுபட்டு விழும்போதுகூட என் மனம் சமநிலையில்தான் இருந்திருக்கிறது. எல்லாப் புலன்களும் உச்சகட்ட விழிப்புநிலையில் இருப்பதனால் ஒரு நடுக்கம் இருந்துகொண்டிருக்கும். ஆனால் நான் நிலைகொள்ளாமல் இருந்ததில்லை.

அங்கே என்னுடைய எல்லாக் கருவிகளும் செயல்பட்டுக்கொண் டிருந்தன; ஆகவே என்னிடம் எதுவும் மிச்சமில்லை. ஆனால் இந்தத் திரையரங்கில் நான் பெரும்பகுதி மிச்சமிருக்கிறேன்; செயலற்று, பொருளற்று. அந்த எஞ்சும் ஆற்றல்தான் என்னைப் பதற்றம் கொள்ளச் செய்கிறது. நிலைகொள்ளாமல் ஆக்குகிறது. இந்த இளைஞர்களுக்குக் கொஞ்சம் போரின் சுவையை யாராவது காட்டிவிட்டால்போதும், அதன்பின் இவர்களை எவராலும் கட்டுப்படுத்த முடியாது. இந்தத் திரையரங்குகள் இருக்காது. கட்டடங்கள் தெருக்கள் மரங்கள் எவையுமே எஞ்சா. இடிபாடுகள், கருகிய தாவரங்கள் மட்டும்தான். நான் புன்னகை செய்தேன்.

சினிமா முடிந்து திரும்பும்போது ஜோர்ஜ் இரு மசாலாப் பால் வாங்கி எனக்கும் ஒன்று கொடுத்தான். ஏதோ கொட்டை அரைத்துப் போட்டிருந்தார்கள். அந்தப் பால் ஆண்மையைப் பெருக்கும் என்று சொல்லி ஜோர்ஜ் புன்னகை செய்தான். நானும் புன்னகை செய்தேன். 'அண்ணை இண்டைக்கு நான் சந்தோசமா இருக்கேன்... ரொம்ப சந்தோசமா இருக்கேன்' என்று சொன்னான் ஜோர்ஜ். அவனுடைய பரவசத்தை விசித்திரமாகப் பார்த்துக்கொண்டு பேருந்து நிலையம் சென்றேன். கடற்கரைப் பையன்கள் அங்கும் கத்திக்கொண்டிருந் தார்கள். ஜோர்ஜ் அவர்களைப்போல ஆகவேண்டுமென்று பலவருட மாகக் கனவுகண்டுகொண்டிருந்தவன். அவர்களில் பெரும்பாலான வர்கள் ஜோர்ஜின் அனுபவங்களைக் கேட்டால் மயிர்கூச்செறிந்து, அது வல்லவா வாழ்க்கை என்பார்கள்.

பேருந்தில் நல்ல கூட்டம். எல்லாம் கடற்கரைப் பையன்கள். 'பாட்டு போடுரா' என்று கத்தினார்கள். நான் எதிர்பாராதபடி சட்டென்று இளையராஜா இசையில், 'முதல்முதலாக காதல் டூயட் பாட வந்தேனே' என்ற பாட்டு போட்டார்கள். அந்த நிமிடம்வரை நெரிசலும் தூக்கக் கலக்கமுமாக இருந்த அந்தப் பயணம் சட்டென்று ஒரு கனவுத் தன்மையை அடைந்தது. நினைவுகளில் என்னென்னவோ எழுந்து வந்தன. யாழ்ப்பாணத்து அரங்கில் நான் என் கல்லூரி நண்பர்களுடன் அந்தப் படத்தைப் பார்த்தேன். என்ன படம் என்று யோசித்து யோசித்துத் தேடினேன். ராதிகாவும் சுதாகரும் நடித்தது. குளுமையான ஒளிப்பதிவு. ஊட்டியின் காட்சி... அந்தப் பயணத்தின் குளிர்ந்த காற்றும் அவ்வப்போது நடத்துநர் அடித்த விசிலும் எல்லாமே இனிமையாக ஆகிவிட்டன. அடுத்த பாட்டு 'ஆயிரம் மலர்களே மலருங்கள்'. ஆம், 'நிறம் மாறாத பூக்கள்'.

கடற்கரை நிறுத்தத்தில் இறங்கி, புதர்கள் மண்டிய பாதை வழியாக முகாம் நோக்கிச் சென்றோம்.

ஜோர்ஜ், 'அண்ணை, அந்தப் பாட்டு பிடிச்சிருந்ததோ?' என்றான்.

'ம்ம்' என்றேன்.

'பழைய பாட்டு... ஸ்கூலிலே படிக்கிறப்பப் பாத்தம்.'

நான் பெருமூச்சு விட்டேன். அப்பகுதியில் பாம்புகள் உண்டு என்பதனால் கால்களை திம் திம் என்று வைத்துச் செல்லவேண்டும் என்று சொல்லியிருந்தார்கள். ஜோர்ஜ் என்னிடம் ஏதோ சொல்ல வருவதுபோல் இருந்தது. தயங்கி மீண்டும் முயன்று மீண்டும் தயங்கியபின் அவன் மெல்ல 'அண்ணை, எங்கிட்ட அட்றஸ் ஒண்டு இருக்கு' என்றான்.

'என்ன அட்றஸ்?' என்றேன். என் மூளைக்குள் எல்லாம் விழித்துக் கொண்டன. ஆனால் குரலில் ஆர்வமோ பரபரப்போ இல்லை.

ஜோர்ஜ் மெல்ல 'எங்கட இயக்கத்திண்ட போன் நம்பர் இருக்கு அண்ணை... மனப்பாடம் செய்து வச்சிருக்கன்... போயிப் பாத்தா எனக்கு இஞ்ச ஒரு வேலை ஏற்பாடு செய்து தருவினம்...'

நான், 'யோசிச்சுச் செய்யணும்...' என்றேன். 'இவனுகளுக்குத் தெரிஞ்சா...'

'தெரியாமச் செய்யலாம் அண்ணை...'

நான் 'சரி' என்றேன்.

'அண்ணையைப் பற்றியும் நான் சொல்லுறன்.'

நான் 'ம்ம்' என்றேன்.

முதல் திறப்பு அப்படித்தான் ஏற்பட்டது.

4

ஜோர்ஜ் இரண்டுவாரம் கழித்து அந்த ஃபோன் நம்பருக்குக் கூப்பிட்டுப் பார்த்தான். நானும் அவனும் வழக்கம்போல சந்தையில் உலவிவிட்டு சினிமா பார்க்கப் போவதற்கு முன்னதாக. மறுபக்கம் ஆள் எடுத்ததும் ஜோர்ஜ் என்னைப் பார்த்தான். நான் வெளியே வந்து நின்று ஒரு பீடியைப் பற்றவைத்தேன். ஜோர்ஜ் பதற்றத்துடன் தன் சட்டைப் பித்தானை திருகியபடி திக்கித் திக்கிப் பேசுவதைக் கேட்டேன். அநேகமாக இந்த முயற்சி வெல்லாது என்றுதான் நினைத்திருந்தேன். ஃபோன் மாறியிருக்கலாம். அவர்களின் இயக்கமே இல்லாமலாகியிருக்கலாம். அவர்களுக்கு இனிமேல் இவனைப் போன்றவர்களின் தேவை இல்லாமலிருக்கலாம்.

ஆனால் சட்டென்று ஜோர்ஜின் முகம் மலர்வதை நான் கண்டேன். எனக்குச் சிறிய ஆர்வம் ஏற்பட்டது. அவன் உடல் அசைவுகளையே பார்த்தேன். சாப்பாடு கண்ட நாய்க்குட்டி மாதிரி இருந்தான். வெளியே வந்தபோது வியர்வை வழிய மலர்ந்து சிரித்தபடி, 'அண்ணை, வரச் சொல்லியிருக்கினம்' என்றான். நான் லேசாகத் தலையசைத்தேன்.

நாங்கள் சந்தைக்கு முன்னால் இருந்த டீக்கடையில் டீயும் வடையும் சாப்பிட்டோம். ஜோர்ஜ் உற்சாகமாகச் சீட்டி அடித்தான். அவனுக்குக் கண்டிப்பாக ஒரு வேலை கொடுப்பார்கள் என்றும், சீக்கிரமே முகாமை விட்டு வெளியே போய் ஒரு சிறிய வீட்டை வாடகைக்கு எடுத்து, குடும்பத்தை அங்கே அமைத்துவிடலாம் என்றும் சொன்னான். 'மெட்ராஸுக்கு போயி கமலஹாசனை பாத்துடணும் அண்ணை' என்றான். நான் சிரித்தேன்.

அவர்கள் ஜோர்ஜை வைத்துக்கொண்டு என்ன செய்யப் போகிறார்கள்? அந்த அளவுக்கா ஆளில்லாமல் ஆகிவிட்டிருக்கிறது அவர்களுக்கு?

ஜோர்ஜும் நானும் அடுத்த முறை வெளியே வந்தபோது சந்தைக்கு முன்னால் என்னிடம் விடைபெற்று ஒரு ஆட்டோவில் கிளம்பிச் சென்றான். நான் மட்டும் சினிமாவுக்குச் சென்றேன். சினிமா

பார்க்காமல் நன்றாகக் கால்நீட்டித் தூங்கிவிட்டேன். படம் முடிந்து லேசான தலைவலியுடன் வெளியே வந்தபோது டீக்கடை முன்னாலி ருந்து ஜோர்ஜ் என்னை நோக்கி ஓடிவந்தான். 'அண்ணை, போன காரியம் பலிச்சுப்போட்டுது' என்றான். என் தோள்களைப் பற்றிக் கொண்டான். என்ன நடந்தது என்று நான் கேட்கவில்லை. ஆனால் பஸ் இறங்கி நடக்கும்போது அவனே சொல்ல ஆரம்பித்தான். அவனை ஒரு ஃபேன்ஸி ஸ்டோருக்கு வரச்சொல்லியிருக்கிறார்கள். அங்கே ஒருவர் வந்து அவனைச் சந்தித்தார். ஈழத்தவர்தான், ஆனால் நல்ல தமிழ் நாட்டுத் தமிழ்தான் பேசினார். தன்னை அருணாச்சலம் என்று அறிமுகம் செய்துகொண்டார். ஜோர்ஜின் எல்லா அடையாளங்களையும் அவர் விசாரித்தபின்னர் மறுமுறை வரும்போது சந்திக்கலாமென்று சொல்லிக் கிளம்பினார்.

மறுமுறை ஜோர்ஜ் அவர்களின் அலுவலகத்துக்கே போய்விட்டான். அங்கே அவனை அறிந்த முன்னாள் இயக்கத்தோழன் ஒருவனும் இருந்திருக்கிறான். அவர்கள் ஜோர்ஜை நன்றாக விசாரித்திருக்கிறார்கள். டீ குடித்துப் பேசிக்கொண்டிருந்தபின் திருப்பி அனுப்பிவிட்டார்கள். கிளம்பும்போது கொஞ்சம் பணம் கொடுத்தார்கள். அதன்பின் ஜோர்ஜ் தன்னம்பிக்கை மிக்கவனாக ஆனான். அவன் குரலில் எப்போதும் மகிழ்ச்சி இருந்தது. அவன் மனைவியின் முகம்கூடத் தெளிந்திருந்தது. ஜோர்ஜ் அடிக்கடி முகாமைவிட்டு வெளியே கிளம்பிச்செல்ல ஆரம்பித் தான். காவலனுக்கு அதற்கான பணத்தைக் கொடுத்துவிடுவான். பெரும்பாலான நாள்களில் அவன் அந்த அலுவலகத்தில் சென்று சும்மா பேசிக்கொண்டிருந்துவிட்டுத்தான் திரும்பினான். ஆனால் 'பிளான் பண்ணினோம் அண்ணை' என்று சொன்னான்.

இரண்டுமாதம் கழித்து ஜோர்ஜ் அவனுடைய முதல் வேலைக்குச் சென்றுவிட்டுத் திரும்பினான். மாலையில் சென்றவன் மறுநாள் அதிகாலையில்தான் திரும்பி வந்தான். வந்ததுமே படுத்து பின்மதியம் வரை தூங்கினான். நான் பழைய விகடனை வாசித்துக்கொண்டிருந்த போது தூங்கி எழுந்து கைகால்முகம் கழுவி, கையில் கண்ணாடி டம்ளரில் கறுப்பு டீயுடன் வந்த ஜோர்ஜ் என்னருகே சிரித்தபடி அமர்ந்துகொண்டு 'என்ன புதினம் அண்ணை?' என்றான்.

'நீதான் சொல்லணும்' என்றேன்.

முகம் மலர, 'நேத்து ஓப்பரேசன்.. ' என்றான்.

அவன் அவர்கள் தன்னை நம்பவில்லையோ என்று மனசஞ்சலம் கொண்டிருந்தான். அன்றைய நடவடிக்கை அந்த அச்சத்தைப் போக்கியது. அவன் அவர்களுடன் கடலுக்குள் பிளாஸ்டிக் படகில்

சென்று நடுக்கடலில் நின்ற தாய்லாந்துக் கப்பலில் இருந்து எட்டு கனமான பெட்டிகளை எடுத்து படகில் ஏற்றி கரைக்குக் கொண்டுவந்து அங்கே இருந்த ஒரு பழைய வீட்டுக்குள் கொண்டுசென்று சேர்த்து விட்டுத் திரும்பியிருந்தான். 'அண்ணை, இனிமே உங்க விசயத்தைச் சொல்லுறன்' என்றான் ஜோர்ஜ்.

மறுமுறை நானும் அவனும் சினிமாவுக்குச் சென்று அமர்ந்திருந்தபோது ஜோர்ஜ் சிறுநீர் கழிக்க எழுந்து சென்ற இடைவெளியில் என்னருகே அமர்ந்திருந்தவன் என்னை நோக்கித் திரும்பாமலேயே சட்டென்று எனக்கான அடையாளச் சொல்லைச் சொன்னான். என் நரம்புகள் சில்லிட்டு இறுகின. 'நாளைக்கு சந்தைக்குள்ள இருக்கிற அன்பு தேங் காக்கடைக்கு வா. சிறீ மாஸ்டர் உன்னைச் சந்திப்பார். சாம் வந்தாரான்னு கேளு' என்றான். நான் பேசாமல் திரையில் ஓடிய சிலைடுகளையே பார்த்துக்கொண்டிருந்தேன். கையில் முறுக்குடன் ஜோர்ஜ் முழங்கால்கள் நடுவே நெளிந்து நெளிந்து வந்துகொண்டிருந் தான். படம்போட்டபோது நான் திரும்பி என்னருகே அமர்ந்திருந்த வனைப் பார்த்தேன். ஈழத்து முகம் அல்ல. ஆனால் அப்படி உறுதி யாகவும் சொல்லிவிட முடியாது.

மறுநாள் ஜோர்ஜ் அவனுடைய வேலைக்குச் சென்றபோது நான் டிக்கெட் எடுத்து தியேட்டருக்குள் நுழைந்தேன். படம் போட்டதும் மெல்ல எழுந்து இருட்டுக்குள் நடந்து மறுபக்கக் கதவு வழியாக வெளி யேறி மூத்திர அறையை அடைந்தேன். என்னை எவரும் பார்க்க வில்லை. மூத்திர அறையின் தடுப்புச்சுவர் மீது ஏறி சுவரைத் தாண்டி மறுபக்கம் சாலையில் குதித்தேன். சாலையில் ஒரே ஒரு பிச்சைக்காரன் மட்டும்தான். அவன் என்னைப் பொருட்படுத்தவில்லை. நெரிசல் வழியாகச் சென்று சந்தைக்குள் நுழைந்தேன். சற்று தேடியதும் அன்பு தேங்காய்க்கடை தெரிந்தது.

கடை வாசலில் ஒரு டிவிஎஸ் மொபெட் நின்றிருந்தது. நான் கடைக்குள் சென்று, 'சாம் வந்தாரா?' என்றேன். 'வார நேரம்தான்... நீங்க கஸ்டமரா?' என்றான் கல்லாவில் இருந்த குண்டன்.

'ம்ம்.'

'நம்மகிட்டயும் அயன் வண்டி கிடக்கு சார்... எம்பத்தஞ்சுமாடல் டாட்டா எட்டு கைவசம் இருக்கு... ஒண்ணுகூட அம்பதாயிரம் கிலோமீட்டர் ஓடல்லை.'

நான் 'பாக்கிறேன்' என்றேன்.

'சாம் காட்டுறதப் பாருங்க... புடிக்கலைன்னாக்க நம்ம கிட்டச் சொல்லுங்க... நாம இங்கதான் கடை வச்சிருக்கோம்... எங்கியும்

ஓடிப்போறதில்லை... நாளைக்குப் பின்ன ஏதுனா ஒண்ணுண்ணா நீங்க வந்து தகிரியமா கேக்கலாம்... இன்னாடா அன்பு, இன்னா விசயம்னுட்டு... அதுக்காகச் சொன்னேன்.'

அரைமணி நேரம் அங்கேயே நின்றேன். அன்பு என்னிடம் மானசீகமாக பல மினிலாரிகளை அதற்குள் விற்றுவிட்டிருந்தான். என்னை எவரேனும் பின்தொடர்கிறார்களா என்று எங்கிருந்தோ கவனிக் கிறார்கள் என்று நினைத்துக்கொண்டேன். பின்பு ஆட்டோவில் ஒரு கரிய மனிதர் இறங்கி வந்தார். அவர்தான் சாம் என்று ஊகித்தேன். என்னை நோக்கிச் சிரித்தபடி வந்து, 'நாந்தான் சாம்... ஐட்டத்தப் பாத்திரலாமா?' என்றார்.

நான் 'சரி' என்றேன்.

'ஏறுங்க' என்று என்னிடம் ஆட்டோவைக் காட்டினார். ஏறிக் கொண்டதும் அவரும் ஏறிக்கொண்டு பேசாமல் இருந்தார். ஆட்டோ சிறிய சந்துகள் வழியாகச் சென்று ஒரு சந்தின் முனையில் நின்றது. இறங்கி, பணம் கொடுத்து அனுப்பிவிட்டு இடுங்கலான சந்து வழியாக சாக்கடையைத் தாண்டித் தாண்டிச் சென்று ஒரு குறுகிய மாடிப்படியை அடைந்தோம். அது ட போல மடிந்து மேலேறியது. மாடிக்குக் கீழே உள்ள வீட்டுக்குள் குழந்தைகளும் பெண்களும் போடும் ஓசைகள், ஒரு டிவி ஓடும் ஒலி, ஒரு கிரைண்டரின் ஒலி எல்லாம் கேட்டன.

மாடியில் நான் நினைத்ததைவிடப் பெரிய அறை. நான் அங்கே மர நாற்காலியில் அமர்ந்தேன். கால்களைச் சேர்த்துக்கொண்டு மௌன மாகக் காத்திருந்தேன். எந்த அல்லலும் இல்லாமல் எத்தனை நேரம் வேண்டுமானாலும் என்னால் மௌனமாகக் காத்திருக்க முடியும் - வேட்டையாடும் மிருகங்களைப்போல. நான் பெற்ற பயிற்சிகளில் முக்கியமானதே அதுதான். மாடிக்குக் கீழே ஒரு பாத்திரம் விழுந்தது. நான் நினைத்திருந்ததற்கு மாறாக வீட்டுக்குள் இருந்து வராமல் கீழிருந்து ஒருவர் படி ஏறி வந்தார். அவருடன் வந்த இருவர் வெளியே நின்றார்கள். அவர் உள்ளே வந்து பேசாமல் என் முன்னால் இருந்த நாற்காலியில் அமர்ந்தார். நான் எழுந்து பணிவாக நின்றேன். என்னை அமரும்படிக் கைகாட்டினார். நான் அமர்ந்துகொண்டேன். என்னைச் சிலகணங்கள் கூர்ந்து பார்த்தார்.

சிறீ மாஸ்டருக்கு அறுபது வயதிருக்கும். நல்ல சிவப்பு நிறம். நெற்றியில் அகலமாக விபூதிப்பட்டை அணிந்து மேலே சந்தனப் பொட்டு போட்டிருந்தார்; முடமுடப்பாகக் கஞ்சிபோட்டு சலவை செய்யப்பட்ட கதர் சட்டையும் வேட்டியும் அணிந்து கையில் பெரிய வாட்ச் கட்டியிருந்தார்.

'சேஃபா வந்தேளா?' என்றார். அவரது பிராமண உச்சரிப்பு எனக்குச் சற்று ஆச்சரியமளித்தாலும் நான் அதை வெளிக்காட்டவில்லை.

'ம்ம்' என்றேன்.

'பாத்து வரணும் போகணும்... இப்ப முன்னமாதிரி இல்ல... பி.எம் மர்டருக்குப் பின்னாலே அவாள்லாம் ரொம்ப ஜாக்ரதையா இருக்கா... எல்லாரையும் யாராச்சும் ஃபாலோ பண்ணிண்டிருக்கா... தெரியுதோன்னோ?' நான் தலையசைத்தேன். 'நாம நெனைக்கிறதவிட அவாளோட நெட்வர்க் பெரிசு... திருடன் முன்னாடி போறதனால அவன் தன்னை ஜாஸ்தி புத்திசாலின்னு நெனைச்சுப்பான். ஆனா போலீஸ் எப்பவும் பின்னாடிதானே வந்தாகணும்... என்னிக்காவது வந்து சேந்திருவா... இந்தூர் போலீஸ்லே ரொம்ப புத்திசாலிகள்லாம் இருக்கா. அவாளை ஒருநாளைக்கும் அண்டர் எஸ்டிமேட் பண்ணிரப் படாது...'

இரு டம்ளர்களில் காபி வந்தது. 'சாப்பிடு' என்றார் சிறீ மாஸ்டர். நான் மெல்ல எடுத்து உறிஞ்சினேன். கொழுமையான கசப்பான காபி. சிறீ மாஸ்டர் 'எல்லாத்தையும் தெரிஞ்சுக்கோ... பேசாம இருந்துண்டிரு... உனக்கு வர்ர ஆர்டரை செஞ்சுடு... போரும்... நான் ஒண்ணும் சொல்ல வேண்டியதில்லை' என்றார். அதற்குள் அவர் ஒரு தமிழகத்து அய்யர் என்று என் மனமே நம்ப ஆரம்பித்திருந்த விந்தையை எண்ணிக் கொண்டேன்.

சிறீ மாஸ்டர் தன் பர்ஸைத் திறந்து ஒரு சிறிய செல்ஃபோனை எடுத்தார். அதை ஒருமுறை திருப்பிப்பார்த்துவிட்டு என்னிடம் நீட்டினார். நான் அதை வாங்கிக்கொண்டேன். ஒரு சிறிய தீப்பெட்டி அளவுக்கே இருந்தது. அவ்வளவுதான் கனம். ஓவல் வடிவத்தில் மழுங்கிய முனைகளுடன் குளித்துக் கரைந்த சோப் போல இருந்தது. 'இருநூறு மணி நேரம் சார்ஜ் நிக்கும்...' என்றார் சிறீ மாஸ்டர். 'எப்பவும் எதுக்கும் இதை யூஸ் பண்ணப்படாது. இது ஆர்டர்ஸ் வாங்கிக்கிறதுக்கு மட்டும் தான். ஆஃப்லயே வச்சுக்கோ... தெனம் ஒரு வாட்டியாச்சும் மெஸேஜ் பாத்துடு... மெஸேஜ் மட்டும்தான் வரும்.'

நான் 'சார்ஜர்?' என்றேன். 'தனியா வேணாம்... தோ அந்த பின்னை இழுத்து அப்டியே செருகினாப் போரும்..'

நான் அந்த பின்னை இழுத்துப் பார்த்துக்கொண்டேன். அத்தனை சிறியதொரு செல்ஃபோனை நான் பார்த்ததே இல்லை. அவர் ஒரு சிறிய பிளாஸ்டிக் பெட்டியை நீட்டினார். அதற்குள் மெல்லிய ஜவ்வாலான உறை இருந்தது. நான் அதைக் கையில் எடுத்துக்கொண்டு பேசாமல் அமர்ந்திருந்தேன். சிறீ மாஸ்டர் 'சரி' என்றார். நான் எழுந்து

அறை மூலைக்குச் சென்று அந்த செல்ஃபோனை ஜவ்வுப்பைக்குள் போட்டு அதன் வாயை இறுக்கமாகக் கட்டினேன். என் வாயிலிருந்து எச்சிலை அதன் மீது துப்பி அதை வழவழப்பாக்கியபின் கால் மடக்கிக் குந்தி அமர்ந்து என்னுடைய மலதுவாரத்துக்குள் அதை நுழைத்துக் கொண்டேன். மூச்சை இழுத்து வயிற்றை எக்கி அதை உள்ளிழுத்தேன். எந்தவிதமான அசௌகரியமும் இல்லாமல் உள்ளே சென்று அமர்ந்து கொண்டது. அதன் வடிவம் இதற்கெனவே உள்ளது என்று பட்டது. சிறீ மாஸ்டர் தலையசைத்து எனக்கு விடைகொடுத்தார்.

நான் சிறீ மாஸ்டர் பற்றியே சிந்தித்துக்கொண்டிருந்தேன். அவரை நான் கேள்விப்பட்டதே இல்லை. ஆனால் அவரது தோரணையும் அவருக் கிருந்த காவலுமே அவர் யார் என்று எனக்குக் காட்டின. முகாமுக்குச் செல்லும்போது சாதாரணமாக இருந்தேன். ஒருபோதும் அவர்கள் ஐயப்படப் போவதில்லை.

ஜோர்ஜ் அன்றிரவு உற்சாகமாகத் திரும்பிவந்தான். 'அண்ணை உங்களைப்பற்றி சொன்னனான்... பாப்பம் எண்டு சொன்னவங்கள்' என்றான்.

நான் 'பாப்பம்...' என்றேன்.

'அண்ணனுக்கு ஒரு விசயத்திலேயும் ஆர்வம் கெடையாது. எப்பமும் ஒரு மூடியா இருக்கிறியள்' என்றான் ஜோர்ஜ். அன்றைய சாகசத்தைச் சொல்ல ஆரம்பித்தான். அவர்கள் மாலத்தீவுக்கு எதையோ அனுப்பி யிருக்கிறார்கள். மொத்த ஆபரேஷனிலும் எவரும் எந்தச் சொல்லும் பேசவில்லை என்பதனால் அதற்கு மேல் ஜோர்ஜ்க்கு எதுவுமே தெரிந் திருக்கவில்லை. அன்றிரவு ஜோர்ஜ் எனக்கு அவன் வாங்கித்தரப் போகும் வாய்ப்புகளைப் பற்றிச் சொன்னான். என்னுடைய எதிர்காலம் பற்றிப் பேசினான். 'இங்க நல்ல பெட்டையள் இருக்கினம் அண்ணை... வடிவான பெட்டையள்... ஒண்ணு பாத்து செஞ்சு போடுவம்.' நான் புன்னகையுடன் வானத்தைப் பார்த்துக்கொண்டு படுத்துக்கிடந்தேன்.

பதினெட்டுநாள் கழித்து அவர்கள் கேட்டுக்கொண்டதன்படி ஜோர்ஜ் என்னை ஒரு டீக்கடையில் அவர்களின் தலைவர் ஒருவருக்கு அறிமுகம் செய்தான். அவர் என்னைக் கூர்ந்து பார்ப்பதிலேயே அதிக நேரம் செல விட்டார். கேள்விகள் பொதுவாகச் சாதாரணமானவை. சட்டென்று எனக்கு ஒன்று உறைத்தது. அவர் என்னுடைய இயக்கத்தில் இருந்திருக் கக்கூடும். ஆகவேதான் அவரை அனுப்பியிருக்கிறார்கள். என்னுடைய முகத்தை அவர் நினைவுகூர்கிறார். ஆனால் என் முகத்தை அறிந்த வர்கள் என மிகமிகச் சிலரே இருப்பார்கள். தலைமைக்குக்கூட என் முகம் தெரிந்திருக்க வாய்ப்பில்லை. நான் பன்னிரண்டு வருடம்

முன்னரே முற்றிலும் நிழலுக்குள் சென்றுவிட்டவன். மறுமுறை ஓர் இளைஞனைச் சந்தித்தேன். அவனும் என் முகத்தை அடையாளம் காணவே முயன்றான்.

மூன்றாவது முறை வந்தவர் இந்திய அதிகாரி போல் இருந்தார். மீசை இல்லாத முறைப்பான முகத்தில் கன்னங்கள் தொங்கின. குடியின் கனம் கொண்ட கண் ரப்பைகள். ஒரு ஓட்டலின் உள் அறை அது. மேலே மின்விசிறி சுழல்வதை மேஜையின் ஈரத்தின்மீது பிரதிபலிப்பாகப் பார்த்துக் கொண்டிருந்தேன். இருவரும் காபி சாப்பிட்டோம். அவர் பில் கொடுத்தபின் என்னிடம் சில ஆவணங்களை நிரப்பி, கையெழுத்திட்டுத் தரும்படி கோரினார். அது என் கைரேகையைப் பரிசோதிக்க என்று நான் அறிந்திருந்தேன். என்னுடைய ரேகைகள் எங்கும் இருக்கவில்லை. அவர் அதிகம் பேசவில்லை. நான் கையெழுத்திடும்போது என்மீது அவரது கண்களை உணர்ந்தேன். ‘சரி... பாப்போம்’ என்று அவர் கைகுலுக்கியபோது அவரது கைகள் ஈரமாக இருப்பதை உணர்ந்தேன். ஜோர்ஜிடம் தலையசைத்தபின் அவர் ஒரு அம்பாசிடர் காரில் ஏறிச் சென்றார்.

ஜோர்ஜ் ‘என்ன சொன்னவர்?’ என்றான்.

‘ஒண்ணுமில்லை...’ என்றேன்.

‘நல்லமா முடியும் அண்ணை’ என்றான் ஜோர்ஜ்.

அதன்பின்னர்தான் நான் அவர்களின் அலுவலகத்துக்கு அழைத்துச் செல்லப்பட்டேன். அங்கே சிலநாள் வெறுமே சென்று வந்துகொண்டிருந்தேன். இந்திய உளவுத்துறைக்கு மிக நெருக்கமான அமைப்பு அது என்பது அந்த அமைப்பில் ஓர் உதாசீனத்தை உருவாக்கியிருந்தது. அங்கே ஒருமுறைகூட என் குடலை எவரும் சோதனையிடவில்லை. ஆகவே அதன்பின்னர் நான் என் செல்ஃபோனுடனேயே செல்ல ஆரம்பித்தேன். ஒருமாதம் கழித்தபின்னர் என்னைக் கடலுக்குக் கூட்டிச்சென்றார்கள். கடலில் இரவெல்லாம் அலைந்தபின் திரும்பி வந்தோம். என்ன தேடினோம் என்று நான் அறிந்திருக்கவில்லை. ஆனால் அவர்களுக்குள் நான் நுழைந்துவிட்டேன் என்று உறுதியாயிற்று. அவர்களில் சிலர் என்னிடம் சாதாரணமாகப் பேச ஆரம்பித்தார்கள். சார்லஸ் என் பெயரல்ல என்பதை அவர்கள் ஆரம்பத்திலேயே ஊகித்துவிட்டிருந்தார்கள். நான் சைவன் என்று அவர்களில் ஒருவர் பேசும்போது சட்டென்று சொன்னதை நான் கவனித்து, பேசாமல் இருந்தேன்.

மொத்தம் ஏழுமாதம் ஆறுநாள்கள் நான் அவர்களுக்காக வேலை செய்தேன். முப்பது முறைக்கும் மேலாக நான் அவர்களின் செயல்பாடுகளில் பங்கெடுத்தேன். கடலுக்குள் படகுகளில் சென்று கப்பல்களில் இருந்து பெட்டிகளை இறக்கிக் கொண்டுவந்து கடலோர வீடுகளில்

பதுக்கினோம். அவற்றை மாலத்தீவுப் படகுகளுக்குக் கொண்டு சென்று ஏற்றி விட்டோம். மாலத்தீவுப் படகுகளில் இருந்து வந்த சிலரை ரகசியமாக ஊருக்குள் கொண்டுசென்று சேர்த்தோம்.

என் செல்ஃபோனுடன் நான் எப்போதும் இருந்தேன். அது என்னை மறந்தது போலிருந்தது. மலம் கழிக்கும்போது அதை எடுத்துப்பார்த்து சார்ஜ் இல்லையென்றால் பல்ப் ஹோல்டரில் இருந்தே சார்ஜ் கொடுத்து விட்டுத் திரும்ப வைத்துவிடுவேன்.

நான்கு மாதங்களுக்குள் ஜோர்ஜ், முகாமிலிருந்து வெளியே வந்து நகருக்குள் ஒரு வீடு எடுத்துக்கொண்டான். பால்காய்ச்சும் சடங்குக்கு என்னைக் கூப்பிட்டிருந்தான். இரண்டே அறைகள். ஒன்று சமைய லறை, ஒன்று படுக்கையறை, வரவேற்பறை எல்லாமே. புதியதாக பாய் தலையணை சாமி படங்கள் எல்லாம் வாங்கியிருந்தான். சிறிய சமையலறை முழுக்க ஏராளமான புதிய அலுமினியப் பாத்திரங்களும் பிளாஸ்டிக் பாத்திரங்களும் கண்ணைக் கூச வைத்தன. ஜோர்ஜின் மனைவியின் முகம் பொலிவுடன் இருந்தது. ஒடுங்கிய கன்னம்கூடச் சற்றே உப்பியதாகத் தோன்றியது. ஜோர்ஜ் அந்தோனியார் படத்தின் முன் ஊதுவத்தி ஏற்றி வைத்து குடும்பத்துடன் ஜெபம் செய்தான். நான் ஓரமாக நின்று கொண்டிருந்தேன். அவனுடைய கண்களில் இருந்து கண்ணீர் வழிந்து முள்தாடி வழியாகச் சொட்டிக்கொண்டிருந்தது. உதடுகளை இறுகக் கடித்து அழுகையை அடக்கினான். அவன் மனைவியும் அழுவதைப்போல இருந்தாள்.

ஜோர்ஜ் ஜெபம் முடிந்து எழுந்தபோது உற்சாகமாக இருந்தான். 'இனிப்பு சாப்பிடுங்க அண்ணை' என்று ஒரு பொட்டலம் லட்டு எடுத்து என்னிடம் நீட்டினான். நான் ஒன்று எடுத்துக்கொண்டேன். 'புள்ளை வந்த சமயம் நல்ல சமயம் அண்ணை' என்றான் ஜோர்ஜ். 'எந்தப் பிள்ளை?' என்றேன். ஜோர்ஜ் வெட்கத்துடன் அவன் மனைவிக்கு நான்கு மாத கர்ப்பம் என்று சொன்னான். நான் அவனை வாழ்த்தினேன். அவன் மனைவி பாலைக் காய்ச்சி சீனி போட்டு இரு டம்ளர்களில் கொண்டுவந்து தந்தாள்.

ஜோர்ஜ் ஒரு புதிய முழுக்கைச் சட்டையும் பாண்டும் எடுத்திருந்தான். அதைப் போட்டுக்கொண்டு அவன் வெளியே செல்ல ஆயத்தமானான். சினிமாவுக்குத்தான் போகிறார்கள் என்று தெரிந்து 'நான் கிளம்பு கிறேன்' என்றேன். 'நல்ல சினிமா அண்ணை... திருப்பாச்சி...' என் றான் ஜோர்ஜ். 'பரவாயில்லை' என்று நான் கிளம்பினேன்.

மறுமாதமே என்னையும் முகாமிலிருந்து வெளியே கொண்டு வந்தார்கள். நான் அலுவலகத்திலேயே தங்கிக்கொள்கிறேன் என்றேன். அலுவலகத்தில் என்னைவிட மூத்தவராக இருந்தவர் நாற்பது வயதான

சூசை மாஸ்டர். நான் அவருடன் ஒரே அறையில் தங்கிக்கொண்டேன். அவர் எதுவுமே பேசக்கூடியவர் அல்ல. ஒரு பெரிய டிரங்குப்பெட்டி வைத்திருந்தார். அதற்குள் திருசொரூபங்கள் மூடியின் அடிப்பகுதியில் இருக்கும். அதிகாலையில் குளித்துவிட்டு வந்து அதன்முன் அமர்ந்து ஒரு மணிநேரம்வரை ஜெபம் செய்வார். பின்னர் காலையுணவு. அவருக்கு சர்க்கரை நோய் இருந்ததால் காலையில் கேழ்வரகுக் கஞ்சி தான். அதன்பின்னர் எல்லா நாளிதழ்களையும் ஒருவரிகூட விடாமல் வாசிப்பார். விளம்பரங்களைக்கூட வாசிப்பார். சிறிய நோட்டுப் புத்தகம் ஒன்றில் குறிப்புகள் எடுத்துக்கொள்வார். அலுவலகத்தில் குமுதம் விகடன் கல்கி முதல் பெண்கள் மாத இதழ்கள் வரை எல்லாப் பிரசுரங்களும் வாங்கப்படும். அவை சூசை மாஸ்டருக் காகத்தான் வாங்கப்படுகிறதோ என்ற எண்ணம் ஏற்படும்.

அலுவலகத்தில் ஆறு இளைஞர்கள் தங்கியிருந்தார்கள். அவர்களுக்கு, கீழே இரு பெரிய அறைகள் இருந்தன. அவர்களின் உலகம் தனி யானது. எங்களை மரியாதையுடன் அதற்கு வெளியே நிறுத்தினார்கள். எங்களைப் பார்த்ததுமே அவர்களின் உற்சாகப் பேச்சு நின்றுவிடும். பணிவுடன் எழுந்து நிற்பார்கள். சொன்ன வேலைகளை மறுபேச்சு இல்லாமல் செய்வார்கள். அத்தனைபேருக்கும் பக்கத்தில் ஒரு மெஸ்ஸில் இருந்து தினமும் அசைவச் சாப்பாடு வந்துவிடும். மீன், கறி எல்லாம் இருக்கும். ஆனாலும் வேலை இல்லாத நாள்களில் சாப்பாடு வேண்டாம் என்று சொல்லிவிட்டு கும்பலாகக் கிளம்பிச் சென்று பரோட்டா சாப்பிட்டுவிட்டு சினிமாவும் பார்த்துவிட்டு வருவார்கள். அவர்களின் அறை வழியாக வெளியே கடந்துசெல்லும் போதெல்லாம் எப்போதும் அவர்கள் சினிமாவைப் பற்றியே பேசுவதைக் கேட்டிருக்கிறேன். வேறு எதிலுமே அவர்களுக்கு ஆர்வ மில்லை. அவர்கள் ஒவ்வொருவருக்கும் அந்தரங்கமாக இருந்த லட்சியக் கனவு சினிமாதான் என்று எனக்குத் தெரியும்.

அவர்களின் அறைக்குள் சிறிய போர்ட்டபிள் டிவி ஒன்று வைத்திருந்து இரவு நெடுநேரம்வரை அதில் சினிமா பார்ப்பார்கள். நானும் மாஸ்டரும் மேலே சென்று விளக்கை அணைத்தபின் சட்டென்று கீழே ஆழமான அமைதி ஏற்பட்டது என்றால் அவர்கள் நீலப்படம் பார்க் கிறார்கள் என்று அர்த்தம். மெல்லிய ஒலிகளைச் செவிகூர்ந்தால் கேட்க முடியும். இவர்கள் அனைவருமே ஏதோ ஒரு காலகட்டத்தில் ஏதேனும் ஓர் இயக்கத்தில் இருந்தவர்கள். இன்றுகூட ஒரு ரகசிய அமைப்பு அவர்களை நம்பி இயங்குகிறது. அந்த ஆச்சரியம் சில சமயம் என்னைச் சொல்லிழக்கச் செய்துவிடும். ஆனால் ஒரு நெருக்கடியின்போது அவர்கள் சட்டென்று பயிற்சி பெற்றவர்களாக வெளிப்படுவார்கள் என்பதையும் கண்டிருக்கிறேன்.

ஒருமுறை கடலில் இயக்கத்தின் படகு ஒன்றைக் கண்டபோது நாங்கள் திரும்பித் தப்பினோம். அவர்கள் அதிவேகப் படகால் எங்களைத் துரத்தியபடி சுட்டார்கள். தூரத்தில் டப்டப்டப் என்று சிறிய ஏ.கே.நாற்பத்தேழு வெடித்ததன் நீலச்சுடரதிர்வைக் கண்டேன். குண்டுகள் எங்களை நெருங்காது என்றாலும் அட்ரினலின் கொப்பளித்து தலைக்கேறியது. அந்தப் போதையை அனுபவித்த ஒருவன் மனத்துக்குள் அதற்காக ஏங்கியபடியேதான் இருப்பான். மனிதர்களின் ஆதிக் குதூகலம் அது; காமம் போல, பசியடங்குதல் போல. நான் என் முழு மனமும் செயல்படும் தருணத்தை மீண்டும் அடைந்தேன். வேண்டுமென்றே என் படகின் பின்பக்கம் சென்று நின்றுகொண்டேன். இந்திய எல்லைக்குள் வந்ததும் அவர்களின் படகு விலகிச் சென்றது. பையன்கள் 'ஹோ!' என்று கூவினார்கள். என் உடல் மெல்ல முறுக்க விழ்ந்தது. ஓர் உடலுறவு முடிந்து மீள்வதுபோல. இரண்டரை மணிநேரம் நீண்ட ஓர் உடலுறவு. அந்தப் போதையை அறிந்தவர்கள் தான் அவர்கள் ஒவ்வொருவரும்.

அந்த அமைப்பின் முக்கியமான மூத்த உறுப்பினர்களில் ஒருவராக நான் இயல்பாகவே மாறிக்கொண்டிருந்தேன். ஜோர்ஜை அடிக்கடி பார்க்க முடியவில்லை. அவன் வேறு எங்கோ நியமிக்கப்பட்டிருந்தான். ஒரே ஒருமுறை அவனைச் சாலையில் பார்த்தபோது மெல்லிய புன்னகையுடன் தலையை ஆட்டிவிட்டுச் சென்றான். அலுவலகத்துக்கு சூசை மாஸ்டரின் செல்ஃபோனில் ஆணைகள் வந்தன. அவற்றை நாங்கள் நிறைவேற்றினோம். மிக அபூர்வமாக மட்டும் நான் ஏற்கெனவே பார்த்தவர்கள் வந்தார்கள். அந்த இந்திய அதிகாரியை நான் மீண்டும் பார்க்கவேயில்லை.

நான்கு மாதங்கள் தாண்டியபின்னர் சூசை மாஸ்டர் ஒருநாள் விடைபெறாமலேயே கிளம்பிச் சென்றார். அந்த விசித்திரமான மனிதருடன் ஒரே அறையில் அத்தனை மாதங்கள் தங்கியிருந்தும்கூட நான் அவரிடம் மொத்தம் இருபது சொற்றொடர்களுக்கு மேல் பேசியதில்லை. அவரது பலவகையான பழக்கங்களை மட்டும் கூர்ந்து கவனித்திருந்தேன். அவர் பொடிபோடும் வழக்கம் உள்ளவர். முழங்கையில் பொடியைத் தீற்றி மூக்கை அதில் தேய்த்து உறிஞ்சுவது அவரது வழக்கம். இரவு போர்வையால் தன்னைப் போர்த்திக்கொண்டு சுய இன்பம் செய்தபின் கழிப்பறைக்குச் சென்று மீண்டு வந்து இன்னொருமுறை ஜெபம்செய்துவிட்டுப் படுப்பார். சற்றே முன்பற்கள் எத்திய கரிய மனிதர். தலைகுனிந்து அவர் அமர்ந்திருப்பதைப் பார்க்க சிறகுகளைத் தொய்யவிட்டு அமர்ந்திருக்கும் கழுகுபோல் இருக்கும். அவர் போகும்போது அந்த செல்ஃபோனை என்னிடம் தரச்சொல்லி ஆணை இருப்பதாகக் குறிப்பிட்டுக் கொடுத்தார். அன்றுமுதல் நான் அந்த அலுவலகத்துக்கும் அந்தச் சிறிய குழுவுக்கும் தலைவனாக ஆனேன்.

5

நான் அந்தக் குழுவுக்கு தலைமை ஏற்று, கிட்டத்தட்ட மூன்றுமாதம் கழித்து அந்த அதிகாரியைச் சந்தித்தேன். ஒருநாள் காலையில் வழக்கமான செல்ஃபோனில் வந்த ஆணை, என்னை மட்டும் பக்கத்து நகரத்தில் உள்ள திரையரங்கு ஒன்றின் வாசலில் நிற்கச் சொன்னது. நான் கையில் ஒரு மஞ்சள் பையும் குடையுமாக சாதாரணமான தோற்றத்தில் நின்றிருந்தேன். இந்தக் காலகட்டத்துக்குள் என்னுடைய இலங்கை உச்சரிப்பை முற்றாக அழித்துக்கொண்டிருந்தேன். சில குறிப்பிட்ட சொற்களை மட்டும் முதலில் பழகிக்கொண்டால் இலங்கை வாசனை மறைந்துவிடுகிறது. ஆறேன் போறேன் என்பதுபோல. மெல்லமெல்ல அச்சொற்களை அதிகரித்துக்கொண்டே செல்ல வேண்டியதுதான். என்னை எவரும் பொதுக்கும்பலில் இருந்து பிரித்தறிய முடியாது. ஏனென்றால் நான் மானசீகமாக அவர்களில் ஒருவராக ஆகிவிட்டிருந்தேன்.

வெளியே செல்வதென்றால் தனியாகக் கோயிலுக்குச் சென்று எங்காவது அமர்ந்துகொண்டு அங்கே வருபவர்களைப் பார்த்துக்கொண்டிருப்பேன். என்னால் மனிதர்களை எத்தனை நேரம் வேண்டுமானாலும் அமைதியாகப் பார்த்துக்கொண்டிருக்க முடியும். மனிதர்கள் நெரிசலிட்டுப் பிதுங்கும் இடங்களில்தான் என்னால் நிம்மதியாக இருக்க முடிந்தது. கூச்சல்கள், தூசு, வாகனச் சத்தங்கள் நடுவே நிற்கும்போது என் மனம் சமநிலை கொண்டிருக்கும். எங்கானாலும் தனிமையில் அமரும்போது என் சிந்தனையானது படகின் காந்தமுள் அலைபாய்வது போலிருக்கும். நான் தனிமையில் அமர்ந்திருப்பதை தூரத்தில் இருந்து எவரேனும் பார்த்தால் ஆழமான மனக்கவலையில் அல்லது உடல்வலியில் தொய்ந்துபோய் ஒருவன் அமர்ந்திருப்பதுபோலத் தோன்றக்கூடும்.

மனச்சிக்கல் கொண்டவர்களுக்குத்தான் தனிமையில் இருக்கும்போது நிலைகொள்ளாமை இருக்கும் என்றும், கூட்டத்தை விரும்புவார்கள் என்றும் கேள்விப்பட்டிருக்கிறேன். எனக்கு மனச்சிக்கல் ஏதும் இருக்கிறதா என்று கேட்டுக்கொண்டேன். சில தருணங்களிலேனும் எனக்கு

ஏதேனும் பிரச்னை இருக்கிறதா என்ற ஐயம் எனக்கு ஏற்படும். என் மனம் சீராகத்தான் இருந்தது. என்னை மீறி என்னிடம் எந்த உணர்ச்சி களும் இல்லை. ஆனால் சட்டென்று என் காதுகளுக்குள் ஒரு பலத்த கிராக் ஒலி கேட்டு உடம்பு விதிர்விதிர்க்கும். சிலசமயம் புருவத்தில் ஓர் ஒளிப்பொட்டு வெடித்து சிவப்புச் சிதறல்களாக கண்களுக்குள் பரவி மறையும். அது நரம்புப் பதற்றத்தின் அறிகுறி என்றும், மனப்பிறழ்வின் தொடக்கம் என்பதே, இல்லாத ஒலிகளும் ஒளிகளும் கேட்பதும் தெரிவதும்தான் என்றும் வாசித்தேன். ஆனால் அதைவிடக் கடின மானவை நினைவுகள். தூக்கப் படுக்கையில் மனம் மயங்கி வரும் போது எறும்புகள்போலச் சத்தமில்லாமல் வந்து பிரக்ஞையை மொய்ப்பவை அவை.

இந்தப் போராளி வாழ்க்கையில் நான் கற்றுக்கொண்ட ஒன்று என்ன வென்றால் தலைக்குள் உள்ள பழைய நினைவுகளை தேவையற்ற போது வெட்டிவிடுவதுதான். விழித்திருக்கும்போது நினைவுகளைத் தவிர்ப்பது மிக எளிமையானது. நினைவுகளை வெட்டிவிட ஏதேனும் ஓர் உடலசைவைப் பழகிக்கொண்டால்போதும். இல்லை என்பது போல நான் தலையை அசைப்பேன். அப்படி அசைத்தால் நினைவு களை அறுக்கிறேன் என நான் எனக்கே பழக்கிக் கொண்டிருந்தேன். அவை அறுபட்டுவிடும். ‘இதோ நான் இருக்கிறேன்; இங்கே இப்போது இருக்கிறேன்; எத்தனையோ பேர் இறந்து மறக்கப்பட்டார்கள்; நான் இருக்கிறேன்; இன்னும் சாகாமலிருக்கிறேன்’ என்று சொல்லிக்கொள் வேன். அதுவே மனத்தை நிகழ்காலத்தில் நிறுத்தும் மந்திரம்.

இந்த வாழ்க்கையில் இறந்த ஒவ்வொருவரும் நாம் உயிருடனிருப்பதன் முக்கியத்துவத்தை அதிகரிப்பவர்களாக ஆகிவிடுகிறார்கள். இன்னும் எனக்கு நாளிருக்கிறது, நாளை நான் இருப்பேன். நாளை நான் மீண்டும் இங்கே வருவேன். மீண்டும் இந்த உணவகத்தில் என்னால் உணவருந்த முடியும்... அச்சிந்தனைகள் மெல்லமெல்ல என்னை மலரச்செய்துவிடும். என்னுடைய மனம் மீது தென்றல் வீசுவதுபோலிருக்கும். மூச்சை உள்ளிழுத்து அந்தச் சூழலை அப்படியே உள்வாங்கிக்கொள்வேன். அந்தக் காட்சிகளையும் ஒலிகளையும் கண்களாலும் காதுகளாலும் உள்ளே இழுத்து நிறைத்துக்கொள்வேன். இருப்பு என்பதே பேரானந்தமாக ஆகும் கணங்கள் அவை.

ஆனால் தனிமையில் இருக்கையில் இருப்புணர்ச்சி பெருகி, என் எல்லாத் தசைகள் மேலும் ஏறிக் கனக்கும். உடலே கனத்து நாற்காலி களில் அழுத்தும். என்னால் எழுந்து நடக்கவே முடியாது என்று தோன்றிவிடும். சிலசமயம் அபூர்வமாக என்னுடைய உடலுக்குள் அந்த உலோகத்தை உணர்வேன். என் தொடை எலும்புக்குள் அந்தக் குண்டுச் சிதறலை என்னால் தொட்டுணர முடியும். அழுத்தினால் அது கட்டி

போல நகரும். நெடுநேரம் அழுத்தினால் ஓர் ஊமை வலி வரும். அதை நான் தொடுவதேயில்லை. ஆனால் தொட்டேன் என்றால் என்னால் கைகளை விலக்கவே முடியாது. அழுத்தி அழுத்தி ஒரு கட்டத்தில் அந்த இடம் கடுக்க ஆரம்பித்துவிடும். எழுந்து வெளியே மக்கள் நுரைத்துக்கொண்டிருக்கும் தெருவுக்கு வந்து விடவேண்டும். ஆம், எனக்கு ஏதோ உளச்சிக்கல் கண்டிப்பாக இருக்கிறது.

சற்று அசைந்து பெருமூச்சு விட்டேன். என் சிந்தனை ஏன் கலைந்தது என உடனே உணர்ந்தேன். நான் கவனிக்கப்படுகிறேன். என் உளவு வாழ்க்கை எனக்குக் கற்றுத்தந்த நுண்ணுணர்ச்சி அது. கண்களை மட்டும் சுழற்றி தெருவைப் பார்த்தேன். வெண்ணிறமான மாருதி வேன் ஒன்று மெல்ல என்னை நெருங்கி பக்கவாட்டில் திறந்தது. உள்ளே இந்தப் புது இயக்கத்தில் எனக்கான குறிச்சொல்லை ஒருவர் சொன்னார். கட்டையான மீசையும் சவரம்செய்யப்பட்டு முரடாக ஆன கன்னங்களும் தூக்கமின்மை மற்றும் அஜீரணத்தின் நிழல் படிந்த கண்களுமாக அவர் ஒரு கடைநிலை காவல் அதிகாரி போலிருந்தார். நான் ஏறிக்கொண்டதும் அந்த வேன் சத்தமில்லாமல் கிளம்பியது.

மேலும் ஐம்பது கிலோமீட்டர் பயணம் செய்தோம். இரு பக்கமும் சோளக்கதிர்களைக் காயப்போட்டிருந்த தார்ச்சாலை வந்துகொண்டே இருந்தது. வண்டியை ஓட்டியவர் காவலர் என்பது அவரது இறுக்கத் தால் தெரிந்தது. எருமைகள் கடந்துசென்றன. நாலைந்து வைக்கோல் வண்டிகளை நாங்கள் தாண்டிச்சென்றோம். பின்னர் மீண்டும் செல்ஃபோன் விளம்பரத் தட்டிகள், சினிமா தட்டிகள். கார் இன்னொரு நகரத்துக்குச் சென்றது. அங்கே ஏழெட்டு சாலைகளைத் தாண்டி ஒரு பழைய உணவகத்துடன்கூடிய தங்கும்விடுதிக்கு நான் கொண்டு செல்லப்பட்டேன். என்னை இறக்கிவிட்டு நூற்று நான்காம் அறைக்குச் செல்லும்படிச் சொன்னார் அவர். நான் பேசாமல் இறங்கி உள்ளே சென்று படி ஏறி மேலே சென்றேன்.

பெரிய விடுதி, ஆனால் மிகவும் பழையது. சுண்ணாம்புக்குமேல் பூசப் பட்ட டிஸ்டெம்பர் பல இடங்களில் உரிந்திருந்தது. ஜன்னல் கம்பிகள் மிகப் பெரிதாக, செங்குத்தாக இருந்தன. யாழ்ப்பாணத்தின் பிரிட்டிஷ் காலத்துக் கட்டடங்கள் அப்படி இருக்கும். கூரையில் வரிசையாக பனைமரத்தாலான உத்தரங்கள். நடுவே சீலிங் பூச்சு உதிர்ந்து சில இடங் களில் கம்பி தெரிந்தது. தேக்குமரத்தாலான பெரிய கதவுகள் கொண்ட அறை.

விசாலமான நடைபாதை. பல அறைகளுக்கு வெளியே எச்சில் பாத்திரங்களும் ரம், பீர் புட்டிகளும் காத்திருந்தன. அறைகளுக்குள் பெரிய மின்விசிறிகள் பரக் பரக் என்று சுழன்றுகொண்டிருப்பதை

ஜன்னல்களின் மேலே உள்ள காற்றுப்போக்கி வழியாகக் காண முடிந்தது. அத்தகைய ஒரு சந்திப்புக்கு மிகச்சிறந்த இடம் அதுவே. எவரும் எவரையும் கவனிக்காத இடம்.

நான் அறையை மெல்லத் தட்டினேன். கதவைத் திறந்த அந்த அதிகாரி சட்டை இல்லாமல் வேட்டியும் கைவைத்த பனியனும் அணிந்திருந் தார். 'உள்ள வா' என்று சொல்லி நான் நுழைந்ததும் கதவைச் சாற்றித் தாழிட்டார். உள்ளே பழைய மின்விசிறியின் பரக் பரக். அவர் குமுதம் வாசித்துக்கொண்டிருந்தார். மேஜைமேல் ஒரு புட்டி பிராந்தியும் இரு கண்ணாடி டம்ளர்களும் கொறிப்பதற்கு வேர்க்கடலைப் பக்கோடா வும் இருந்தன. அவரது சட்டை சுவரில் தொங்கி காற்றில் நெளிந்து கொண்டிருந்தது. பாத்ரூமில் தண்ணீர் சொட்டிக்கொண்டிருந்ததைக் கேட்டேன். அவர் கட்டில்மீது மெத்தையில் அமர்ந்து தலையணையை மடிமீது வைத்துக்கொண்டார். என்னை இரும்பு நாற்காலியில் அமரச் சொன்னார். நான் அமர்ந்ததும் 'குடிக்கிறாயா?' என்றார். நான் குடிப்ப தில்லை என்றேன். அவர் ஒன்றும் சொல்லாமல் தனக்கு மேலும் ஒரு இஞ்ச் பிராந்தி விட்டுக்கொண்டு கொஞ்சம் நீர் சேர்த்தார். அதைக் கையில் உருட்டியபடி என்னைக் கூர்ந்து பார்த்தார்.

அவர் பெயர் வீரராகவன். அதை நான் பின்னர் அறிந்துகொண்டேன். இந்திய உளவமைப்பான 'ரா'வின் இரண்டாம் நிலை அதிகாரிகளில் ஒருவர் அவர். நான் வேலைசெய்துவந்த அமைப்பை அவர்தான் கிட்டத் தட்ட நடத்திக்கொண்டிருந்தார். உண்மையில் அது ஒரு தலைமறைவு அமைப்பே அல்ல. அந்த அமைப்பு இந்திய உளவுத்துறையால் உருவாக்கப்பட்டு நடத்தப்பட்டது. அதன் எல்லாத் தலைமறைவுச் செயல்பாடுகளும் நாடகங்கள்தான். அதில் ஈடுபடும் எவருக்கும் அது எதற்காக என்றே தெரியாது. ஒருவேளை அபத்தமான டம்மிச் செயல் பாடுகளாகக்கூட அவை இருக்கலாம். அது இந்திய அரசின் கைப்பாவை என்று எனக்கு முன்னரே தெரியும் என்றாலும் அத்தனை நேரடியாக அது உளவுத்துறையால் நடத்தப்படும் என எண்ணியிருக்கவில்லை.

வீரராகவன் கொஞ்ச நேரம் பொதுவாகப் பேசிக்கொண்டிருந்தார். எங்கள் கடைசி நடவடிக்கையைப் பற்றியும் பையன்களின் நடத்தை யைப் பற்றியும் பேசிவிட்டு மெல்ல விஷயத்துக்கு வந்தார். 'பெரிய விசயம் ஒண்ணு வந்திருக்கு' என்றார். நான் அவரையே பார்த்தேன். அவர் என் கண்களை அரைநிமிடம் பார்த்துவிட்டு தன் செல்ஃபோனை நீட்டி, 'பார்' என்றார். நான் அதை வாங்கிப் பார்த்தேன். அதில் சிறீ மாஸ்டரின் படம் இருந்தது. 'இவரு அந்தப் பக்கத்து ஆளு... பெரிய கை...' என்றார் வீரராகவன். என் முகத்தில் எந்த உணர்ச்சியும் தெரிந் திருக்காது. முன்பற்களை ஒன்றின்மீது ஒன்று வைத்து இறுக்கிக்கொண் டால் முகம் சிலை போல் ஆகிவிடும். முகச்சதைகளை அசைக்காமல்

கண்களால் கண்களைச் சந்திக்காமல் இருந்தால் நம் உணர்ச்சிகளைப் பிறர் எளிதில் வாசிக்க முடியாது. ஆனால் சில கணங்களுக்குள் சுதாரித்துக்கொண்டு கண்களைச் சந்திக்கவும் வேண்டும். முழுமை யாகக் கண்களை மறுத்தால் அதுவே ஐயத்தை உருவாக்கும்.

'அந்த ஆளை நாங்க நாலு வருசமா ஃபாலோ பண்றோம்... பெரிசா எதுவும் பிடி கிடைக்கலை... பிரயோசனமும் இல்லை. சரி, போட்டுடுன்னாங்க...'

என்னை ஆழம் பார்க்கிறார்கள் என்று முதலில் தோன்றியது. ஆனால் அவரது பேச்சு அந்த ஐயத்தை விலக்கியது. 'எப்டி செய்றதுன்னே தெரியல்லை. சாதாரணமாப் போறான், வாரான்... ரியல் எஸ்டேட் செய்றான்னு ஒரு பாவ்லா... அப்பதானே செக்யூரிட்டி வச்சுக்கறது கண்ண உறுத்தாது... வெளிய தெரியறதவிட கண்டிப்பா செக்யூரிட்டி கடுமையா இருக்கும்...' நான் தலையசைத்தேன். 'உன்னைப் பாத்தா நல்லாவே தெரியும், முன்னாடி பலபேரைப் போட்ட ஆளுதான்' என்றார். நான் ஒன்றும் சொல்லவில்லை.

'செய்ற வேலையோட கனம் தெரியும்ல? அவங்களோட ரொம்ப முக்கியமான ஆளு... அந்தாளைப் போட்டவனை அவங்க பிடிக்க நெனைச்சா உன்னால ஈஸியாத் தப்பிர முடியாது... அவங்க ஒரு சர்க்கார் மாதிரி.'

நான் 'பாப்பம்' என்றேன்.

அவர் முகம் மலர்ந்தது. 'நெனைச்சேன், நீ பயப்பட மாட்டேன்னு...' குரலைத் தாழ்த்தி, 'இது ரொம்பச் சந்தடியான ஊரு.. பொது எடத்துலே செய்ய முடியாது. அப்றம் சர்க்காருக்குப் பிரச்னை. அவங்க அமைப்புக்கு உள்ள போக எங்களுக்கு இன்னும் முடியலை. உனக்குத் தெரியும்ல, அவங்கள்ல ஓட்டை போடுறதுங்கிறது அனேகமா நடக்காத விசயம்...'

நான் 'ஆமா' என்றேன்.

'அந்தாளை எப்டியும் போட்டுடணும்... ஆனால், எப்டீன்னு புரியலை. ஜனங்களைக் கலைக்கப்படாது. ஒரு ஆர்டினரி கொலையா இருக் கணும். கன்கூட வேண்டாம். அரிவாளாலே வெட்டுறது, கத்திக் குத்து... இந்தமாதிரி... ரியல் எஸ்டேட் தகராறிலே கொலை. அவ்வளவு தான், கதை முடிஞ்சிரணும்... என்ன?'

நான் தலையசைத்தேன். 'முடிஞ்சளவுக்குப் பாரு... எங்களாலயும் பாக்கிறோம்...'

நான் பேசாமல் அமர்ந்திருந்தேன்.

'பிரியாணி சாப்புடறியா? இது பாய்க்கடை தம் பிரியாணி, நல்லா இருக்கும்...' நான் வேண்டாம் என்றபின் எழுந்தேன்.

அவர் 'பாப்பம்' என்றார்.

நான் திரும்ப சாலைக்கு வந்தபோது வெள்ளை வேன் மௌனமாக நெருங்கி வந்து கதவு திறந்தது. என்னை மீண்டும் சந்தை அருகே கொண்டுவந்து விடும்போது நான் இறங்குவதற்குள் அந்த அதிகாரி என்னிடம் ஒரு சிறிய தோற்பையை நீட்டினார். அதற்குள் சிறிய கைத்துப்பாக்கி ஒன்று இருப்பதை நான் உணர்ந்தேன். குண்டுகள் தனியாக உள்ளே போடப்பட்டிருந்தன. இறங்கிக்கொண்டு மெல்ல நடந்தேன். அன்று எனக்கு ஒரு சினிமா பார்க்கவேண்டும் என்று தோன்றியது. அரங்குக்குள் நுழைந்து நாற்காலியில் அமர்ந்துகொண்டேன். ஏதோ அடிதடிக் கொலைப்படம். ரவுடிகள் துரத்திக்கொண்டே இருந்தார்கள். எனக்கு அந்த நடிப்பில் இருந்த அபத்தம் ஏனோ அப்போது ஆறுதலாக இருந்தது.

நான் என்னசெய்யவேண்டும் என்று சிந்தித்துக்கொண்டே இருந்தேன். எனக்கு சிறீ மாஸ்டரின் வீடு, கார் எண், மற்ற தகவல்கள் அனைத்தையும் அனுப்பினார்கள். அவரது காவலர்கள் அனைவருடைய புகைப்படங்களும் அவர்கள் புழங்கும் இடத்தின் படங்களும் வந்தன. நான் முதலில் சிறீ மாஸ்டரைக் கண்காணிக்கப் பையன்களை ஏற்பாடு செய்தேன். அவர்கள் அதெல்லாம் நன்றாகத் தெரிந்தவர்கள். தினம் செல்லச்செல்ல நுட்பமான தகவல்கள் வந்தபடியே இருந்தன. கண்காணிக்கப்படுவது சிறீ மாஸ்டருக்குத் தெரியவரும் என்றும் அதன் விளைவாக எனக்கு மேற்கொண்டு என்ன செய்யவேண்டும் என்று என் மேலிடத்துத் தகவல் வரும் என்றும் நினைத்தேன். ஒவ்வொருநாளும் என் கழிப்பறையில் ரகசிய செல்ஃபோனை எடுத்துப் பார்த்தேன். அது மௌனமாகவே இருந்தது.

எட்டாவது நாள் இரவு ஏழு மணிக்கு வீரராகவனை நான் மிக அருகே இருந்த ஓர் ஓட்டலில் சந்தித்தேன். எனக்கு வந்த தகவலின்படி நான் அந்த அசைவ ஓட்டலின் உள்ளறைக்குள் சென்று அமர்ந்ததும் என்னைத் தூரத்தில் இருந்து கண்காணித்தபின் அவர் வந்து என் முன்னால் அமர்ந்தார். காபிக்கு ஆர்டர் போட்டதும் நாங்கள் இருவரும் மட்டும் ஆனோம்.

வீரராகவன், 'ஒரு பிளான் போட்டிருக்கோம்...' என்றார். நான் அவரையே பார்த்தேன். அவர் சற்று சலிப்பான குரலில் சொல்வதுபோல 'ஒரு மோதல் நடக்கட்டும்... அதாவது தற்செயலா நடந்தது மாதிரி... சந்தேகத்திலே அவங்க நம்மாள் ஒருத்தனைப் போட்டுடறாங்க... அவங்காள் ஒருத்தனை நாம போட்டுத்தள்ளுவோம்... அப்ப அவன்

சமரசப் பேச்சுக்குக் கூப்பிடுவான்...' நான் புரிந்துகொண்டேன். இருந்தாலும், 'சமரசத்துக்கு நீ போனாப் போரும்' என்று வீரராகவன் சொன்னது என் மனத்தில் சிறிய சலனத்தை உருவாக்கியது. தூங்கும் மிருகங்கள் சத்தம் கேட்கையில் காதுகள் மட்டும் விழித்து அசைவது போல.

இருவரும் காபியைக் குடித்தோம். அவர் காபியை உறிஞ்சும் ஒலி உரக்கவே கேட்டது. வெளியே டபராக்களும் தட்டுகளும் உரசும் ஒலி. மல்ல மல்ல மல்லே மல்லே என்று பாடல் ஒலி. யாரோ இருமும் ஒலி. சட்டென்று எனக்கு அவரது எல்லாத் திட்டமும் புரிந்துபோய் ஓர் ஆயாசம் ஏற்பட்டது. ஆகவே அவர் செல்ஃபோனை அழுத்தியதும் ஜோர்ஜ் அரைக்கதவைத் திறந்து உள்ளே வந்தது எனக்குச் சற்றும் ஆச்சரியம் அளிக்கவில்லை. ஜோர்ஜ் கொஞ்சம் குண்டடித்து தெளிந்த முகத்துடன் இருந்தான். வீரராகவன் ஜோர்ஜை அமரும்படிச் சொன்னார். அவன் பக்கத்து மேஜை நாற்காலியை இழுத்துப்போட்டு அமர்ந்தான்.

வீரராகவன் 'காபி சாப்பிடறியா?' என்றார்.

'இல்ல, அங்காலை குடிச்சுட்டுதான் இருந்தனான்' என்ற ஜோர்ஜ் என்னை நோக்கி அரைப்புன்னகை புரிந்தான்.

'ஒரு வேலை இருக்கு ஜோர்ஜ்' என்றார் வீரராகவன்.

ஜோர்ஜ் உற்சாகமாக, 'சரி' என்றான்.

வீரராகவன் செல்ஃபோனில் ஒரு படத்தை ஜோர்ஜுக்கு அனுப்பினார். செல்ஃபோன் அதிர்ந்ததும் ஜோர்ஜ் எடுத்து படத்தைப் பார்த்தான்.

'ஆளைப் பாத்துக்கோ... மத்த தகவல்களையும் நான் அனுப்பறேன்.'

ஜோர்ஜ், 'ஆளு யாரு?' என்றான். அந்த அபத்தமான கேள்வியே அவன் ஏன் தேர்வுசெய்யப்பட்டிருக்கிறான் என்பதற்கான சாட்சி என எண்ணி நான் புன்னகைசெய்தேன்.

'நம்மகிட்ட வேலைபாத்தவன்... இப்ப வெளிய போய்ட்டான்... போலீஸுக்கு எதுனா தகவல்சொல்றானோன்னு டவுட்டா இருக்கு... அவனைக் கூட்டிட்டு வரணும். வரமாட்டான். கொஞ்சம் பயமுறுத்தினா வந்திருவான்.சும்மா கூலி ஆளுதான். நம்மளை மாதிரி ஆட்களைப் பாத்தாலே பேதியாயிருவான்...'

ஜோர்ஜ் தன்னம்பிக்கையுடன் புன்னகை செய்து 'சரி... பாத்திருவோம்' என்றான். 'முரண்டு பிடிச்சான்னா கத்தியக் காட்டி இழுத்திட்டு வந்திரு... எப்டியும் இன்னைக்கு ராத்திரிக்குள்ள ஆளு நம்ம கைக்கு வந்திரணும்.'

‘நான் கொண்டு வந்திடுறன்’ என்றான் ஜோர்ஜ்.

‘அப்ப சரி’ என்றபின் வீரராகவன் ஒருவாய் தண்ணீர் குடித்து வாயின் காபிப் பிசுபிசுப்பை நீக்கியபின் எழுந்தார். என்னைப் பார்த்து தலையசைத்தபின் வெளியே சென்றார்.

ஜோர்ஜ் நாற்காலியைச் சரியாக இழுத்துப்போட்டுக்கொண்டு ‘அண்ணை நல்லா இருக்கியளோ? பாத்து கனகாலமாச்சு. ஆப்பீஸிலே நான் வரக்கூடாதுன்னு சொல்லிப்போட்டினம். அதனாலே வரையில்லை’ என்றான்.

நான், ‘நீ எப்டி இருக்கே?’ என்றேன்.

‘நல்லா இருக்கன் அண்ணை, மகிழ்ச்சியா இருக்கிறன். ரெஜினாவுக்குப் பிள்ளை பிறந்திருக்கு அண்ணை... பெட்டை. ரெண்டு மாசமாச்சு. இன்னும் பேரு வைக்கயில்லை. இப்பம் சும்மா ஜென்சின்னு வச்சிருக்கோம். அடுத்தமாசம் அந்தோனியார் கோயிலுக்குக் கொண்டு போயி பேரு வைக்கணும்ணு இருக்கம்’ என்றான்.

நான் புன்னகையுடன், ‘குடும்பம் ஆயாச்சு...’ என்றேன்.

ஜோர்ஜ் உற்சாகமாகச் சிரித்து, ‘பின்ன? அதும் வேணுமே. அண்ணை இப்பம் நான் நல்ல சந்தோசமாட்டு இருக்கிறன்... ஒரு குறையும் இல்லை. நல்ல சாப்பாடு, நல்ல வீடு... பிள்ளைக்கு ஞானஸ்நானம் குடுக்கிறப்ப அண்ணனை தலைதொட்டப்பனா நிக்கவைக்கணும்ணு நான் சொன்னனான். ரெஜினாவுக்கும் சம்மதம்... அண்ணை ஒருக்கா வீட்டுக்கு வாருங்க. பிள்ளையைப் பாத்துட்டுப் போங்க.’

அவன் கட்டாயப்படுத்தியதனால் நான் அவனுடன் ஆட்டோவில் அவன் வீட்டுக்குச் சென்றேன். போகும்வழியெல்லாம் ஜோர்ஜ் எப்படியாவது ஒருவருஷத்தில் சென்னைக்குப் போய்விடவேண்டும் என்ற அவனுடைய கனவைச் சொன்னான். ஜோர்ஜைப் பொருத்தவரை சென்னையில் சினிமாதான் எடுத்துக்கொண்டே இருந்தார்கள். ‘அண்ணை கில்லி பாத்தியளோ? சூப்பர் படம்... நான் நாலு தடவை பாத்தனான்’ என்றான்.

அவன் இருந்த புதிய வீடு சாலையோரமாக எவர்சில்வர் கடை ஒன்றை ஒட்டி இருந்தது. நல்ல சிமிண்ட் வீடு. சாலைக்கு மேலேயே பால்கனி துருத்தி நின்றது. முற்றத்திலேயே ஒரு குழிக்குள் தண்ணீர் வரும் குழாய். அதற்குள் பிளாஸ்டிக் குடங்கள் காத்திருந்தன. ஓரமாக ஒரே ஒரு வேப்ப மரம். பக்கவாட்டில் சென்று குறுகலான மாடிப்படிகளில் ஏறினால் மொசைக் போட்ட வராண்டா. திரைச்சீலை அசைந்த வாசலுக்கு அப்பால் ஒரு பெரிய கூடம். இருபக்கமும் படுக்கையறை,

சமையலறை. படுக்கையறையில் தரையில் ஒரு கர்ல்-ஆன் மெத்தை கிடந்தது. சமையலறை முழுக்க எவர்சில்வர் பாத்திரங்கள். மின்விசிறி சுழல சுவரில் ஒரு காலண்டர் தாள்கள் படபடத்தன. 'பிள்ளைய விட்டுட்டு போயிருக்கிறவள்' என்றான் ஜோர்ஜ்.

குழந்தை கூடத்தில் ஒரு பிளாஸ்டிக் பாய்மீது பழைய நீலப்புடைவை யில் கிடந்து கைகால்கள் உதைத்துக்கொண்டிருந்தது. பக்கவாட்டில் டிவியில் ஏதோ பாட்டு ஓடிக்கொண்டிருந்தது. 'குட்டிக்கு டிவி இருந்தா போரும்... நல்ல வெளையாடிட்டுக் கிடப்பவள்.' ஜோர்ஜின் மொழியிலும் இப்போது கொஞ்சமாகத்தான் யாழ்ப்பாணம் இருந்தது.

குழந்தை கருமையாக, குட்டித்தலை நிறைய நிறைய முடியுடன், மடிப்புகள் கொண்ட தொடையும் மென்மையான பாதங்களுமாக ஜோர்ஜின் குரல் கேட்டு எம்பி எம்பிச் சிரித்தது. அதன் கைகளின் மெல்லிய விரல்கள் பாதி முஷ்டி பிடித்திருந்தன. சிவப்பு நிறத்தில் ஒரு மேல்சட்டை மட்டும் போட்டிருந்தது. அதன் வாயில் இருந்த நிப்பிள் அருகே விழுந்து கிடந்தது. அருகே கிலுகிலுப்பைகள், குழந்தையால் மிதித்து விலக்கப்பட்ட ஒரு பனியன் துணிப் போர்வை.

ஜோர்ஜ் குழந்தையை அள்ளி எடுத்தான். அதன் கண்கள் நீர்ப்படலம் படர்ந்தவை போலிருந்தன. மலர்ந்த சிறு உதடுகளில் இருந்து எச்சில் வழிந்து அதன் சட்டை நனைந்திருந்தது. 'மூத்திரம் விட்டிருக்கிறவள்' என்று ஜோர்ஜ் தன் சட்டையாலேயே அதன் புட்டத்தைத் துடைத்து இடுப்பைப் பற்றி மேலே தூக்கி 'கள்ளப்பெட்டை... களவாணிப் பெட்டை... எங்க உங்க அம்மா? உங்க அம்மா எங்க?' என்று ஆட்டி னான். அது தன் இடது கையை மடித்து வாய்க்குள் போட்டுக்கொண்டு கண்கள் சொக்க கால்களை உதறி உதறிச் சிரித்தது. அதன் கழுத்தில் மெல்லிதாக ஒரு தங்கச் சங்கிலி மின்னியது. 'மாமா வந்திருக்கிறார் பாருங்க... என் செல்லக்குட்டி பாருங்க...'

வாசல்வழியாக ரெஜினா உள்ளே வந்து 'வாங்கண்ணா' என்றபின் நாற்காலி மேல் கிடந்த துண்டை எடுத்து நைட்டியின்மீது மார்பில் போட்டுக்கொண்டாள். நன்றாகக் கொழுத்து கன்னங்கள் உப்பி அவள் முற்றிலும் புதியவளாக இருந்தாள். சாம்பல்பாய்ந்து காய்ந்த கருமைகொண்டதாக இருந்த அவளுடைய சருமம், பளபளப்பாக ஆகி, கொஞ்சம் அழகியாகக்கூடத் தோன்றினாள்.

'உக்காருங்கண்ணா...' என்றாள். 'மாவு அரைக்கக் குடுத்திருந்தனான்...' என்றபடி எவர்சில்வர் வாளியுடன் உள்ளே போனாள்.

ஜோர்ஜ் இரும்பு மடக்கு நாற்காலியை நீக்கிப் போட்டு என்னை அமரும்படிச் சொன்னான். நான் அமர்ந்ததும் அவனே குழந்தையை

என் மடிமீது வைத்தான். என்னால் அதைப் பிடித்துக்கொள்ள முடிய வில்லை. கால்களை உதறியபடியே இருந்தது. அதன் தலை கொள கொளவென முன்னும் பின்னும் ஆடியது. அது என்னையே நீர்க்கண் களால் பார்த்தபின் சட்டென்று எம்பி எம்பிக் குதித்து கைகளை ஆட்டியது. என் பையில் ரூபாய் இருந்ததை நினைவுகூர்ந்தேன். சட்டைக்குள் கைவிட்டு ஒரு நூறு ரூபாய்த்தாளை எடுத்து அதன் கைகளில் வைத்தேன். அது ரூபாயைக் கீழே நழுவவிட மலர்ந்த முகத்துடன் ஜோர்ஜ் ரூபாயை எடுத்தான்.

'பிள்ளையை ஆசீர்வாதம் பண்ணணும் அண்ணை' என்றான். நான் அதன் தலைமேல் கையை வைத்தேன்.

ரெஜினா வாசலில் நின்று 'தேத்தண்ணி குடிக்கிறியளோ?' என்றாள்.

'இல்ல... இப்பத்தான் காபி குடிச்சம்... பிறவு' என்றேன்.

'அண்ணை காலம்பற வச்ச கோழிக்குழம்பு இருக்கு... தோசை சாப்பிடுதியளோ?'

'இல்லை... இப்ப ஒண்ணும் ஏறாது... நான் வாறன்' என்றேன்.

ரெஜினா என்னிடம், 'இஞ்ச நல்ல பெட்டையள் உண்டாண்ணு பாருங்க... தனியா எவ்ளவு நாள் இருக்கிறது?' என்றாள்.

அவள் என்னிடம் நேரடியாகப் பேசியதை என்னால் எதிர்கொள்ள முடியவில்லை. பார்வையை ஜோர்ஜுக்குத் திருப்பி 'பாப்பம்... வயசும் ஆச்சே' என்றேன்.

ரெஜினா, 'இஞ்ச பக்கத்திலே மரியா எண்டு ஒரு பெட்டை இருக் கிறவள். நல்ல பெட்டை... அவட புருஷன் ஆமி செல்லடிச்சு செத்துப் போயிட்டனான்' என்றாள்.

நான் 'பாப்பம்' என்றபின் எழுந்துகொண்டேன்.

விடைபெற்றுப் படிகளில் இறங்கும்போது ஒன்பதரை தாண்டி யிருந்தது. ரெஜினா குழந்தையுடன் பின்னால் வந்தாள்.

ஜோர்ஜிடம் நான் மெல்ல 'பணம் குடுத்தாங்களா?' என்றேன்.

அவனும் மெல்ல, 'குடுத்தவை...' என்றான்.

நான் வெளியே இறங்கி ஆட்டோ பிடித்தேன். ஜோர்ஜ் ஆட்டோ அருகே குனிந்து, 'அண்ணை எனக்க செல்நம்பர் வச்சுகிடுங்க' என்றான்.

'இல்ல... அது தப்பு' என்றேன்.

‘ஓம்’ என அவன் புரிந்துகொண்டான்.

ஆட்டோ நகரும்போது அவன் கைவீசுவதைக் கண்டேன். எதிர்ச்சுவரில் மறுநாள் போடப்போகும் புதுப்படத்துக்கான போஸ்டர்கள் ஒட்டிக் கொண்டிருந்தார்கள். ஜோர்ஜ் சாலையைத் தாண்டி அந்த போஸ்டரைப் பார்ப்பதற்காகச் செல்வதைக் கவனித்தேன்.

6

நான் அலுவலகத்தில் இரும்பு நாற்காலியில் அமர்ந்து விகடன் வாசித்துக்கொண்டிருந்தேன். பையன்கள் இருவர் உளவுக்குப் போயிருந்தார்கள். ஒருவன் மட்டும் உள்ளறைக்குள் தூங்கிக் கொண்டிருந்தான். மற்றவர்கள் வழக்கம்போல வெளியே சுற்றச் சென்றிருந்தார்கள். விகடனின் எல்லாப் பக்கங்களையும் வாசித்து முடித்ததும் நான் சோம்பலுடன் எழுந்து கைகால்களை நெட்டி முறித்தேன். மணி இரவு பன்னிரண்டு தாண்டியிருந்தது. இன்னும் சற்று நேரத்தில் பையன்கள் இரண்டாவது ஆட்டம் முடித்து வந்துவிடுவார் கள். சலிப்பாக இருந்தது. அத்துடன் நான் என் ரகசிய செல்ஃபோனைப் பார்க்க விரும்பினேன். எழுந்து கழிப்பறைக்குச் சென்று தகரக்கதவை மூடிக்கொண்டேன். உள்ளிருந்து உறையை எடுத்து செல்ஃபோனை எடுத்துப்பார்த்தேன். அதில் எந்தச் செய்தியும் இல்லை.

அதை சார்ஜ் போட்டு கழிப்பறை சோப்புப் பரண்மேல் வைத்தேன். அருகிலேயே இங்கே உள்ள செல்ஃபோனையும் வைத்தேன். மலம் கழித்துக்கொண்டிருக்கும்போது செல் மெல்ல அதிரும் ஒலி கேட்டது. அரைக்கணம் என் மேலிட அழைப்பு என்று எண்ணி என் அகம் பதற்றம் கொண்டது. ஆனால் இங்கே உள்ள செல்தான் அழைத்தது. எடுத்து செய்தியைப் பார்த்தேன். ஜோர்ஜ் கொல்லப்பட்டுவிட்டான். மீண்டும் ரகசிய செல்லை உள்ளே வைத்துவிட்டு வெளியே வந்து ஸ்டவ்வைப் பற்றவைத்தேன். தமிழ்நாட்டில் பாலில்லாத டீ போட எவருக்குமே தெரியாது, ஆகவே சூசைமாஸ்டர் அவரே போட்டுக் கொள்வார். அந்த ஸ்டவ்வை அவர் போனபின் நான் பயன்படுத்தினேன்.

டீ டம்ளருடன் வந்து அமர்ந்து அந்த விகடனையே மீண்டும் எடுத்து வாசிக்க ஆரம்பித்தேன். சலிப்புடன் தூக்கிப்போட்டுவிட்டு கைகளைக் கட்டிக்கொண்டு தெருவையே பார்த்துக்கொண்டிருந்தேன். தெருவில் ஒரு நாய் நடந்து போயிற்று. தூரத்தில் ஏதோ கடையில் சினிமாப்பாட்டு ஒன்று ஒலிக்க ஒரு ஆட்டோ அதிக ஓசையுடன் கடந்து சென்றது. அலுவலகத்தின் கடிகாரம் டிக் டிக் டிக் என்று ஓடிக்கொண்டிருக்க

பக்கத்து வீட்டில் யாரோ பாத்ரூம்போனபின் நீரை வேகமாகக் கொட்டி னார்கள். கமறும் ஒலியும் தகரடப்பா விழும் ஒலியும் கேட்டது. இங்கே அமைதியான இரவென்பதே இல்லை.

பைக் வந்து நிற்க அதிலிருந்து அலெக்ஸ் இறங்கி பரபரப்பாக உள்ளே வந்தான். நான் ஏறிட்டுப்பார்த்ததும், 'ஜோர்ஜைப் போட்டுட்டாங்க மாஸ்டர்' என்றான். நான் மேலே சொல்லு என்பதுபோலப் பார்த்தேன். அவனுக்குக் கொஞ்சம் மூச்சிரைத்தது. இந்த மண்ணில் கொலைகள் மிகவும் அபூர்வம் என்று எண்ணிக்கொண்டேன். ஒருவேளை, இது இவன் பார்த்த முதல் கொலையாக இருக்கலாம். அலெக்ஸ் உள்ளே போய் கூஜாவில் இருந்து தண்ணீரைக் குடித்துக்கொண்டு பெஞ்சில் அமர்ந்து சட்டையை பித்தான் கழற்றி மேலேற்றிவிட்டுக்கொண்டான்.

'சொல்லு' என்றேன்.

'கொன்னவன் அவங்கட ஆளு மாஸ்டர்... நம்ம ஊருதான்... அவனை இவன் நேராப் போயி தோளிலே பிடிச்சு கூப்பிட்டவன்' என்று அலெக்ஸ் சொல்ல ஆரம்பித்தான்.

அலெக்ஸ் ஒரு டீக்கடை முன்னால் நின்றிருந்தபோது அதைப் பார்த் தான். அந்த ஆள் சாலைதிரும்பி வந்துகொண்டிருந்தபோது ஜோர்ஜ் வேகமாகப் பின்னால் வந்தான். அவன் சுதாரிப்பதற்குள் ஜோர்ஜ் அவன் தோளில் கையை வைத்து குனிந்து எதையோ சொன்னான். அவன் இவனது கையை எடுத்துவிட்டுக் கடுமையாக ஒரு வார்த்தை பேசி விலக முயல, ஜோர்ஜ் தன் பாண்ட் பைக்குள் கையை விட்டான். அந்தக் கணமே அவன் தன் கத்தியை எடுத்து அதே வேகத்தில் ஜோர்ஜின் இதயத்தில் குத்திவிட்டான். இரு விலா எலும்புகள் நடுவே கத்தி கச்சிதமாகச் சென்றிருந்தது. ஜோர்ஜ் திகைத்துப்போய் கைநீட்டியபடி ஏதோ குழறி சாலையில் பக்கவாட்டில் விழுந்து பரபரவென்று கைகால் களை உதறிக்கொண்டு துடித்து சிலநிமிடங்களில் இழுத்து இழுத்து அடங்கினான்.

அப்போது சாலையில் பத்துப்பதினைந்து பேர் இருந்தார்கள். அத்தனை பேரும் பல திசைகளிலாகக் கூச்சலிட்டபடி கலைந்தோட உடனடியாக சாலையே காலியாகியது. திறந்திருந்த எல்லாக் கடைகளும் சடசட வென்று மூடப்பட்டன.

குத்தியவன் கத்தியுடன் நின்று தெருவைச் சுற்றிக் கண்ணோட்டிப் பார்த்துவிட்டு கத்தியை ஒரு கைக்குட்டையில் சுற்றி பாண்ட் பைக்குள் போட்டுக்கொண்டு நிதானமான வேகத்தில் நடந்து பக்கவாட்டின் சிறிய சந்துக்குள் நுழைந்து மறைந்தான். சாலையில் ஜோர்ஜ் துடித்த துடிப்பில் குப்புறக் கவிழ்ந்து கிடந்தான். தார்ப்பரப்பில் ரத்தம் வழிந்தோடியது.

'சர்ரியான குத்து மாஸ்டர்... அவன் நல்ல டிரெயினிங் எடுத்திருக்கிறன்.'

நான், 'உன்னை அவன் பார்த்தானா?' என்றேன்.

'பார்த்திருக்க சான்ஸ் இல்லை... நான் பாய்லருக்குப் பின்னாலே நிண்டேன்' என்றான் அலெக்ஸ்.

கண்டிப்பாக அவன் பார்த்திருப்பான் என்று எனக்குத் தெரியும். 'சரி, நல்ல விஷயம்... பாப்பம்...' என்றேன்.

'இந்த விசரன் எதுக்கு அவனைப் போயிப் பிடிச்சவன்? அவன் கத்தி வச்சிருப்பான் எண்டு தெரியாதோ?' அலெக்ஸ் மேலும் பேச விரும்பினான்.

நான் 'பெடியனுங்க வந்ததும் மேலே வரச்சொல்லு... ஜோர்ஜ் நம்மாளுன்னு அவனுக்குத் தெரியுமான்னு பாக்கணும்' என்றபின் மாடிக்குச் சென்றேன். பாயை விரித்துப் படுத்துக்கொண்டு ஓட்டுக் கூரையைப் பார்த்துக்கொண்டிருந்தேன். பக்கத்து வீட்டில் யாரோ நன்றாகக் குறட்டை விடும் ஒலி. அதையே கேட்டுக்கொண்டிருந்து விட்டுச் சில கணங்களில் நன்றாகவே தூங்கிவிட்டேன்.

பையன்கள் வந்ததும் அந்த ஒலிகேட்டு எழுந்துகொண்டேன். அவர்கள் அறைவாசலில் கூடி நின்றார்கள். நான் பாயிலேயே அமர்ந்துகொண்டு ஒரு பீடி பற்ற வைத்தேன். மெதுவாகப் புகைவிட்டபின், 'தற்செயலாத்தான் நடந்திருக்கு, என்ன?' என்றேன்.

அலெக்ஸ் 'இந்த விசரன்..' என்று ஆரம்பிக்க நான் ஏறிட்டுப்பார்த்ததும் அவன் அடங்கினான். மற்றவர்கள் நான் பேசட்டும் என்று காத்திருந்தார்கள்.

நான் இன்னும் இருமுறை புகை இழுத்தபிறகு 'நாம அவங்களிலே ஒருத்தனையாவது போடணும்... அப்டி விட்டிரக்கூடாதே...' என்றேன். பையன்களில் ஒரு திணறல் ஏற்படுவதை உணர முடிந்தது. 'இல்லேன்னா சுளுவாக் கைய வைக்க ஆரம்பிச்சிருவானுங்க... கைய வச்சா நாமளும் அடிப்போம்னுதான் எப்பவுமே இருக்கணும்...' என்றேன்.

'சரி மாஸ்டர்' என்றான் தில்லை.

'உக்காருங்க' என்றேன்.

தயக்கமாக ஆங்காங்கே அமர்ந்தார்கள். நான் என் திட்டத்தை விளக்கினேன். சாலைகளில் சந்திக்கக்கூடிய வாய்ப்புள்ளவர்கள் மூன்றுபேர். அவர்களின் படங்களைக் காட்டினேன். என் செல்ஃபோன்

அவர்களிடம் சுழன்று வந்தது. 'முகத்தைப் பாத்துக்கங்க... போலீஸ் ஒண்ணும் பயமில்லை. நம்மாளுங்கதான். மூணுபேரையுமே ஃபாலோ பண்ணுங்க. யாரு வாய்க்கிறானோ அவனைப் போட்டுருங்க...'

அவர்களை நான் மூன்று குழுக்களாகப் பிரித்தேன். அவர்கள் சேர்ந்து செயல்படுவதற்கான திட்டங்களை விளக்கினேன். அவர்கள் ஒரு சொல் பேசாமல் கேட்டுக்கொண்டார்கள். ஆரம்பத்தில் இருந்த அச்சம் விலகி ஒரு தீவிரமான நடவடிக்கை கொடுக்கும் கிளர்ச்சியை அவர்கள் அடைவதைக் கவனித்தேன். என்ன இருந்தாலும் இளைஞர்கள். நான் பேசப் பேச அவர்கள் அந்தக் காட்சியை மனக்கண்ணில் காண ஆரம்பித்தார்கள். ஒரு கட்டத்தில் வேட்டைநாய்களின் கண்கள் அவர்களுக்கு வந்துவிட்டிருந்தன.

'சரி, மணி ரெண்டாச்சு... ஒரு மூணு மணித்தியாலம் தூங்கிட்டுக் கௌம்புங்க...' என்றேன். அவர்களுக்கான பணத்தைப் பட்டுவாடா செய்தபின் நான் படுத்துக்கொண்டேன்.

தூங்கி எழுந்தபோது மதியமாகியிருந்தது. எழுந்து பல்தேய்த்துக் குளித்துவிட்டு ஆறடுக்கு கேரியரில் காத்திருந்த மீன்குழம்பு சாப்பாட்டைச் சாப்பிட்டேன். புதிய வார இதழ்கள் அனைத்தையும் வாசித்தேன். மாலையில் மார்க்கு வந்து பையன்கள் பின்தொடர்வதாகவும் அவர்கள் மிகவும் கவனமாக இருவர் மூவராகவே வெளியே நடமாடுவதாகவும் சொன்னான். நான் மாலையில் கிளம்பி ஒரு சினிமாவுக்குப் போனேன். இப்போது சினிமாவை என்னால் கடைசிவரைக்கும் பார்க்க முடிந்தது. ஓர் அடிதடிப்படம். வானத்தில் பறந்து பறந்து சண்டை போட்டார்கள். சண்டைக்கு முன்னால் சொடக்குப் போட்டு வசனம் பேசினார்கள். டேய் ஏய் என்றெல்லாம் கத்தினார்கள். கதாநாயகன் ஒல்லியாக ஒரு பையன்... அவன் பேரென்ன என்று கேட்டால் ஜோர்ஜ் அவன் சரித்திரத்தையே சொல்லியிருப்பான்.

இரவு திரும்பி வந்து நெடுநேரம் வானொலியில் செய்திகள் கேட்டுக்கொண்டிருந்துவிட்டு விடியும்போதுதான் தூங்கினேன். அன்றும் பன்னிரண்டு மணிக்கு எழுந்து மதிய உணவையே சாப்பிட்டேன். நாளிதழ்களையும் வார இதழ்களையும் வாசித்தேன். அன்றும் ஒரு சினிமாவுக்குச் சென்றேன். அந்த நகரத்தில் நான்கு சினிமாக் கொட்டகைகள்தான். ஒன்றில் ஆங்கிலப்படம் போட்டிருந்தார்கள். பிரம்மாண்டமான ஒரு பாம்பு. பொம்மை என்று நன்றாகவே தெரிந்தது. அது மனிதர்களை மொத்தமாக விழுங்கிவிட்டு அப்படியே திரும்பக் கக்கியது. அதை இயந்திரத் துப்பாக்கிகளால் சடசடவென்று சுட்டார்கள். அலறினார்கள். காட்டுக்குள் ஓடினார்கள். அது எதிர்பாராத இடங்களில் தோன்றித் தாக்கியது. மனிதர்களுக்குப் போராடுவதற்கு விதவிதமான எதிரிகள் தேவைப்படுகிறார்கள்.

பத்துநாள் ஒன்றுமே நடக்கவில்லை. என்னுடைய அன்றாடச் செயல்பாடுகள் ஒரேபோல ஆயின. அந்த ஒல்லிப்பையனின் சினிமாவையே நான் மூன்றாம் முறையும் பார்க்க நேர்ந்தது. பையன்கள் என்னை ஏமாற்றுகிறார்களா இல்லை அச்சப்படுகிறார்களா என்று சந்தேகப்பட்டேன். ஆனால் அவர்களின் தீவிரம் உண்மையானது என என் ஆழ்மனம் அறிந்திருந்தது.

பத்தாம்நாள் காலையில் நான் தூங்கிக்கொண்டிருந்தபோது மார்க்கு வந்து என்னை எழுப்பினான். 'மாஸ்டர், மாஸ்டர்' என்றான். நான் எழுந்து கைலியை நன்றாகச் சுற்றிக்கொண்டு பாயிலேயே அமர்ந்து கொண்டு வாயைத்துடைத்தேன்.

'மாஸ்டர்... ஒருத்தனை போட்டுட்டோம்.'

நான் 'எப்ப?' என்றேன்.

'கொஞ்சநேரம் முன்னாடி... எட்டரை மணிக்கு' என்றான் மார்க்கு.

'ம்ம்' என்றேன். எழுந்து சோம்பல் முறித்தபின், 'நம்ம பெடியன்களை எல்லாம் ஆபீஸுக்கு வந்துடச் சொல்லு... யாரும் நான் சொல்லாம எங்கியும் போகக்கூடாது' என்றேன்.

ஒருமணிநேரத்தில் எல்லா பையன்களும் வந்து விட்டார்கள். முயல் மணம் கிடைத்து கிளர்ச்சியடைந்த வேட்டைநாய்களைப்போலத் ததும்பிக்கொண்டிருந்தார்கள். ஆனால் எவருமே பேசவில்லை. ரஹீம் கடையில் இருந்து பிரியாணி வந்திருந்தது. பிளாஸ்டிக் தட்டுகளில் வைத்துக்கொண்டு சாப்பிட்டார்கள். நான் நாற்காலியில் அமர்ந்து நாளிதழ்களை மீண்டும் வாசித்தேன்.

'நான் மேலே சொல்லுறதுவரை வெளியே போகவேண்டாம்... என்ன ஏதுன்னு பாத்திருவோம்' என்றேன்.

'சரி மாஸ்டர்' என்றான் அலெக்ஸ்.

நான் அன்று வெளியே கிளம்பவேண்டாம் என்றுதான் நினைத்தேன். ஆனால் என்னால் அறைக்குள் இருக்க முடியவில்லை. மேலும் நான் கிளம்பினால் பையன்கள் புளூஃபிலிம் பார்ப்பார்கள் என்று நினைத்தேன். அவர்களின் இப்போதைய கிளர்ச்சியை வெல்ல அவர்களுக்கு அதுதான் தேவை.

எல்லாப் படங்களையும் பார்த்துவிட்டிருந்தேன். பகலில் நகரம் அதீதமான வெளிச்சத்தால் மூடப்பட்டிருந்தது. வெயிலில் தூசியும் புகையும் கலந்து பார்வையைத் திரையிட்டன. இரும்புக் கடைகள் இருந்த தெருவழியாகச் சென்றேன். திடீரென்று ஓர் எண்ணம் ஏற்பட்டு

ஆட்டோ ஒன்றை நிறுத்தி அதில் ஏறிக்கொண்டு ஜோர்ஜின் வீட்டுக்குச் சென்றேன். மதியவெயிலில் அந்தப் பகுதியே வெந்த தூசியும் சாக்கடை ஆவியும் கலந்த வாசனையுடன் தூங்கிக்கொண்டிருந்தது. சாலையில் எவருமே இல்லை. வீட்டைக் கண்டுபிடித்து ஆட்டோவை அனுப்பியபின் அரைநிமிடம் தயங்கினேன். பின்பு சிறிய இரும்பு கேட்டைத் திறந்து குழாய் இருந்த பள்ளத்தைத் தாண்டி படிகளில் ஏறி வீட்டுமுன் நின்றேன்.

கதவு உள்ளே தாழிடப்பட்டிருந்தது. நான் சில நிமிடங்கள் அங்கேயே நின்றேன். உள்ளே ஏதோ பேச்சுக்குரல் கேட்பது போல் இருந்தது. தீர்மானித்துவிட்டு கதவை மெல்லத் தட்டினேன். உள்ளே மேலும் ஒலிகள், சற்று அவசரமான பேச்சொலிகள்.

கதவைத் திறந்த ரெஜினா என்னைப் பார்த்ததும் ஒருகணம் பிரமித்தபின் நிலைமீண்டு 'உள்ள வாங்க' என்றாள். நான் உள்ளே சென்றேன். ஜன்னல்கள் எல்லாம் மூடப்பட்டிருந்ததனால் அறைக்குள் சூடான காற்று நிறைந்திருந்தது. ரெஜினா ஜன்னல்களைத் திறந்தாள்.

'தூங்கிட்டிருந்தியோ?' என்றேன்.

'ம்ம்' என்று புன்னகை செய்தபடி அவள் சுவர்சாய்ந்து நின்றாள்.

'பிள்ளை எங்க?'

'தூங்குறவள்' என்றாள். அவள் கன்னங்களில் ஒரு குழி விழுவதைக் கவனித்தேன். கனமான மார்புகள் நைட்டிக்குள் அசைந்தன. உள்ளறையில் இருந்து வீரராகவன் வெளியே வந்தார்.

'என்ன சார்லஸ்?' என்றபின் இரும்பு நாற்காலியில் வந்து அமர்ந்துகொண்டார்.

நான், 'நியூஸ் அனுப்பினேனே...' என்றேன்.

'ஆமா... பாத்தேன். அதைச் சொல்லிட்டுப் போகலாம்னுதான் வந்தேன்' என்றார்.

'ஆமா, நாம அப்டி விடக்கூடாதுல்ல?' என்று நான் ரெஜினாவைப் பார்த்துச் சொன்னேன். அவள் பேசாமல் நின்றாள்.

'அப்றம்?' என்றார் வீரராகவன்.

'நீங்கதான் சொல்லணும்... பெடியங்கள ஆபீஸவிட்டுப் போகப்படாதுன்னு சொல்லியிருக்கு...'

வீரராகவன், 'ஒரு டீயப் போடுடி' என்றார் ரெஜினாவிடம்.

ரெஜினா என்னிடம் 'மாஸ்டருக்கு டீ வேணுமா?' என்றாள். நான், 'ம்ம்' என்றேன்.

ரெஜினா இரு டம்ளர்களில் டீ கொண்டுவந்து, வைப்பதற்கு டீப்பாய் இல்லாததனால் இன்னொரு நாற்காலியில் வைத்தாள். நான் டீயைக் குடித்தபடி வீரராகவனைப் பார்த்தேன். அவர் டீயை குடித்துக்கொண்டு சிந்தனையில் ஆழ்ந்திருந்தார். பிறகு சட்டென்று எழுந்து, 'அப்ப சரி, எனக்கு ஒரு வேலை இருக்கு. நான் பேசறேன்' என்றபின் ரெஜினா விடம் திரும்பி, 'பாத்துக்கலாம்... ஒண்ணும் கவலைப்படாதே' என்றார். அவள் அதற்கும் அந்த காலியான முகபாவனையைக் காட்டி னாள். வீரராகவன் கிளம்பி வெளியே சென்று செருப்பைப் போட்டுக் கொண்டு படிகளில் இறங்கினார். இவர் எப்படி வந்தார் என்று நான் நினைத்தேன். அதற்குள் வெள்ளை வேன் வந்து அவர் அருகே நிற்க அதில் அவர் ஏறிக்கொண்டார். தெருவில் அந்த சினிமாவின் பத்தாவது நாள் போஸ்டர் ஒட்டப்பட்டிருந்தது. அந்த ஒல்லிப்பையன் நடித்த படம்.

ரெஜினா என் முன்னால் நாற்காலியில் வந்து அமர்ந்துகொண்டாள். 'வீரராகவன் பணம் குடுத்தாரா?' என்றேன்.

'ம்ம்' என்றாள். அவள் கண்கள் என் கண்களைத் தயக்கமில்லாமல் சந்தித்தன. அவள் சற்றே முன்னகர்ந்து அமர்ந்தபோது மார்பின் பிளவு தெரிந்தது. நான் அவளது அந்த அப்பட்டத்தை உள்வாங்கமுடியாத வனாக அமர்ந்திருந்தேன்.

அவள் மெல்லிய குரலில் 'சாப்பிடுறியளோ?' என்றாள்.

நான் திடுக்கிட்டு 'இல்ல, கௌம்பறேன்' என்றேன்.

அவள் சரசமாகப் புன்னகை செய்து 'இருங்க, போயி அங்க என்ன செய்யப்போறீங்க?' என்றாள். நான் அவளையே பார்த்தேன். என் கண்கள் அவள் மார்பிடுக்கைப் பார்த்தபோது அவள் கையைத் தூக்கி முடியைக்கோத மார்புகள் மெல்ல அசைந்தன.

நான் சட்டென்று எழுந்துவிட்டேன். நேராக வாசலை நோக்கிச் செல்ல எண்ணி ஆனால் அந்த எண்ணம் உடலுக்கு வராமல் நின்றேன். அவள் சாதாரணமாக எழுந்து, 'போலீஸ்காரரு இனிமே வரமாட்டார்' என்றாள். அதற்குள் உள்ளே அவள் குழந்தை சிணுங்க ஆரம்பித்தது. 'ஓ ஓ ஓ' என்றாள் ரெஜினா. அது வீரிட்டு தொட்டில் மணிகள் அசைய கால்களை உதைக்க ஆரம்பித்ததும் உள்ளேபோய் அதைத் தூக்கி 'ஜோ ஜோ ஜோ' என்றபடி அசைத்துக்கொண்டு மார்போடு அணைத்து முத்த மிட்டாள். அதன் தலைமுடி இன்னும் அடர்த்தியாகவும் சுருளாகவும்

இருப்பது போலத் தோன்றியது. ஜோர்ஜின் தலைமுடிதான் அப்படி நுரை போல இருக்கும். குழந்தை அவள் தோளில் முகத்தைப் புதைத்துக்கொண்டு கண்ணீர் துளி இருந்த இமைகளுடன் என்னை உற்றுப் பார்த்தது.

நான் மெல்ல முன்னால் சென்று குழந்தையை நோக்கிக் கை நீட்டினேன். சட்டென்று ரெஜினா காட்டு மிருகங்கள் சீறித்திரும்புவது போல 'ம்ம்' என்று உறுமியபடி குழந்தையை விலக்கி என்னைப் பார்த்தாள். அந்தக் கண்களில் இருந்த உக்கிரத்தால் நான் நீட்டிய கைகளுடன் அப்படியே நின்றேன். அவள் குழந்தையுடன் சுவர் ஓரமாக நகர்ந்து நின்று மூச்சிரைத்தாள். நான் அவளையே பார்த்தேன். அவள் முகமும் கழுத்தும் வியர்த்து பளபளவென்றாயின. அப்போது அவள் உண்மையிலேயே கவர்ச்சியான பெண்ணாகத் தோன்றினாள். முதல் முறையாக அவள் மேல் தாளமுடியாத காம எழுச்சி எனக்கு ஏற்பட்டது. ஆனால் நான் சட்டென்று திரும்பி கதவை நோக்கி நடந்து தாழைத் திறந்து வெளியே இறங்கினேன்.

வெளியே வெயில் விரிந்த தெருவில் ஒரு ஆட்டோ ஆபாசமான மஞ்சள் ஒளியுடன் சென்றது. அதன் ஒலி என் மண்டையை அறைந்தது. எனக்கு அப்போது தெருவில் ஓடவேண்டும் என்று தோன்றியது. ஆனால் எல்லாம் சாலைக்கு வரும் வரைதான். தார்ச்சாலையில் நின்று கொண்டு சுற்றிலும் பார்த்தபோது சட்டென்று நான் ஒரு மெல்லிய வலியை உணர்ந்தேன்; என் எலும்புக்குள் அந்த உலோகத்தில். நான் இறுக்கமாக உடலை வைத்திருந்திருக்க வேண்டும். நேராக அருகே இருந்த பெட்டிக்கடைக்குச் சென்று ஒரு கட்டு செய்யது பீடி வாங்கினேன். அங்கேயே உரித்துத் திறந்து பற்றவைத்து இருமுறை இழுத்தபோது என் முகம் மெல்லமெல்லத் தளர்ந்தது. நான் இலகு வானேன். அப்போது ஓர் எண்ணம் வந்தது. அந்நேரத்தில் ரெஜினா அறைக்கதவை மூடிக்கொண்டு அந்தக் குழந்தையை அணைத்தபடி தேம்பி அழுதுகொண்டிருக்கக் கூடும் என்று. அந்த எண்ணம் என்னை மேலும் இலகுவாக ஆக்கியது. புன்னகையுடன் பீடியை இழுத்துக் கொண்டு எதிர்த்திசை நோக்கி நடந்தேன்.

7

நான் காலையில் எழுந்தபோதே எனக்கு அன்றைய நாள் முக்கியமானது என்ற உள்ளுணர்வு ஏற்பட்டுவிட்டது. அந்த மாதிரியான உள்ளுணர்வுகள் தவறுவதேயில்லை என்பது என் அனுபவம். அது வேட்டையாடப்படும் அல்லது வேட்டையாடும் மிருகங்களுக்கு உள்ள நுண்ணுணர்வு மட்டும்தான். அதை பற்பல நூற்றாண்டுகளாக விலங்குகள் உருவாக்கி எடுத்திருக்கின்றன.

நான் கழிப்பறைக்குச் சென்று என் செல்ஃபோனைப் பார்த்தேன். அதை ஆன் செய்ததுமே அதிர்ந்து செய்தியைப் பெற்றுக்கொண்டது. அதை வாசித்தேன். நான் எதிர்பார்த்திருந்த செய்திதான். 'ரிமூவ் ஸ்ரீ' என்ற எழுத்துக்களுக்குப் பின் எனக்குக் கட்டளை கொடுப்பவரின் குறிப் பெயர். 'பாப்'. பெருமூச்சுடன் அரைநிமிடம் கண்மூடி அமர்ந்திருந்தேன். மெதுவாகச் சிந்தனைகள் ஊறிவர ஆரம்பித்தன. சிறீ மாஸ்டர் ஏற்கெனவே களையெடுப்புப் பட்டியலில் இருந்தாரா, இல்லை எனக்கு வழியை உருவாக்குவதற்காக அவரைப் பலியிடுகிறார்களா?

ஒரு கணம் பெரும் திகைப்பு ஏற்பட்டது. எந்த ஒரு கேள்விக்கும் பதிலே இல்லாமல் இப்படி ஒரு பிரம்மாண்டமான தொடர்நிகழ்வை எந்த ஒரு பெரும் புனைகதையிலும் கற்பனை செய்துவிடமுடியாது. என்றாவது ஒருநாள் இந்த நிகழ்ச்சிகள் எல்லாம் வரலாறாகி சீராகப் பதிவுசெய்யப்பட்டு, ஆராயப்பட்டு எல்லாக் கேள்விகளுக்கும் பதில் எழும் என்ற நம்பிக்கை எனக்கு ஒரு காலத்தில் இருந்தது. ஆனால் எல்லாம் எதிர்மறையாக ஆகி, இதெல்லாம் அப்படியே புதைந்து, கேள்விகளும் கேட்கும் மனிதர்களும் சேர்ந்து மண்ணுக்குள்ளும் மறதிக்குள்ளும் சென்றுவிடுவார்களா என்ற எண்ணம் அடிக்கடி எழுகிறது. அப்படியானால் அக்கேள்விகளைக் கேட்டுக்கொள்வதிலேயே பொருள் இல்லை.

நான் ஆப்பமும் பாயாவும் சாப்பிட்டுவிட்டு ரேடியோவைக் காதருகே வைத்து பிபிசி கேட்டுக்கொண்டிருந்தபோது வீரராகவன் என்னை அழைத்தார். நான் என் பெயரைச் சொல்லிவிட்டு மௌனமாகக்

கவனித்தேன். 'அவங்க நம்ம மேலிடத்திலே தொடர்பு கொண்டிருக் காங்க... உக்காந்து பேசலாம்கிறாங்க...' என்றார் வீரராகவன். 'அனேகமா அவங்களிலே யாரையாவது நீ சந்திக்கவேண்டியிருக்கும்... இடம் நேரம் எல்லாம் குறிச்சுக்கிடு... கூடுமானவரை அந்தாள் வீட்டிலேயோ ஆபீஸிலேயோ சந்திக்கிறமாதிரி இருக்கட்டும்...'

நான் 'சரி' என்றேன்.

'அதோட இந்த சிம்கார்டை மாத்திரு...' என்றபின் அவர் விடுபட்டார்.

நான் அன்று பகல் முழுக்கக் காத்திருந்தேன். எனக்கு எப்படி அழைப்பு அல்லது தொடர்பு வரும் என்று தெரியவில்லை. அவர்கள் நேரடி யாகவே தொடர்புகொள்வார்கள். அதுதான் அவர்களின் வழிமுறை. நான் அன்றும் சினிமாவுக்குச் சென்றேன். அதன்பின் சந்தைக்கு முன்னால் நின்று நெரிசலைப் பார்த்துக்கொண்டிருந்தேன். மறுநாள் மாலை வெற்றிலைபாக்குக் கடையில் பீடி வாங்கும்போது அருகே வந்து நின்ற இளைஞன், 'அண்ணை பேசணுமே' என்றான். அதன்பின் ஒரு சிகரெட் வாங்கிக்கொண்டு நடந்து சென்று ஒரு டாஸ்மாக் சாராயக் கடையில் நுழைந்தான்.

நான் பீடியை ஆழ இழுத்தபடியே அந்தச் சாராயக்கடைக்குள் சென்றேன். அதன் பின்பக்கம் சிறிய தனியறைகள் இருந்தன. நான்கு பேர் அமரும் பிளாஸ்டிக் நாற்காலிகளும் சன் மைக்கா தேய்ந்த கால் தளர்ந்த மேஜையுமாக வழக்கமான அறை. அதற்குள் சிந்திய விஸ்கி பிராந்தி ரம்மின் வாசனை, மெல்லிய எச்சில் வாடை. சுவரெங்கும் பலர் பலமுறை துப்பிய தடங்கள். நான் அமர்ந்துகொண்டதும் அவனும் உள்ளே வந்து அமர்ந்துகொண்டான். பெரிய ரம் புட்டியும் சுண்டலும் அவனே வாங்கி வந்திருந்தான். மேஜைமேல் அவற்றைப் பரப்பிவிட்டு திரும்பிச் சென்று பிளாஸ்டிக் கோப்பைகளும் தண்ணீர் பாக்கெட்டும் வாங்கி வந்தான்.

அவன் அமர்ந்துகொண்டதும் நான் அவனைப்பார்த்து புன்னகை செய்தேன். அவன் மெல்ல உதடுகளை வளைத்தபின், புட்டியை உடைத்து இரு பிளாஸ்டிக் கோப்பைகளில் சிறிதளவு ஊற்றி அதில் அளவு பார்த்துத் தண்ணீரை விட்டான்.

'இல்லை, குடிக்கிறதில்லை' என்றேன்.

அவன் ஏறிட்டுப் பார்த்துவிட்டு, 'இருக்கட்டும்' என்றான். தன்னுடைய டம்ளரை எடுத்து ஒரே விழுங்கில் குடித்தபின் மீண்டும் கலந்துகொண் டான். சுண்டலை எடுத்து வாயில் போட்டு மென்றபடி என்னையே பார்த்தான். நான் அவன் பேசப்போவதற்காகக் காத்திருந்தேன்.

‘விக்கியை உங்காளுங்கதான் கொன்னீங்கன்னு தெரியும்…’ என்றான். அவனிடம் யாழ்ப்பாண உச்சரிப்பு அதிகம் இருக்கவில்லை. அவன் இந்த ஊரைச் சேர்ந்தவனாகக்கூட இருக்கலாம் என்று நினைத்துக் கொண்டேன். ‘…பேசலாம்னு மாஸ்டர் சொன்னவர்…’ என்றபின் மீண்டும் ரம் ஊற்றிக் குடித்தான். அவன் பெருங்குடிகாரனாக இருக்க வேண்டும், அல்லது பதற்றம் அடைந்திருக்கிறான். பாறைமீது கடற்பாசி போல மெல்லிய தாடி முகத்தில் படர்ந்திருந்தது. அவனுடைய கரங்கள் மெல்ல நடுங்குவதைக் கண்டேன்.

நான், ‘பேசறதுக்கு ஒண்ணுமில்லை. பேசலாம். எப்ப வேணுமானாலும் பேசலாம். யாரு செத்தாலும் சாவு சாவு தானே? அவளோட கையிலேதானே நாமெல்லாம் இருந்திட்டிருக்கோம்’ என்றேன்.

அவன் நான் என்ன சொல்கிறேன் என்பதைக் கவனித்து லேசாகத் தலையைச் சரித்தான். பொதுவாக இம்மாதிரி பேச்சுவார்த்தைகளில் கொஞ்சம் புரியாத தத்துவார்த்தமான சொற்றொடர்கள் எதிரியைக் குழப்புகின்றன என்பது என் அனுபவம். நாம் சொல்வதில் நுண்ணிய அர்த்தங்கள் கண்டுபிடிக்க முனையும்போது அவன் நம்முடைய பல நோக்கங்களைத் தவறவிட்டுவிடுவான்.

‘எங்கன்னு கேக்கச்சொன்னவர்’ என்றான்.

‘மனம்விட்டுப் பேசறதுன்னா எல்லா எடமும் நல்ல எடம்தானே… மனமிருந்தா ஏன், இந்த ரோட்டிலே நின்னுகூடப் பேசலாம்…’ என்றேன்.

‘இல்லை… அது…’ என்றபின் ‘எங்க?’ என்று என்னிடம் கேட்டான்.

தீர்மானிக்கும் உரிமை என்னிடம் வந்துவிட்டது. ‘அவர் இருக்கிற எடத்திலேயே பாத்திருவோமே…’ என்றேன். என் மனத்துக்குள் புன்னகை செய்தேன். பேசுவதற்கு மது தேவையாகும் ஒருவனை என்னிடம் அனுப்பியிருக்கிறார் சிறீ மாஸ்டர் என்றால் அவர் இதை ஒரு சாதாரண மான நாடகமாகவே நினைக்கிறார். என்னை முழுமையாக நம்புகிறார்.

அவன் கண்கள் சுருங்கின .‘அது…’ என்றான்.

நான், ‘பேச்சு ஆத்மார்த்தமா இருக்கணும்ல… மனசு பேசினாத்தான் அது பேச்சு. நாக்கு பேசினா அது வெளையாட்டு…’ என்றபின் அவனைக் கூர்ந்து பார்த்தேன்.

‘சரிதான்…’ என்றான்.

அதற்குமேல் பேசக்கூடாது என்று முடிவுசெய்து சட்டென்று எழுந்து கொண்டேன். ‘போயி சொல்லு… அவரை அவரோட எடத்திலே சந்திக்கிறன்…’

அவன், 'அதுக்கு...' என்று ஆரம்பிக்கவும் 'என்ன கண்டிசன் உண்டோ அதைச் சொல்லியனுப்பினாப் போரும்... பாப்பம்' என்றபின், வெளியே வந்துவிட்டேன்.

சினிமாவுக்குப் போய்விட்டு நான் திரும்பி வரும்போது ஓர் இளைஞன் என்னைப் பின்தொடர்ந்து வந்து, 'அண்ணை, ஒரு லெட்டர் இருக்கு' என்றான். நான் கைநீட்டியதும் ஒரு மணிலா கவரைத் தந்துவிட்டு, கூட்டத்தில் மறைந்தான்.

நான் அலுவலகத்துக்கு வந்ததும் வீரராகவன் செல்ஃபோனில் அழைத்தார். 'லெட்டர்ல என்ன எழுதியிருக்கான்?' என்றார்.

'படிக்கலை.'

அவர், 'அனேகமாத் தனியா வரணும்னு எழுதியிருப்பான். ஆயுதங்கள் இருக்கக் கூடாது. யாரும் ஃபாலோ பண்ணக்கூடாது, அதான் கண்டிஷன்ஸ்' என்றார். நான் அதற்குள் கடிதத்தைப் பிரித்து வாசிக்க ஆரம்பித்தபடி, 'அதேதான்' என்றேன்.

வீரராகவன் அரைக்கணம் தயங்கினார். மறுமுனையில் அவர் என் முகத்தை ஊகிப்பதை நான் கண்டேன். 'என்ன, வேற வழி இல்லல்ல?' என்றார்.

'ஆமா, ஆனா ரிஸ்க்கு இருக்கு..' என்றேன்.

'ரிஸ்க்கு இல்லாம இருக்குமா... பெரிய இயக்கம். நொட்டோரியஸ்... ஆனா என்ன பண்றது?' என்றார்.

நான் 'பாப்பம்' என்றேன்.

'நீ தைரியமாப் போ... நாங்க கண்டிப்பா உன்னை ஃபாலோ பண்ணுவோம்... எப்டி என்னங்கிறதப் பாத்துட்டு பேச்சுவார்த்தைய முறிச்சிட்டு வந்திரு... எல்லாத்தையும் பாத்துட்டு வந்தபின் மெதுவாப் பேசி பிளான் பண்ணுவோம்.'

நான் சரி என்றேன். வீரராகவன் என்னை அளக்க விரும்புகிறார் என்று புரிந்தது. நான் தயாராகக் கிளம்பினால் அந்த இயக்கத்துடன் எனக்கு ஏதோ ஒரு ரகசிய உடன்பாடு இருக்கலாம் என்றாகும். தயங்கினாலும் அதுவே பொருளாகும். நான் மிக நடுத்தரமான ஒரு நிலைப்பாடு எடுத்தாலும் தொலைபேசியில் அதைச் சரியாகத் தொடர்புபடுத்திவிட்டேனா என்று சந்தேகப்பட்டேன். ஆனால் அந்த வகையான ஐயம் எழுந்து அதற்காக மேலும் பேசுவது ஆபத்தானது. ஒரு விஷயத்தைச் சரிசெய்வதற்காகப் பேசும்போதே நாம் நம்மைக் காட்டிக்கொடுக்க ஆரம்பிக்கிறோம். நான், 'அப்ப பாப்பம்...' என்றபின் செல்லை

அணைத்தேன். அது ஒளி மங்கி உயிரிழந்தது.

செல்ஃபோனைத் திறந்து அதன் சிம்கார்டை எடுத்து ஒடித்தேன். எழுந்து சென்று இன்னொரு கருப்பு டீ போட்டுக்கொண்டேன். ஸ்டவ்வின் தீயில் சிம்கார்டைக் கொளுத்தி அந்த பிளாஸ்டிக் உருகுவதைப் பார்த்துக்கொண்டிருந்தேன். இந்தத் திட்டம் ஒரு பொறியா இல்லை சோதனையா என்று இந்நிலையில் எவராலும் சொல்லிவிடமுடியாது. இது எனக்கு வீரராகவன் வைக்கும் சோதனையாக இருக்கலாம். அல்லது அவருக்கே வேறு எவரேனும் வைக்கும் சோதனையாக இருக்கலாம். சட்டென்று எனக்கு ஓர் எண்ணம் எழுந்தது; வீரராகவன்கூட எங்கள் இயக்கத்தில்தான் இருக்கி றாரா? சிறீ மாஸ்டரைக் கொல்லும் திட்டம் அவருக்கும் எனக்கும் எங்கள் இயக்கத்தால்தான் அளிக்கப்பட்டிருக்கிறதா? இல்லையேல் எப்படி அவர்களுக்குத் தெரிந்தது?

என் உடம்பு கொஞ்சம் சோர்ந்தது. காலை நீட்டியபடி நாற்காலியில் அமர்ந்துகொண்டு முகவாயை வருடிக்கொண்டிருந்தேன். பின்பு சட்டென்று எழுந்து என் துப்பாக்கியை எடுத்து அதன் ஆறு கேரியர்களிலும் குண்டுகளைப் போட்டேன். கொஞ்சநேரம் அதையே பார்த்துக்கொண்டிருந்தேன். மிகச்சிறிய, பாயின்ட் 22 துப்பாக்கி. ஒரு சின்னப்பொம்மை. அதன் மெல்லிய உலோகப் பளபளப்பு மனக்கிளர்ச்சியை அளித்தது. சின்னவயதில் நான் ஒரு பொன்வண்டைத் தீப்பெட்டியில் வளர்த்து வந்திருந்தேன். ஒவ்வொரு நாளும் அந்தப் பெட்டியைத் திறந்து அதைப் பார்ப்பேன். அதன் பளபளப்பு என்னைக் கிளரச் செய்யும். அபூர்வமான ஒரு கல் மாதிரி அது என எண்ணிக் கொள்வேன். அது செத்துப்போனதை நான் அறியவில்லை. நாலைந்து நாள் அந்த ஓட்டையே அதுவாக எண்ணிப் பார்த்துக்கொண்டிருந்தேன்.

துப்பாக்கியுடன் கிளம்பி வெளியே சென்றேன். முனிசிபல் பார்க்குக்குச் சென்று அங்கே நின்றபடி செய்தித்தாள்களை வாசித்தேன். சோம்பேறிகள் அங்கே திண்ணைகளிலும் பெஞ்சுகளிலும் அமர்ந்திருந் தார்கள். என்னைப் பார்த்தால் அவர்களில் ஒருவன் என அவர்கள் எண்ணக்கூடும். எதிலுமே அக்கறை இல்லாமல் எதையோ யோசித்த படி எதையாவது அர்த்தமில்லாமல் செய்தபடி அமர்ந்திருக்கும் ஆள் களில் இருபது முதல் எழுபது வரை எல்லா வயதினரும் இருந்தார்கள். வேலை இல்லாதவர்கள்; வேலைசெய்து ஓய்வுபெற்றவர்கள். அவர் களின் முகங்களையே பார்த்துக்கொண்டிருந்தேன். அனைத்திலும் ஒரு பொது அம்சம் இருந்தது. அது என்ன என்று ஊகிக்க முடியவில்லை.

பார்க்கில் திடீரென்று டிவியைப் போட்டுவிட்டார்கள். அபத்தமான ஏதோ நடனம் ஆரம்பித்தது. சத்தம் என்னைத் தொந்தரவு செய்தது.

நான் சாலையில் இறங்கி மக்களைப் பார்த்துக்கொண்டு கொஞ்சநேரம் நின்றேன். என்ன செய்துகொண்டிருக்கிறார்கள் இத்தனை பேரும்? கைகளில் பைகளைக் கொண்டு நடந்து செல்கிறார்கள். சைக்கிள் மிதிக் கிறார்கள். கடைகள்முன் அமர்ந்திருக்கிறார்கள். எதேதோ வேலைகள் செய்கிறார்கள். என்னென்ன பொருள்கள்... இரும்புக் குழாய்கள், பிளாஸ்டிக் பாய்கள், தண்ணீர் குழாய்கள், வெட்டி உருவம் மாற்றப் பட்ட தகர டப்பாக்கள், கயிறுகள், நைலான் நார்கள்... என்னென்ன தேவைப்படுகிறது மனிதனுக்கு...

ஆட்டோவைப்பிடித்து நேராக ஜோர்ஜின் வீடு இருக்கும் தெருவுக்குச் சென்றேன். ஆட்டோ ஓடும்போது நன்றாகக் குனிந்து அமர்ந்து சாலையையே பார்த்துக்கொண்டு வந்தேன், சாலையைப் பார்க்காமல் என்னால் இருக்கவே முடியாது என்பதைப்போல. ஆட்டோவைப் பணம் கொடுத்து அனுப்பிவிட்டு இறங்கித் தெருவில் நின்று, மேலே ஜோர்ஜின் வீட்டையே பார்த்தேன். திறந்து கிடந்த வாசலின் திரைச்சீலை உள்ளே சுழலும் மின்விசிறியின் காற்றால் அலைபாய்ந்தபடியே இருந்தது. அதைப் பார்த்துக்கொண்டு சற்று நேரம் நின்றேன். பின்பு நடந்துசென்று அந்தப் பெட்டிக்கடையில் ஒரு பீடிக்கட்டு வாங்கிக் கொண்டேன். ஒன்றைப் பற்றவைத்தபடி அந்த வீட்டைத்தாண்டி அதைப்பார்க்காமல் நடந்து சென்றேன். கொஞ்ச தூரம் வந்துவிட்டேன் என்று உணர்ந்ததும் நின்று இன்னொரு பீடி பற்ற வைத்தேன். ஆழமாக இழுத்தபடி திரும்பி நடந்து அந்த வீட்டைத் தாண்டி வந்தேன். விளக்குத்தூண் அருகே நின்று அந்த நெளியும் திரைச்சீலையையே பார்த்துக்கொண்டிருந்தேன். மீண்டும் நடந்து அந்தச் சாலையை தாண்டிச் சென்று விட்டு திரும்பிவந்து அந்தத் தூணருகே நின்றேன். பீடிக்காகத் துழாவியபோதுதான் பீடி முடிந்துவிட்டிருப்பதைக் கண்டேன். மீண்டும் பெட்டிக்கடைக்குச் சென்று இரண்டு கட்டு பீடி வாங்கினேன். கடைக்காரன் என்னையே நெடுநேரமாகக் கவனித்துக் கொண்டிருந்ததை அவன் முகக்குறி காட்டியது. நான் என் பையில் இருந்து பணத்தை எடுக்கும்போது அரைக்கணம் துப்பாக்கியை எடுத்து உள்ளே போட்டேன்.

கடைக்காரன் முகத்தை அரைக்கண்ணால் பார்த்தபோது எனக்கு அவன் மனம் புரிந்துவிட்டது. இந்தியாவில் பெரும்பாலானவர்களுக்கு துப்பாக்கி என்றால் என்னவென்றே தெரியாது. ஒரு துப்பாக்கியைப் பார்த்தால் பாம்பைக் கண்ட பாவனை கண்களில் தெரியும். சொல் லிழந்து போய்விடுவார்கள். அதனால்தான் சினிமாவில் சலிக்காமல் துப்பாக்கியைப் பார்க்கிறார்கள் போல. நான் மீண்டும் அந்த போஸ்டர் அருகே சென்று நின்றேன். ஜோர்ஜ் கடைசியாகப் பார்த்த படமாக அது இருக்கலாம் என்று தோன்றியது. வெண்ணிறமான குண்டான

பெண்கள்மேல் அவன் அடக்கமுடியாத காமம் கொண்டிருந்தான் என்று அப்போது தோன்றியது.

கையில் ஒரு பாலிதீன் பொட்டலத்துடன் ரெஜினா வெளியே வந்தாள். என் மனத்தின் ஒலியை காதுகள் முழுக்கக் கேட்டேன். நானே ஒரு பெரிய முரசாக மாறிவிட்டதுபோல. அவள் கண்கள் அக்கறையில்லாமல் தெருவைப் பார்த்தன. ஒருவேளை என்னைக்கூட தொட்டுச் சென்றிருக்கலாம். நான் ஒரு முள்முனையில் அதிநுட்பமான சம நிலையில் நின்ற கணம் அது. அவள் சாதாரணமாக கீழே ஏதோ குப்பைத்தொட்டியில் அந்தப் பொட்டலத்தைப் போட்டுவிட்டு தலைமயிரைக் கையால் ஒதுக்கிவிட்டு உள்ளே சென்றாள். நீர்ப்பரப்புபோல திரை விலகி, கூடி, அவளை உள்ளே விட்டது.

நான், மெல்லப் பதற்றம் தணிந்து, என் உடம்பெங்கும் சூடாக ஓடிய குருதி குளிர்ந்து சொட்டுச் சொட்டாகத் திரும்பி வருவதை உணர்ந்தேன். எத்தனை வியர்த்திருக்கிறது என்று எண்ணிக்கொண்டேன். பீடி தீர்ந்திருந்தது. கைவிரல்கள் நடுநடுங்கின. சட்டைப்பைக்குள் கைவிட்டு துப்பாக்கியின் உலோகத்தைத் தொட்டேன். அந்தக் குளுமை என் பதற்றத்தை சட்டென்று குறைத்தது. மன அமைதிக்கான மாத்திரை ஒன்றை விழுங்கியது போல இருந்தது. தூக்கம் வருவது போலவும் உடம்பே களைத்துத் தளர்ந்துவிட்டது போலவும் உணர்ந்தேன்.

நான் எனக்குள் ஒரு குண்டை வைத்திருக்கிறேன். நானும் ஒரு துப்பாக்கிதான்போல. குண்டு ஏற்றப்பட்டு டிரிக்கர் அழுத்தப்படுவதற்காகக் காத்திருக்கும் குளிர்ந்த கனத்த கரிய துப்பாக்கி. அந்த எண்ணமே எனக்கு ஆறுதல் அளித்தது. எனக்கென எந்த வஞ்சமும் பகையும் நோக்கமும் இல்லை. எனக்கென எந்த இலக்கும் இல்லை.

நீண்டதூரம் நடந்தபின் ஒரு டீக்கடையில் டீ குடித்துவிட்டு ஆட்டோ ஏறி மீண்டும் அலுவலகம் வந்தேன். அலுவலகத்தில் நுழைவதற்கு முன்பாக வழக்கம்போல செருப்பை நன்றாகப் படிகளில் தேய்த்தேன். பையன்கள் எதை எதையோ ஒளிக்கும் ஒலிகள் கேட்டன. நான் பேசாமல் உள்ளே சென்று என் அறைக்குள்போய் பாயை எடுத்துப்போட்டு, கண்மூடிப் படுத்துக்கொண்டேன். மின் விசிறியின் ஒலியையே கேட்டுக்கொண்டு கிடந்தபோது என் அம்மாவின் முகம் நினைவுக்கு வந்தது. கரிய வட்டமுகம். பெரிய பொட்டு. அம்மாவின் சிரிப்பு சின்னக் குழந்தை சிரிப்பதுபோல எத்தனை கள்ளமற்ற மலர்வு என்று அப்போது பட்டது. எந்தவிதமான அறிவுச்சிக்கல்களும் உணர்ச்சிக்குழப்பங்களும் இல்லாத எளிமையான பெண்ணாக அவள் இருந்திருக்கவேண்டும்.

நான் தூங்கிக் கொண்டிருந்தபோது என்னை யாரோ அழைத்தார்கள். ஆனால் அது யாழ்ப்பாணத்தில் என் வீட்டில். மறு அழைப்பைத்தான்

அலுவலகத்தில் கேட்டு எழுந்துகொண்டேன். 'மாஸ்டர், லெட்டர் வந்திருக்கு' என்றபடி அண்டனி என் காலை மெல்லச் சுண்டிக்கொண் டிருந்தான். என் தோளையோ கைகளையோ தொடுவது ஆபத்து என நான் அவனுக்குச் சொல்லியிருந்தேன். சட்டென்று நான் எழுந்ததுமே அவன் எழுந்து விலகி, கதவருகே நின்றான். கையில் துப்பாக்கியுடன் நான் விழித்து எழுந்து அமர்ந்து லுங்கியை அவிழ்த்துக் கட்டியபடி 'என்ன?' என்றேன்.

'ஒரு பெடியன் லெட்டர் கொண்டுவந்து குடுத்துட்டுப் போனவன்...' என்றபடி நீட்டினான். அதே மணிலா கவர். உள்ளே ஒரே வரி. 'இன்று மாலை ஏழரை மணிக்கு.' நான் பெருமூச்சுடன் கண்களை மூடியபின் அண்டனியிடம் 'சரி' என்றேன். அவன் சென்றபின் இன்னொருமுறை அந்த எழுத்துகளை வாசித்தேன். ஆங்கிலத்தில் அந்த எழுத்துமுறை ஐம்பது வயதைத் தாண்டியவர்களுக்கு உரியது. அப்படியானால் சிறீ மாஸ்டர் அதை எழுதியிருக்க வேண்டும். அவரே அவருக்கு நேரம் குறித் திருக்கிறார்.

நான் எழுந்து பொட்டலத்தில் இருந்த இளம்சூடான வெங்காய பக்கோடாவைத் தின்று பாலில்லாத டீ குடித்தேன். அதன்பின் சென்று குளித்துவிட்டு ஜீன்ஸும் வெள்ளை காட்டன் சட்டையும் அணிந்து கொண்டேன். என் துப்பாக்கியில் குண்டுகளைச் சரிபார்த்தபின் ஒரே ஒரு கார்ட் ரிட்ஜை மட்டும் என் புஜங்களுக்கு அடியில் அக்குளுக்குக் கீழே பசைநாடாவால் ஒட்டி வைத்துக்கொண்டேன். ஸ்போர்ட்ஸ் ஷூக் களை அணிந்துகொண்டு கிளம்பியபோது நான் செல்லும் நோக்கம் அறிந்தவர்களாக பையன்கள் வந்து நின்றார்கள். 'பாத்துக்கிடுங்க... என்ன ஆர்டர் வருதோ அதைச் செய்யுங்க...' அரைக்கணம் தயங்கி, 'ஆண்டனி, நீ பாத்துக்க' என்றேன். ஆண்டனி தலையசைத்தான். அவர் கள் எதிர்பார்த்தது சொல்லப்பட்டுவிட்டது போல அவர்களின் உடல்கள் மெல்லத் தளர்ந்தன.

நான் சந்தை அருகே வந்து நின்றுகொண்டேன். சற்று அதிகமாக வியர்க் கிறதோ என்ற எண்ணம் ஏற்பட்டது. இத்தகைய தருணங்களில் பதற்றத்தை வெல்ல ஏதாவது ஒரு விஷயத்தை வரிசைப்படுத்தி நினைத்துக்கொள்ள ஆரம்பிக்கலாம் என்பது ஒரு நல்ல பயிற்சி. நான் வவுனியாவில் இருந்து கிளம்பியது முதல் உள்ள நிகழ்ச்சிகளை வரிசையாக அமைக்க ஆரம்பித்தேன். ஒரு சிறிய தகவல்கூடத் தவறாமல் நினைத்தேன். நான் முதலில் வந்த வாகனத்தின் பதிவு எண்... வந்து இறங்கியபோது முதலில் பார்த்த நபர் அணிந்திருந்த சட்டையின் நிறம்... பேசிய ஒவ்வொரு சொற்களும்... அங்கிருந்து நாங்கள் யாழ்ப் பாண நகருக்குள் நுழைந்தது... என்னைச் சோதனையிட்ட ராணுவ அதிகாரியின் மார்பில் இருந்த பெயர்...

மெதுவாக அது வேறு யாருடைய கதையாகவோ ஆகியது. நான் ஒரு நாவல் போல அதை வாசித்துக்கொண்டிருந்தேன். இந்தப் பயிற்சி எல்லா விஷயங்களையும் திட்டவட்டமாக நினைவில் நிறுத்திக் கொள்ள உதவுகிறது. சில சமயம் நாம் கவனிக்காது விட்டவை தெளிவாக எழுந்துவரும். என்னை யாழ்ப்பாணத்தில் வந்து சந்தித்து உள்ளே கூட்டிச்சென்றவனுக்கு எதுவுமே தெரியாது என்பதே என் எண்ணமாக இருந்தது. ஆனால் அவன் என்னிடம் விடைபெற்றுச் சென்றபோது அவனில் இருந்த முகவெளிப்பாடு நினைவில் மீண்ட போது அவன் கண்களில் அவனுக்கு என்னை நன்றாகவே தெரியும் என்ற செய்தி இருந்ததை அப்போது அறிந்தேன். அவன் யார் என்று யோசித்தேன். நானறிந்த பலநூறு முகங்கள் வழியாக அவனைத் தேடிச் சலித்து மீண்டும் நிகழ்ச்சிகளின் வரிசைக்கே வந்தேன்.

படகில் ஏறிக்கொண்ட தருணத்தை அடைந்தபோது ஒரு ஆட்டோ என்னருகே வந்து நின்றது. அந்தக் குடிகார இளைஞன் என்னை நோக்கித் தலையசைத்தான். நான் ஏறிக்கொண்டேன். ஆட்டோ அதிகம் சுற்றாமல் நேராக அந்த இடத்துக்கு வந்தது. குறுகலான படிகளில் ஏறுமிடத்திலேயே ஏதோ குழந்தை மலம் கழித்துவைத்திருந்தது. கொடிகளில் இரு சேலைகள் சொட்டிக்கொண்டிருந்தன. உள்ளே டிவியில் ஏதோ சீரியல் ஓடும் ஒலி. ஒரு மெலிந்த கரிய பெண், கொலுசு ஒலிக்க, கையில் பிளாஸ்டிக் வாளியுடன் தெருவில் சென்றாள். மந்தமான சாதாரணமான பகல். எல்லாவற்றையும் வெளிறச்செய்யும் வெயில் தெருமீது படர்ந்து கிடந்தது.

நான் அறைக்குள் நுழைந்தபோது வழக்கம்போல உள்ளே யாருமில்லை. நாற்காலியில் அமர்ந்துகொண்டேன். என்னுடைய துப்பாக்கியை எவரும் சோதனை போடவில்லை. ஆனால் அந்தக் குடிகார இளைஞன் என்னருகிலேயே நின்று என்னையே பார்த்துக்கொண்டிருந்தான். கொஞ்ச நேரம் கழித்து நினைவுகூர்ந்து சென்று மின்விசிறியைப் போட்டான். அது ரீ.. ரீ.. என்று தயங்கிச் சுழல ஆரம்பித்தபோது ஜன்னலின் திரைச்சீலைகள் நிம்மதியிழந்தன. கூரையில் அதன் நிழல் பதற்றமாகச் சுழன்றது. அறைக்குள் கொஞ்சம் தூசு வாசனை இருந்தது. அருகே உள்ள கழிப்பறையிலிருந்து அப்போதுதான் கழுவப்பட்ட ஃபினாயில் வாடை எழுந்தது.

படிகளில் ஒலிகள் கேட்டபோது இளைஞன் விறைப்பாக நின்றான். முதலில் அறைக்குள் இரு தாட்டியான இளைஞர்கள் நுழைந்தார்கள். மெல்லிய தாடி வைத்த இளைஞனுக்கு ஒரு கண் குழியாக இருந்தது. அவன் என்னிடம், ‘வணக்கமண்ணை’ என்றபின்னர் என்னை நெருங்கி, ‘ஆயுதங்கள் இருக்கா அண்ணை?’ என்றான்.

‘சும்மா வரமுடியுமா…’ என்றேன்.

அவன் ‘அதை எங்ககிட்ட குடுத்திருங்க’ என்று கைநீட்டினான்.

‘ஆயுதத்தைக் குடுக்க முடியாது…’ என்றேன் திடமாக. ‘அதைப்பத்தி நாம பேசலை…’

அவன் சற்றே திகைப்புடன் ‘என்னண்ணை பேசுறியள்? ஆயுதத் தோடயா பேச்சுவார்த்தை?’ என்றான்.

‘சரி, அப்ப உங்காளுகிட்டே ஆயுதமிருக்கா இல்லியா எண்டு ஆர் பாக்கிறது?’ என்றேன்.

‘இது எங்கட இடம்’ என்று அவன் கொஞ்சம் எரிச்சலுடன் சொன்னான்.

‘அப்ப நான் போறேன்… ஆயுதமில்லாமல் உங்களை எப்டி நம்புறது?’

அவன் இமைக்காமல் என்னைப் பார்த்தான். நான், ‘ஆயுதத்தோடை பேசுவம்… நீங்களும் ஆயுதங்கள் வச்சிருக்கிறியள்தானே?’ என்றேன்.

அவன், ‘அண்ணை விளையாடாதீங்க… ஆயுதத்தை வாங்க மாஸ்டர் சொன்னவர்’ என்றான்.

அவனுக்கு என்னைத் தெரியும் என்று நான் ஏற்கெனவே ஊகித் திருந்தேன். ‘ஆயுதத்தைக் குடுக்க முடியாது’ என்று நான் உறுதியாகச் சொன்னபடி எழுந்தேன்.

அவன் தத்தளித்தபின்னர் சட்டென்று முன்னால் நகர்ந்து என் கைகளைப் பிடித்தான். நான் என் துப்பாக்கியை எடுப்பதற்குள் அதை இன்னொரு கையால் பிடித்துக்கொண்டான். மோட்டா இளைஞன் பின்னால் சென்று என் தோள்களைப் பிடிக்க குடிகாரன் உதவிக்கு வந்தான். மூவருமாக என்னை இறுகப்பற்றி நாற்காலியுடன் சேர்த்து அமரச்செய்தார்கள். ஒற்றைக்கண்ணன் என் இடுப்பில் இருந்து துப்பாக்கியை எடுத்தபின் இடுப்பையும் சட்டைப்பைகளையும் பின்பக்கத்தையும் இரு கால்களையும் கைகளால் மேலோட்டமாகத் தடவிப்பார்த்தான். துப்பாக்கியை திறந்து ஆறு குண்டுகளையும் கைகளில் கொட்டி அரைக்கணம் பார்த்தான். கொஞ்சம் பெரிய காப்ஸ்யூல் மாத்திரைகள் போலிருந்தன அவை. அவன் அந்த மாத்திரை களைத் தன் சட்டைப்பைக்குள் கொட்டிக்கொண்டு துப்பாக்கியை மூடி என்னிடம் நீட்டினான். நான் அதை வாங்காமல் அவனையே கோபத் துடன் பார்த்தேன். ‘வாங்கிக்குங்க மாஸ்டர்’ என்றான் இன்னொரு இளைஞன். நான் பற்களைக் கடித்தபடி அதை வாங்கி என் இடுப்பில் செருகிக்கொண்டேன். அவர்கள் விலகி சுவரோரமாகவும் கதவருகிலும் நின்றார்கள். அறைக்குள் அவர்களின் நிழல்களால் வெளிச்சம் மங்கியது.

சிறீ மாஸ்டர் வரும் ஒலியைக் கேட்டேன். ஐயமில்லாமல் அது அவர்தான் எனக் காலடி ஓசையிலேயே உணர்ந்தன என் நுண்புலன்கள். வாசலில் வந்து நின்றபடி 'வணக்கம் தம்பி' என்றார். அவர் வெளிச்சத்தை மறைத்ததனால் நான் அவரது நிழலுருவையே கண்டேன்.

'மாஸ்டர் நீங்கள் ஆயுதம் வச்சிருக்கிறியளோ?' என்றேன்.

அவர் ஒன்றும் சொல்லாமல் உள்ளே வந்து அவர்களைப் பார்த்து லேசாகத் தலையை அசைத்தார். அவர்கள் மெல்ல வெளியேறினார்கள். மாஸ்டர் கதவைச் சாத்தி உள்ளே தாழிட்டார். அதன்பின் என் எதிரே நாற்காலியில் அமர்ந்தார்.

நான் மெல்ல உடல் தளர்ந்தேன். அந்த நாடகத்தை நானே நம்பி நடித் தமையால் என் உணர்ச்சிகள் எல்லாமே உண்மையாக இருந்தன. நிஜவாழ்க்கையில் எதையுமே நடிக்க முடியாது. நடிக்க நேர்வதை உண்மையென நம்புவதே நடிப்பதற்குச் சிறந்த வழி. மாஸ்டர் என்னிடம், 'வீரராகவனுக்கு உன்மேலே சந்தேகம் இருக்கு...' என்றார். நான் தலையசைத்தேன். 'பெரிசா இல்லை... கொஞ்சம். அந்தச் சந்தேகம் தீர்ந்தாச்சுன்னா உன்னை மேலே கொண்டு போவாங்க... அவங்களுக்கு வேற ஆள் இல்லை.' அவர் மெல்லிய குரலில் பேசுவது, வெளியே கேட்கலாகாது என்பதற்காக. அப்படியானால் அவரது காவலர்களிலேயே அவர் நம்பாத யாரோ இருக்கிறார்கள்.

நான் மெல்ல, 'அதுக்கு முன்னாடி நம்ம தரப்பு என்னை நம்பணும்' என்றேன்.

மாஸ்டர் திகைப்புடன் என்னை நிமிர்ந்து பார்த்தார். அவரது கண்களில் மிகக் கொஞ்சம்தான் அந்தத் திகைப்பு தெரிந்தது, ஊசியால் தொட்டு எடுத்த தங்க பஸ்பம் மாதிரி. ஆனால் அதுவே அவர் உள்ளூரக் குழம்பி விட்டார் என்பதைக் காட்டியது. அந்தக் குழப்பத்தில் அவர் மனம் துழாவிக்கொண்டிருக்கும்தோறும் அவர் கவனமற்றவராக ஆவார். அதுவே என் இலக்கு.

'என்ன சொல்றே?' என்றார்.

'ஒண்ணுமில்லை...' என்றேன்.

'உன்னை யார் நம்பலை?' என்றார் மாஸ்டர். நான் ஒன்றும் சொல்ல வில்லை.

'வேலை செய்றவன் குழப்பமா இருக்கக்கூடாது...' என்றபின் மாஸ்டர், 'டீ குடிக்கிறியா?' என்றார்.

நான் 'வேண்டாம்' என்றேன்.

மாஸ்டர், 'துப்பாக்கியை வேண்டினதைச் சொல்றியோ? அது இங்கே ஒரு நடைமுறை...'

நான் மெல்ல உடலை இலகுவாக்கினேன். 'வீரராகவனுக்கு எவ்வளவு தெரியும்னு ஒண்ணும் தெரியேல்லை' என்றேன். 'அவனுக்கு உங்க பேரு தெரிஞ்சிருக்கு.'

சிறீ மாஸ்டரின் கண்களில் சட்டென்று பாப்பாக்கள் விரிந்தன . 'எந்தப் பேரு?' என்றார்.

நான் அவரைப் பார்க்காமல் கண்களைக் கீழ்நோக்கிச் சரித்து, 'கமலநாதன் எண்டு' என்றேன்.

சிறீ மாஸ்டர் இருந்த நாற்காலி மெல்லக் கிரீச்சிட்டது. அவர் அரை நிமிடம் கழித்து 'அந்தப் பேரு என்னுடையது எண்டு உனக்கெப்படித் தெரியும்?' என்றார்.

'வீரராகவன் சொன்னவர்.'

சிறீ மாஸ்டர் மோவாயை வருடினார். நெற்றியை நீவி தலைமேல் இழுத்துவிட்டுக்கொண்டு 'வீரராகவன் கனக்கப் பேசுவாரோ?' என்றார்.

'கனக்க எண்டா... பேசுவார்' என்றேன்.

சட்டென்று சிறீ மாஸ்டர் தன் இரு கைகளையும் மடிமீது வைத்துக் கொண்டார். என் கண்களை நேருக்கு நேராகச் சந்தித்து, 'அங்க பெடியங்க எப்டி?' என்றார்.

'நல்ல பெடியங்கதான்...' நான் புன்னகை செய்து 'புளூஃபிலிம் பாக்கினம்' என்றேன்.

சிறீ மாஸ்டரும் புன்னகைசெய்து, 'இஞ்சையும் எல்லாப் பெடியங்களும் அதுதான் பாக்கினம்..' என்றார்.

அவர் கைகளையே என் எல்லா நுண்புலன்களும் கவனித்தன. ஆனால் கண்கள், அவர் கண்களையே பார்த்தன. அவரது கைகள், அவை என்ன நினைக்கின்றன? அவை உறுதியாகத் தொடைமீது கிடந்தன. தூங்கும் பாம்பு போல. சட்டென்று படமெடுத்து... 'அங்க பெடியங்களுக்கு பணமெண்டு கனக்கக் குடுக்கினமோ?' என்றார் மாஸ்டர்.

நான் 'பணம் குடுப்பினம் எண்டுதான் நினைக்கிறன். நான் கேக்கிற தில்லை' என்றேன்.

'நான் உனக்கு ஒண்டு காட்டுறன்...' என்றபடி மாஸ்டர் எழுந்தார். 'அதிலே ஒருத்தன் உன்னைப்பத்தி என்னெண்டு சொல்றான்னு பாரு.'

அவர் நாற்காலியிலிருந்து எழுந்து சுவரில் பதிக்கப்பட்டிருந்த சிறிய அலமாரியை நோக்கிச் சென்று அதைத் திறக்கும் சில கணங்களுக்குள் நான் இடக்கையால் என் இடுப்பிலிருந்த துப்பாக்கியை எடுத்து அதே கணம் வலக்கையால் புஜத்தில் ஒட்டியிருந்த கார்ட்ரிட்ஜைப் பிய்த்து, திறந்த துப்பாக்கிக்குள் போட்டு அவரை முதுகில் இதயத்துக்குப் பின்னால் சுட்டேன். ட்ட்டுய்ய் என்று சீறியபடி ஒரு சிறிய புறா கையிலிருந்து எம்ப முனைவதுபோல துப்பாக்கி அதிர்ந்தது. மாஸ்டர் அதிர்ந்து திரும்பி பின்னால் தள்ளாடி வலக்கையால் அலமாரிக் கதவைப் பிடித்தபடி கீழே சரிந்தார். மரண அவஸ்தையில் அவரது கால்கள் இழுபட்டு கைகள் விரிந்தபோது அவரது இடதுகையில் ஒரு பாயின்ட் 22 சிறு துப்பாக்கி இருந்தது. என்னுடைய குண்டு சரியாக அவரது இதயத்தைத் துளைத்து, சுவரில் பட்டு, சுவரும் பெயர்ந் திருந்தது. சுவர் காரை பெயர்ந்து உள்ளே இருந்த சுடாத செங்கல்லால் ஆன சுவரின் செம்மண்ணைக் காட்டியது. தரையின் பழுதடைந்த சிமிண்ட் பரப்பில் ரத்தம் சிவப்புப் பாலிதீன் தாள் போலப் பரவியது. சிறீ மாஸ்டரின் வலதுகாலின் கட்டை விரல் மட்டும் ஏதோ நூலில் மாட்டிக்கொண்டு இழுபடுவது போல விரைத்து அதிர்ந்தது. ஒருகண் மூடியிருக்க இன்னொரு கண் பாதி திறந்து உள்ளே இருந்த வெள்ளை யைக் காட்டியது. பெருமூச்சுடன் நான் மூடிய கதவைப் பார்த்தேன். யாரும் கவனிப்பதாகத் தெரியவில்லை. மெல்லக் குனிந்து அவரது உடலைத் துழாவினேன். சட்டைப் பைகளைப் பார்த்தேன். கொஞ்சம் ரூபாய், வில்ஸ் ஃபில்டர் சிகரெட் ஒரு பாக்கெட். ஒரு சாவிக்கொத்து. ஒரு சிறிய பாக்கெட்...

நான் அதைக் கையில் எடுத்துப்பார்த்தேன். ஒரு கோகினூர் ஆணுறை. அது ஆச்சரியமாக இருந்தது. என் சட்டைக்குள் போட்டுக்கொண்டேன். மலக்குடலுக்குள் எதையாவது வைத்திருக்கிறாரா? அவரது செல்ஃபோனைத் தேடிப்பார்த்தேன். கிடைக்கவில்லை. சட்டென்று ஓர் எண்ணம் வந்து அவரது உள்ஜட்டிக்குள் பை இருக்கிறதா என்று பார்த்தேன். இருந்தது. அதற்குள் நான் வைத்திருந்தது போலவே மெல்லிய சிறிய செல்ஃபோன் இருந்தது. அதை எடுத்துப் பார்த்தேன். கடைசியாக ஒரு குறுஞ்செய்தி வந்திருந்தது. 'Talk' என்ற ஒரே சொல். வேறெந்தப் பதிவும் இல்லை. அதை என் கைரேகைகள் இல்லாமல் நன்றாகத்துடைத்துவிட்டு சட்டையிலேயே திரும்ப வைத்துவிட்டேன்.

மாஸ்டரின் குருதி பெரிய பூ இதழ் விரிவது போல விரிந்தது. அதன் விளிம்புகள் தரையின் தூசியைப் பற்றிக்கொண்டு சுருண்டு வளைந்து முன்னால் நகர்ந்தன. அது நகர்வதன் பொருபொரு ஒலியைக்கூடக் கேட்கமுடியுமென ஒரு மனப்பிரமை ஏற்பட்டது. ஒரு நிமிடம் நான் அந்த ரத்தப்பரவலையே பார்த்துக்கொண்டிருந்தேன். மு.தளையசிங்கம்

எழுதிய 'ரத்தம்' என்ற கதை நினைவுக்கு வந்தது. அதுவே உயிருள்ள ஓர் இருப்புபோல கைகால்கள் இல்லாமலேயே தரையை அள்ளி தன்னுள் சுருட்டிக்கொண்டு நகர்ந்தது. அந்த வசீகரமான செந்நிறம்... ஒருவகையான பிளாஸ்டிக் பளபளப்பு... சட்டென்று என் மனம் விழித்துக்கொண்டது. குருதி வீச்சம் அவர்களுக்கு உடனே தெரிந்துவிடும். அதை நன்கறிந்தவர்களாகவே இருப்பார்கள்.

நான் பின்பக்கம் வெளியேற வழி இருக்கிறதா என்று பார்த்தேன். அந்தக் கூடத்தை ஒட்டி ஓர் அறை, ஒரு கழிப்பறை. கழிப்பறையின் சாளரம் உயரமானதாகவும் சிறிதாகவும் இருந்தது. அறைக்குச் சன்னலே இல்லை. அதற்குள் கொடியில் ஏழெட்டு சாரன்கள், சுவர்மூலையில் சாய்த்துவைக்கப்பட்ட கோரைப்பாய்கள், சில டிரங்குப்பெட்டிகள்... வேறு வழியே இல்லை.

நான் சிறீ மாஸ்டரின் துப்பாக்கியை எடுத்துக்கொண்டு கதவைத் திறந்தேன். திறந்த கணமே வெளியே பாய்ந்து படிகளின் நடுவில் குனிந்து நின்று செல்ஃபோனில் பேசிக்கொண்டிருந்த ஒற்றைக் கண்ணனை அவன் திகைத்து மேலே பார்த்த பார்வையுடன் சேர்த்து தோளில் சுட்டு வீழ்த்தினேன். படியில் அமர்ந்திருந்த இன்னொரு குண்டன் எழுந்து படபடப்பாக குறியே வைக்காமல் சுட ஆரம்பித்தான். என்னைத்தாண்டி விஷ் விஷ் என்று குண்டுகள் சென்ற ஒலியில் நான் என்றோ மறந்த அந்த ஆதிக்குதூகலம் மீண்டு வந்தது. என் கண்கள், காதுகள், மூக்கு... என் உடலின் ஒவ்வொரு செல்லும் உயிர்த் துடிப்புடன் இருந்தன. என் மூளை நூறு மூளைகளின் கூர்மை கொண்டிருந்தது.

அவன் என்னிடமிருந்து தப்ப படிகளின் நுழைவாயிலுக்கு அப்பால் சென்று பக்கவாட்டில் நகர்ந்து சுவருக்குள் ஒண்டிக்கொண்டு சுட்டான். நான் திகைத்துச் செயலற்று நின்றிருந்த குடிகாரனை நெற்றிப்பொட்டில் சுட்டு வீழ்த்தினேன். கண்முன் ஒருவன் சடலமாக விழுவது என்பது பெரும்பாலானவர்களைச் சில நிமிடங்கள் செயல் இழக்கச் செய்து விடும். அந்த நேரத்தைப் பயன்படுத்திக்கொண்டு நான் நேராக அதே திசைக்கு ஓடி சடலத்தை மிதித்து வெளியே பாய்ந்தேன். அதற்குள் தெருவெங்கும் பலர் திகைப்பும் ஆர்வமுமாக வேடிக்கை பார்த்தார்கள். குண்டன் திரும்பி என்னை நோக்கிச் சுட்டான். குண்டு எதிர்க் கட்டடத்தின் கூரையின் ஓடுகளைச் சிதறடித்தது. நான் அவனை வயிற்றில் சுட்டு மடங்கி விழச்செய்தேன். தெருவில் பாய்ந்து வேடிக்கை பார்த்தவர்களைத் தோளால் இடித்துத் தள்ளிவிட்டு ஓடினேன்.

தெருவெங்கும் முகங்கள். கடைகளில் இருந்துகூட பரபரப்புடன் எட்டிப்பார்த்தார்கள். ஆட்டோக்கள் நின்று தயங்க, உள்ளிருந்து

தலைகள் நீண்டன. கையில் ஓயர்கூடையுடன் ஒரு தடித்த அம்மாள் - இடுப்பில் இருந்த குழந்தை பெரிய கண்களுடன் விழித்துப்பார்க்க - தெருநடுவே நின்றிருந்தாள். அந்த மக்கள் எவருக்கும் துப்பாக்கியால் சுடுவது என்பதன் தீவிரம் புரியவில்லை. ஒரு கத்தி அவர்களை அஞ்ச வைக்கும் அளவுக்கு துப்பாக்கி அஞ்ச வைக்கவில்லை. அவர்கள் என்ன நடக்கிறதென்றே புரிந்துகொள்ளவில்லை என்று பட்டது. யாரோ ஏதோ செய்துவிட்டு ஓடுகிறார்கள், பட்டாசு போலச் சத்தம் கேட்கிறது, அவ்வளவுதான் அவர்களுக்குப் புரிந்திருக்கும். நான் பக்கவாட்டில் ஒரு சந்தில் திரும்பி இரு முறை மீண்டும் திரும்பி, சாலைக்கு வந்தேன். அவ்வழியாகச் சென்ற ஓர் ஆட்டோவை நிறுத்தி ஏறிக்கொண்டேன்.

8

நான் அலுவலகத்துக்கு நெடுந்தூரம் முன்னரே ஆட்டோவை நிறுத்தி விட்டு இறங்கி சிறுசந்துகள் வழியாக நடந்து அலுவலகத்தை அடைந்தேன். உள்ளே நான் நுழையும் ஒலியில் அத்தனைபேரும் திடுக்கிடுவதைக் கண்டேன். என்ன நடந்தது என்று அவர்களுக்குத் தெரியும் என்று ஊகித்தேன். பேசாமல் உள்ளே சென்று மாடிக்கு ஏறினேன். ஆண்டனி பின்னால் வந்து, நான் சட்டையைக் கழற்றுவதை அறைவாசலில் நின்றபடி பார்த்தான். ஜீன்ஸைக் கழற்றாமல் பாயைப் போட்டு அப்படியே படுத்துக்கொண்டேன். நன்றாகவே வேர்த்தது. ஆண்டனி மின்விசிறியைப் போட்டான். நான் என்ன என்பது போலப் பார்த்தேன். 'அரை மணிநேரத்திலே வண்டி வந்திரும்னு சொன்னவர்...'

நான் தலையசைத்ததும் அவன் பின்வாங்கிச்சென்றான். கண்ணைமூடிக் கொண்டு நான் விட்ட இடத்திலிருந்து நடந்தவற்றை வரிசையாக யோசிக்க ஆரம்பித்தேன். படகில் ஏறியது, படகிலிருந்த ஒவ்வொரு வருடைய முகங்கள், படகில் எழுதப்பட்டிருந்த பெயர் - செயிண்ட் செபாஸ்டின், அதன் எண், அதில் தொங்கிய நைலான் கயிற்றுச் சுருள்களின் எண்ணிக்கை... நான் சற்றுநேரத்திலேயே நன்றாகத் தூங்கி விட்டேன். எங்கோ ஒரு நாயின் குரைப்பொலி கேட்டது. நான் சிறுவர் களுடன் உற்சாகமாகப் பள்ளிக்குச் சென்றுகொண்டிருந்தேன். வேலியில் ஓணான்கள்மேல் கற்களை வீசி, அடிபட்ட ஓணான் துள்ளிக் கிறங்கி விழுந்து வட்டம் சுற்றி வால் விறைத்துக் கிடக்கும்போது வால்நுனி யைப் பிடித்துத்தூக்கி, இருப்பதிலேயே பயந்தாங்குளிப் பையனாகிய கனகன்மேல் போடுவதற்காகத் துரத்திச் சென்றேன். சிரிப்புகள், தூசுமணம், வெயில்மணம்... தூரத்தில் தெரிந்த கடலின் ஒளி...

கதவு ஒலித்ததைக் கேட்டு எழுந்து அமர்ந்தேன். ஆண்டனி, 'மாஸ்டர், கார் வந்திருக்கு' என்றான். நான் எழுந்து என் சட்டையைப் போட்டுக் கொண்டு, சாரனை மட்டும் ஒரு செய்தித்தாளில் பொதிந்து எடுத்துக் கொண்டேன். வேறு உடைகளாக நான்கு சட்டைகளும் இரு ஜீன்ஸ் களும் இருந்தன. அவை அழுக்கில் கிடந்தன. எதுவுமே சொல்லாமல்

கூடத்துக்கு வந்தேன். பையன்கள் வந்து கூடி நின்றார்கள். சிலர் தலைகுனிந்து; சிலர் ஓரக்கண்ணால் பார்த்தபடி. 'வாரேன்' என்று பொதுவாகச் சொல்லிவிட்டு நான் வெளியே சென்றேன். அவர்களிடம் உருவான உணர்ச்சி எது என ஊகிக்க முடியவில்லை. உடல் வியர்த்திருந்தது; இன்னொரு குளியல் போட்டிருந்திருக்கலாம். ஆனால் நேரமில்லை. சாலை முனையில் இருந்த அம்பாசிடர் காரின் கதவு திறந்து போலீஸ் முகம் ஒன்று உணர்ச்சியில்லாமல் என்னைப் பார்த்தது. நான் ஏறிக்கொண்டதும் கார் ஹான் ஹாங் என ஆரனடித்தபடி கூட்டத்தினுள் மூழ்கி மூழ்கிச் சென்றது.

நகரத்துக்கு நடுவே ஒரு பழைய நடுத்தர தங்கும்விடுதிக்கு என்னைக் கொண்டுசென்றார்கள். கட்டடம் பழையதாக இருந்தாலும் அதற்கு விசாலமான கார் பார்க்கிங் இடம் இருந்தது. கீழே ஒரு சைவ ஓட்டல், பழைய கனமான தேக்கு மேஜை நாற்காலிகளுடன் இருக்க, அதன் முதலாளிதான் விடுதிக்கும் பொறுப்பு என அவருக்குப் பின்னால் சாவிகள் தொங்கவிடப்பட்ட பலகை காட்டியது. என்னை இட்டுச் சென்றவன் சென்று எண்ணைச் சொன்னதும் அவர் ஒரு சாவியை நீட்டினார். அவருக்குப் பின்னால் சென்ற சிமிண்ட் பொளிந்த படிகளில் ஏறி மேலே பால்கனிக்குச் சென்று நான்காவது அறையின் பூட்டைத் திறந்து உள்ளே சென்றோம். மின்விசிறியைப் போட்டுக்கொண்டு கட்டிலில் அமர்ந்தேன். கட்டிலில் விரிப்பு, சலவைசெய்யப்பட்டதாக இருந்தாலும் மெத்தை உள்ளே கரடுமுரடாக இருப்பது தெரிந்தது, வைக்கோல்மேல் போர்வையைப் போர்த்தியது போல. சுவரில் ஏராளமான ஆணித்துளைகள்.

காவலர் ஒன்றுமே சொல்லாமல் மெல்லத் தலையை அசைத்துவிட்டு வெளியே சென்றார். நான் சட்டையையும் ஜீன்ஸையும் கழட்டி ஸ்டேண்டில் மாட்டிவிட்டு சாரனைக் கட்டியபின்பு கட்டிலில் கால்நீட்டிப் படுத்துக்கொண்டேன். நகர்த்தக்கூடிய வகையிலான ஸ்டாண்டில் ஒரு போர்ட்டபிள் கலர் டிவி இருந்தது. அதைப் போட்டுவிட்டு ரிமோட் கண்ட்ரோலைத் தேடிக் கண்டுபிடித்தேன். அதுவரை அது இந்தியில் கூச்சலிட்டபடி செய்தி சொல்லிக்கொண்டிருந்தது. நான் இடங்களை மாற்றி சன் டிவியில் பாடல்களைக் கண்டுகொண்டு அவற்றை வைத்தேன். எழுபதுகளின் பாடல்கள். 'இதயம் போகுதே எனையே பிரிந்தே' ரத்தியின் நெடுநெடு உடம்பு, கனத்த மூக்கு மேல் மூக்குத்தி, சிரிக்கும் கண்கள். மடியில் தலையணையை வைத்துக்கொண்டு டிவியையே பார்த்துக்கொண்டிருந்தேன். அதன்பின்னர் 'புத்தம்புதுக் காலை பொன்னிற வேளை.'

பொழுது முறுகுவது என என் அம்மா சொல்வாள். வெளியே வெயிலின் நிறம் மாறிவிட்டிருந்ததை உள்ளேயே தெரிந்துகொண்டேன். நிழல்கள்

சுவரிலும் கூரையிலும் அசைந்தன. பக்கத்து அறையில் டிவியில் ஏதோ சினிமா ஓடிக்கொண்டிருந்தது. பின்னணி இசை இரைச்சலாக ஏதோ சண்டைக் காட்சியைப் பின்தொடர்ந்தது. நான் எழுந்து கழிப்பறைக் குள் சென்று முகம் கழுவிக்கொண்டேன். எப்படி விடுதிப் பையனை அழைப்பதென்று தெரியவில்லை. தேடியபோது கதவருகே ஒரு பித்தானைக் கண்டேன். அதை அழுத்தியபின் மெத்தையில் அமர்ந்து கொண்டேன். கருப்பு நிறமுள்ள துடிப்பான பதினைந்து வயதுப் பையன் வந்து, 'என்ன சார்?' என்றான்.

'டீ' என்றேன்.

'டீ வெளியே வாங்கணும் சார்... காபின்னா இங்கியே கெடைக்கும்...' என்றான்.

நான் தயங்க, 'இங்க காபி நல்லா இருக்கும் சார்.'

காபி வந்தது. டபரா கறையாக இருந்தாலும் காபி கெட்டியாகவும் கசப்பாகவும் சுவையாகவே இருந்தது. குடித்துவிட்டு கழிப்பறைக்குச் சென்று வாஷ்பேசினில் வாயைக் கழுவிக்கொண்டேன். மீண்டும் டிவியைப் போட்டால் பாடல்கள் முடிந்துவிட்டிருந்தன. புள்ளிகளை மாற்றி மாற்றித் தேடியபோது கருப்பாக நீள முகமுள்ள ஒரு பெண் செய்தி வாசிக்கும் உள்ளூர் சேனலைக் கண்டேன். அவள் கற்றுக்குட்டித் தனமாக, தாள்களைப் புரட்டியபடி, கரிய முகத்தில் அவ்வப்போது மட்டும் வெண்விழிகள் எழுந்து தெரிய கேமராவைப் பார்த்து, பற்றற்ற குரலில் வாசித்துச் சென்றாள். அமைச்சரின் வருகை. கட்சிக்காரர்கள் நடுவே கொடிகட்டுவதில் தகராறு. மஞ்சப்பள்ளம் அருகே ஓர் எருமை கிணற்றில் விழுந்து அதைத் தீயணைக்கும் படையினர் கயிறு கட்டித் தூக்குவதை நெடுநேரம் காட்டினார்கள். உள்ளூர் கம்ப்யூட்டர் பையன்கள் வடிவமைத்த சேனலின் எம்ப்ளமும் கத்துக்குட்டித்தனமாக வந்து சுற்றி ஒலித்துவிட்டுச் சென்றது. அவ்வளவுதான்.

மீண்டும் செய்தி வந்தபோது கொலைகளைக் காட்டினார்கள். அதிக நேரம் இல்லை. சரசரவென காட்சிகள் மறைந்தன. ரியல் எஸ்டேட் தகராறில் வரதராஜ அய்யர் என்பவர் சுட்டுக்கொல்லப்பட்டிருந்தார். அவரது ஒரு காவலர் மரணம், இரண்டு காவலர்களுக்கு குண்டுக்காயம். ஒருவரின் நிலை மிகவும் கவலைக்கிடம். குற்றவாளிகளைத் தேடிப் பிடித்துவிடுவோம் என சப் இன்ஸ்பெக்டர் ஒருவர் கண்களைச் சுருக்கிய படிச் சொன்னார்.

வெளியே நன்றாக இருட்டி தெருவிளக்குகள் எரிய ஆரம்பித்தன. மாலைக்கே உரிய ஒளிமயக்கம். வராண்டாவில் கேட்ட காலடிச் சத்தமே வீரராகவனின் வருகையைக் காட்டியது எனக்கு. நான் எழுந்து

டிவியை அணைத்துவிட்டு சட்டையைப் போட்டுக்கொண்டேன். வீரராகவன் என் அறை வாசலில் ஒருகணம் நின்று கதவைத் தட்டினார்.

'வாருங்க' என்றேன். அவர் உள்ளே வந்தார்.

சாதாரணமாக கதர்ச்சட்டையும் பேண்டும் அணிந்து கையில் ஒரு தோல்பை வைத்திருந்தார். உள்ளே வந்து 'கதவை திறக்கப்படாது? இந்தப் புழுக்கம் புழுங்குது?' என்றபடி நாற்காலியில் அமர்ந்துகொண்டார். நான் ஒன்றும் சொல்லவில்லை. 'மேலே கேட்டாங்க... சொன்னேன். உன்னைப்பத்தி விரிவாக் கேட்டாங்க... ஃபோட்டோ ஃபிங்கர்பிரிண்ட் எல்லாமே அனுப்பியாச்சு... டெல்லிக்கு அனுப்பிடுன்னு சொன்னாங்க' என்றார் என்னைக் கூர்ந்து பார்த்தபடி. நான் இதற்கும் ஒன்றும் சொல்ல வில்லை. அவர், 'நல்ல வேலை... கச்சிதமா... ஆனால் மூணுபேர் செத்தது கொஞ்சம் ஜாஸ்தி... பரவால்லை' என்றார்.

'மூணு பேரா?'

'ஆமா... வாசலிலே நின்னவன் வயித்துக்குள்ள குண்டுபோய் பாங்கிரியாசைக் கிழிச்சுட்டுது... எல்லாம் அமுக்கியாச்சு. பப்ளிக்குக்கு எதுனா அடிபட்டிருந்தா வம்பாயிருந்திருக்கும்...'

'நான் பாத்துத்தான் சுட்டேன்...'

'நீ பாத்து சுட்டிருப்பே... அவனுக கண்மூடித்தனமால்ல சுட்டிருக் காங்க.' நான் தலையசைத்தேன். 'பரவால்ல, ஒரு மாதிரி முடிஞ்சது... இங்க அவன் எட்டு வருஷமா இருந்திட்டிருக்கான்... அவன் எங்காளா அவங்காளான்னு சந்தேகம்...' நான் அரைக்கணம் விழி தூக்கிவிட்டேன். வீரராகவன் சிரித்து, 'அதை இதிலே உள்ள எல்லாரைப்பத்தியும் சொல்லலாம். டபுள்கேம் ஆடாம இதிலே இருக்கவே முடியாது. டபுள் கேமுக்கு டபுள்கேம்.. அப்டியே போகும். கடைசியிலே எங்க இருக்கோம்னு அவனுக்கே தெரியாதுன்னு நெனைக்கிறேன்.' என் முகம் நான் விரும்பியபடி இருந்தது. பெருமூச்சுடன் வீரராகவன், 'அப்ப இந்தப் பையிலே மத்த விஷயங்க இருக்கு. வடக்கே போறதுக் கான டிக்கெட்டு, ஐடி கார்டு, புது செல்ஃபோன்... எல்லாம். அங்க உன்னை நம்மாளு வந்து பாத்துக்குவான்...' அவர் பையை நீட்டினார். நான் அதைத் திறந்தேன். அதற்குள் பணம் இருந்தது. 'எழுவத் தஞ்சாயிரம் ரூபா இருக்கு... கூடவே இருக்கிற டெபிட் கார்டுலே மேக் கொண்டு நாலு லட்சம்... தாளிலே பாஸ்வேர்ட் எழுதியிருக்கேன்... எந்த ஏடியெம்மிலேயும் எடுத்துக்கிடலாம்...' சரி என்று நான் தலை யசைத்தேன். 'துப்பாக்கி வச்சிருக்கியா?' நான் தலையசைத்தேன். 'குடுத்திரு... ரயிலிலே எவனாம் செக் பண்ணப்போய் புடிச்சான்னா வம்பு.' நான் அவர் தந்த துப்பாக்கியைக் கொடுத்தேன். அவர் அதை

வாங்கியபடி 'அந்த இன்னொரு கன்னு?' என்றார். பிணங்களில் வேறு குண்டைப் பார்த்திருப்பார். நான் அதையும் நீட்டினேன். அவர் வாங்கிக் கொண்டு 'சரி...' என்றார்.

இருவரும் ஒரு கணம் பார்த்துக்கொண்டிருந்தோம். அவர் 'காலம்பற நாலு அம்பதுக்கு ரயில்... ரைட் டைமுக்கு வந்திரும்...' என்றார்.

நான் 'சரி' என்றேன்.

அவர் சட்டென்று எழுந்துகொண்டு 'வெல்... பாப்பம்...' என்றபடி கை நீட்டினார். நான் அவருக்குக் கைகொடுத்தேன். அவர் கிளம்பும்போது சாதாரணமாக, 'கார்டிரிட்ஜை எங்க வச்சிருந்தே?' என்றார்.

'புஜத்திலே.'

'ஓ...' என்றபடி ஒரு சிறு ஏப்பம் விட்டு, 'நல்ல வேளை அவனுக சரியா செக் பண்ணலை... லக்குதான்... வரேன்' என்றபின் கிளம்பிச் சென்றார்.

நான் கதவை மூடிக்கொண்டு கட்டிலில் படுத்து மீண்டும் டிவியைப் போட்டேன். அந்தி நிகழ்ச்சிகள் ஆரம்பமாகிவிட்டிருந்தன. அறையின் இருளில் டிவி இன்னமும் ஒளியுடன் தெரிவது போலிருந்தது.

எட்டரை மணிக்கு நான் பையனை அழைத்து தோசையும் வடையும் கொண்டுவரச் சொல்லி சாப்பிட்டேன். பையைத்திறந்து அதற்குள் இருந்த பணத்தைப் பார்த்தேன். கட்டுக்கட்டாக பச்சை நோட்டுகள். வழவழவென்று அவற்றைத் தொட்டபோது ஒரு சிறு கிளர்ச்சி ஏற்பட்டது. ஜீன்ஸைப் போட்டுக்கொண்டு பையுடன் வெளியே சென்றேன். கடைக்குச் சென்று இன்னொரு சாரனும் இரு ஜீன்ஸுகளும் நான்கு சட்டைகளும் ஒரு நல்ல சிறுபெட்டியும் வாங்கிக்கொண்டேன். ஒரு டூத்பிரஷ், டூத் பேஸ்ட், சோப்பு, சவரப்பொருள்கள், ஒரு பேனா ஆகியவற்றையும் வாங்கிக்கொண்டு குமுதம், விகடன், இந்தியா டுடே, ஜூனியர் விகடன் எனக் கையிலகப்பட்ட அனைத்தையும் வாங்கிவிட்டு அறைக்குத் திரும்பினேன். எல்லாவற்றையும் பெட்டிக்குள் வைத்தபின் சட்டையைக் கழற்றும்போது அந்த ஆணுறை கீழே விழுந்தது.

அதைக் கையில் எடுத்து ஒரு நிமிடம் பார்த்துக்கொண்டு நின்றேன். பின்பு கைப்பையை எடுத்துக்கொண்டு படிகளில் இறங்கி ஒரு ஆட்டோவை நிறுத்தி ஏறி ரெஜினாவின் வீட்டுக்குச் சென்றேன். செல்லும் வழி முழுக்க சீட் நுனியிலேயே கம்பியைப் பிடித்துக் கொண்டு அமர்ந்திருந்தேன். ஆட்டோவை அனுப்பியபின்பு அவள் கேட் வாசலை நெருங்கினேன். அதைச் சாத்தியிருப்பார்களா என்று ஐயப்பட்டேன். ஆனால் அதற்குக் கொக்கியே இல்லை. படிகளில்

ஏறிச் செல்லும்போது வீரராகவன் இருப்பாரா என்ற எண்ணம் அரைக்கணம் மின்னிச் சென்றது. கதவைத் திடமாகத் தட்டினேன்.

'யாரு?' என்று ரெஜினாவின் குரல்.

'நாந்தான்...' மேலும் ஒரு நிமிடத் தயக்கம். 'நாளைக்கு வாங்க.'

'கதவத் தெறடீ...'

'போங்க...'

'திறக்கயில்லைன்னா ஒடைப்பேன்' என்று நிதானமான குரலில் சொன்னேன்.

கதவு திறந்தது. அந்தத் தாழ்விலகியதுமே நான் தள்ளித் திறந்து உள்ளே நுழைந்து கதவைத் தாழிட்டேன். அவளை வாரி என்னுடன் சேர்த்துக் கொண்டு வெறியுடன் அவள் இதழ்களைக் கவ்விக்கொண்டேன். அவள் அதை எதிர்பார்த்தவள் போல சிறிய விறைப்புக்குப் பின் தளர்ந்து எனக்கு உடலைக் கொடுத்தாள். அவளை நான் இரையைக் கிழித்து உண்ணும் மிருகம் போலக் கையாண்டேன். என்னுடைய உறுமல்களையும் மூச்சிறைப்பையும் சிலகணங்களில் நானே கேட்க முடிந்தது. அந்த ஆணுறையை நான் அணிந்தபோது என் முதுகெலும்பு பனிக்கட்டியால் ஆனதுபோல, என் மூளைக்குள் அந்தச் சில்லிப்பு பரவுவது போல, இருந்தது. அவளிடம் முலைப்பாலின் ருசி இருந்தது. அசட்டுத் தித்திப்பு கொண்ட பச்சைப்பால். அவள் உடைகளிலும் அக்குளிலும், திரிந்த முலைப்பாலின் வீச்சம்.

அவளுடைய கனத்த முலைகள்மேல் கிடந்தபடி நான் அந்த ஆணுறை யைப் பற்றியே நினைத்துக்கொண்டிருந்தேன். பின்பு எழுந்து சப்பண மிட்டு அமர்ந்தபடி எட்டி என் ஜீன்சை எடுத்தேன். பீடியைப் பற்ற வைத்தபடி அவளைப் பார்த்தேன். முலைகள் மேல் முலைகள் அமர்ந் திருக்க ஒருக்களித்துப் படுத்திருந்தாள். பெரிய இடுப்பு உருண்டு எழுந்து தெரிந்தது. சப்பிய புஜங்கள், கலைந்த தலைமுடி. அவளிடம் அந்த ஆணுறையைப் பற்றிச் சொன்னால் என்ன? ஆனால் அவளுக்குப் புரியாது. அவள் நிச்சிந்தையாகப் படுத்திருப்பது போலிருந்தது. உடலுக்கு இன்னமும் மெருகு வந்திருந்தது. வீட்டுக்குள் ஒரு சிறிய ஃபிரிட்ஜ் புதிதாக வந்திருந்தது. அவளைப் புண்படுத்த விரும்பினேன்; ஒரு நிமிடம் அவள் மனமுடைந்து கண்ணீர் விட்டால் போதும், நான் கிளம்பிவிட முடியும்.

எழுந்து சோம்பல் முறித்தபடி 'பிரிட்ஜ் புதிசா?' என்றேன்.

அவள் எழுந்து அமர்ந்து முலைகள் அசைய தலைமயிரைச் சுருட்டிக் கட்டியபடி 'ம்ம்' என்றாள்.

'வீரராகவன் வாங்கிக் கொடுத்தாரா?'

'பணம் குடுத்தவர்.'

அவளை அது ஒன்றுமே செய்யாது. என்ன செய்வது? நான் அறைக்குள் திரும்பியபோது படுக்கையறையின் சுவரில் ஜோர்ஜின் படத்தைப் பார்த்தேன். அதற்கு ஒரு சவ்வாதுமாலை போடப்பட்டிருந்தது. அருகே இன்னொரு படம். அதில் ஜோர்ஜும் ரெஜினாவும் அந்தக் குழந்தையும் இருந்தார்கள். ஜோர்ஜ் உற்சாகமாகச் சிரித்துக்கொண்டு கண்களைச் சுருக்கி கேமராவைப் பார்த்தான். அவன் தலைமுடி நுரைபோலப் பம்மியிருக்க குழந்தையின் தலைமயிரும்- என் மூளை சற்று அதிர்ந்தது. அந்தக் குழந்தை இப்போதிருக்கும் படம் அது. எங்கோ ஸ்டுடியோவில் கொடுத்து ஒட்டுவேலை செய்திருக்கிறாள்.

'பிள்ளைக்கு பால் குடுக்குறியோ?' என்றேன். அவள் கண்களில் ஒளி தெரிந்து மறைய உதடுகள் அழுந்தின. 'வேறே நல்ல சைல்ட் ஃபுட் குடுக்கணும்... பத்தாமப் போயிடும்' என்றபின் கழிப்பறை நோக்கிச் சென்றேன். அவளுடைய நிழல் என் முன்னால் சுவரில் தெரிந்தது. அவள் கைகளை அசைத்தபோது என் அகம் திடுக்கிட்டது, அவள் ஒரு துப்பாக்கியை எடுக்கப்போவதுபோல. அப்படி அவள் சுட்டால்கூட நன்றாகத்தான் இருக்கும். அந்த நிழலின் அசைவில் தெரிந்த மனவேதனை என் மனத்தை இலகுவாக்கியது. கழிப்பறைக்குள் சென்று சாத்திவிட்டு அந்த ஆணுறையை எடுத்துப் போட்டு பிளஷ் செய்தபோது கழிப்பறைக்குள் வீரராகவன் இருந்திருந்தால் என்ன செய்திருப்பேன் என்ற எண்ணம் வந்தது. அக்கணம் இன்னொரு மூளை மின்னல். டெல்லிக்கு என்னை அனுப்புவதைப் பற்றி என்னிடம் சொன்னபோது வீரராகவனின் கண்களில் கூரிய சிறு ஊசிமுனை தெரிந்ததை அப்போதுதான் உணர்ந்தேன். நான் டெல்லிக்குச் செல்வதில் என்ன வகையான ஆர்வம் காட்டுகிறேன் என்று கவனித்திருக்கிறார்.

அவரது சொற்களை ஒவ்வொன்றாக முகபாவனைகளுடன் நினைவில் மீட்டினேன். கிளம்பும்போது அவர் பேசியது மிக அப்பட்டமாகத் தெரிந்து, அடச்சே எப்படி அதைக் கவனிக்க விட்டேன் என்று என் நெற்றியை நானே அறைந்துகொண்டேன். ஓர் உரையாடலுக்குப் பின்னர் ஒருவர் கடைசியாகக் கிளம்பும்போது பேசும் சொற்கள் மிக முக்கியமானவை. அவர் அவற்றைச் சொல்லத்தான் வந்திருக்கிறார். அவற்றை அவர் உருவாக்க முடியாமலிருந்திருக்கலாம், சந்தர்ப்பம் தேடி அமையாது போயிருந்திருக்கலாம், தயங்கியிருக்கலாம், ஆனால் சொல்லாமல் போகவும் முடியாதவை அவை. என் கண்களைக் கவனிக்காமல் அவர் பேசியது இன்னமும் முக்கியமானது. என்னை அவர்கள் சரியாகச் சோதிக்காமல் விட்டதற்கு ஏதாவது காரணம்

இருக்குமா என்று நினைக்கிறார். அந்த வரியில் இருந்து பின்னால் சென்றபோது டபிள்கேம் பற்றி அவர் சொன்ன வரிகள் இன்னமும் தெளிவாக அமைந்தன.

ஆனால் அவருக்கு இன்னும் உறுதி இல்லை. கொஞ்சமாவது உறுதி இருந்திருந்தால் கண்டிப்பாக அவர் எதுவுமே கேட்டிருக்கமாட்டார். அவர் குழம்பியிருக்கிறார். அநேகமாக இன்றிரவுக்குள் அவர் ஒரு முடிவை அடைந்துவிடுவார். நான் டெல்லி சென்று சேர்வேனா இல்லையா என இன்றிரவு முடிவாகிவிடும். நான் எனக்குள் இருந்து செல்ஃபோனை எடுத்தேன். அதில் முழுமையான சார்ஜ் இருந்தது. ஆன் செய்து காத்திருந்தேன். எந்தச் செய்தியும் இல்லை. பின்னர் செய்திவந்த எண்ணுக்கு ஒரு செய்தியை அனுப்பினேன். 'வீரா சந்தேகப் படுகிறார்.' அது போகிறதா என்று பார்த்தேன். சென்றது. நான் கை களைக் கழுவிக்கொண்டிருந்தபோது செய்திவந்தது. 'டன்.' நான் புன்னகையுடன் அதை அணைத்து எனக்குள் செலுத்திக்கொண்டேன்.

வெளியே வந்தபோது நைட்டியுடன் ரெஜினா நின்றிருந்தாள். முகம் கொஞ்சம் வீங்கியதுபோல் இருந்தது. நான் அவளை முரட்டுத்தனமாகக் கையாண்டதன் கீறல்கள் புஜங்களிலும் கழுத்திலும் தெரிந்தன. கீழுதடு தடித்து சிவந்து தொங்கியது.

'டீ குடிக்கிறியளோ?' என்றாள்.

என் மனம் ஒரு கணம் பதறியது. 'வேண்டாம்.' அந்தப் பயத்தைக் கச்சித மாக வாசித்து அவள் கண்களில் ஒரு புன்னகை பரவியது. நான் கூசி கண்களை விலக்கிக் கொண்டேன். 'டீ போடு...' என்றேன். அவள் உள்ளே சென்றாள். உடைகளை அணிந்துகொண்டு இரும்பு நாற்காலி யில் அமர்ந்து கைகளைக் கட்டிக்கொண்டேன்.

அவள் டீயுடன் வந்தாள். நான் அதை வாங்கி சூடை ஊதிக் குடித்தபின் எழுந்தேன். என் பையைத் திறந்து ஐம்பதாயிரம் ரூபாயை எடுத்து அவளிடம் கொடுத்தேன். 'இதில அம்பதாயிரம் ரூபா இருக்கு.' அவள் பேசாமல் வாங்கிக்கொண்டாள். என் டெபிட் கார்டையும் அவளிடம் தந்தேன். 'இந்த அக்கவுண்டிலே நாலு லட்சம் இருக்கு... ஒருவாரத் திலே கொஞ்சம் கொஞ்சமாட்டு எடுத்து உனக்க அக்கவுண்டிலே போட்டுடு.' அவள் பேசாமல் வாங்கிக்கொண்டாள். அவள் முகத்தில் உணர்ச்சிகளே இல்லை. சற்றே தொங்கிய கொழுத்த கன்னங்கள் அசை வில்லாது இருந்தன. 'பாத்து நடந்துக்க... இந்த இதெல்லாம் வேண் டாம்... இந்த ஊரு போலிசுக்காரங்க அயோக்கியனுங்க... மதுரைப் பக்கமா போயி நம்மூரு பெடியன் எவனையாவது சேத்துக்க.' அதற்கு மேல் என்ன சொல்வதெனத் தெரியவில்லை. நான் அவளைத் தொட

விரும்பினேன். அவள் கூந்தலை நீவி மெல்ல அணைத்து மென்மையாக ஏதாவது சொல்ல விழைந்தேன். ஆனால் அவளை மேற்கொண்டு என்னால் நெருங்கவே முடியாது என்று பட்டது.

அவள் பேசாமல் நின்றாள். நான் மேலும் ஏதோ சொல்ல விரும்பி ஒருகணம் தத்தளித்தபின்னர் கதவைத்திறந்து இருண்ட படிகளில் இறங்கி சாலைக்கு வந்து புழுதியும் சாக்கடையும் வாசமடித்த காற்றில் கைகளை ஜீன்ஸ் பைக்குள் போட்டபடி நடந்தேன்.

9

டெல்லிக்கு நான் மதியத்தில் வந்திறங்கினேன். அது குளிர்காலம், பன்னிரண்டு மணிக்குக்கூட விடியற்காலை மாதிரி மூட்டமாகவே இருந்தது. நான் முதலில் அருகே எங்கேயோ தீப்பிடித்து புகைமூட்ட மாக இருக்கிறதென்றுதான் முதலில் நினைத்தேன். பின்பு குளிர ஆரம்பித்தபிறகுதான் அது பனி என்று தெரிந்தது. நான் ஸ்வெட்டர் ஏதும் கொண்டுவரவில்லை. கைகளை இறுக்கமாகக் கட்டிக்கொண்டு நடந்து உள்ளூர் தொலைபேசியில் அழைத்து நான் வந்திருப்பதைச் சொன்னேன். மறுமுனையில் பேசிய குரல் தமிழில், 'அங்கியே இருங்க... அங்க ரிலையன்ஸ் ஷோரூம் இருக்கும்.. அதுக்கு முன்னாடி நில்லுங்க, வந்திருதோம்' என்றது. திருநெல்வேலிக்காரராக இருக்கலாம்.

நான் ஒரு சைக்கிள்கார டீ விற்பனையாளரிடம் சிறு மண்சட்டியில் ஒரு டீ வாங்கிக் குடித்தேன். எனக்கு பால் டீயே வாயில் புளிக்கும். இது டிரம் டீ. கெட்ட சுவாசத்தை உருவாக்கியது அது. கைகளைக் கட்டியபடி பனிப்படலத்திலிருந்து வந்து பனிப்படலத்துக்குள் மறைந்து கொண்டிருந்த மக்களைப் பார்த்தேன். ஒரு பெருந்திரளாகப் பார்க்கும்போது மக்கள் அனைவருமே மகிழ்ச்சியாக இருப்பதுபோலத் தெரிகின்றனர். தூரத்திலிருந்து பார்த்தால் வீடுகள் எல்லாம் அமைதியாக இருப்பது போலத் தெரிகின்றன. குளிருக்கான ஆடைகள் அணிந் திருந்தமையால் அத்தனைபேரும் மிகவும் குண்டாக இருப்பது போல் இருந்தது. பெண்கள் பெரிய மூட்டைகள்போல அரக்கி அரக்கிச் சென்று கொண்டிருந்தார்கள். திடீரென்று எனக்கு ஓர் எண்ணம் ஏற்பட்டது. என்னுடைய நாட்டில் குண்டானவர்களே அருகிவிட்டிருக்கிறார்கள். அத்தனை பேருமே மெலிந்து ஒட்டிய மக்கள். இந்தச் சதைக்குவியல்கள் அதனால்தான் என் கண்ணுக்கு விசித்திரமாகத் தெரிகின்றன.

ஒரு மணிநேரம் கழித்து ஓர் இளைஞன் என்னைத்தேடிவந்து 'சார்லஸ் மாஸ்டர்?' என்றான்.

'ஓம்' என்றேன். இனிமேல் அப்படிச் சொல்லக்கூடாது என்று எண்ணிக் கொண்டேன்.

'வாங்க.'

நான் அவனுடன் சென்று அங்கே நின்ற காரில் ஏறிக்கொண்டேன். நவீன வகை கார். உயர்தரமான இருக்கைகள், மெல்லிய வாசனை. கார் நீரில் வாத்து இறங்குவது போல சாலையில் இறங்கி ஒழுகிச்சென்றது. சாலை யோரங்கள் எதையும் பார்க்க முடியவில்லை. புகைமூட்டமாகவே இருந்தது. காருக்குள் மென்மையான வெப்பம் பரவ என் கைகளும் காதுகளும் சில்லிப்பை இழந்து இதமான ரத்த ஓட்டத்தை உணர்ந்தன. அவன் எதுவுமே பேசவில்லை. அவன் ஒரு டிரைவராக இருக்க வேண்டும் என்று தோன்றியது. மென்மையாக ஏதோ இந்திப்பாட்டு ஓடியது. அதைக் கேட்டுக்கொண்டு நிதானமாக ஓட்டினான்.

கார் வெகுதூரம் சென்றதுபோல் உணர்ந்தேன். அன்று டெல்லியைப் பற்றி நான் உணர்ந்த திகைப்பு கடைசிவரை என்னிடமிருந்தது. என்னால் அந்த மாபெரும் சிதல்புற்றைப் புரிந்துகொள்ளவே முடிய வில்லை. பிலுபிலுவென எங்கும் மக்கள், ஸ்கூட்டரும் ஆட்டோவும் இணைந்த விசித்திர வாகனங்கள், மஞ்சள்நிற முகடுடன் கூப்பாடு போட்டபடிச் செல்லும் டாக்ஸிகள், பெரிய சாலைகளின் தொடக்கங் களில் எல்லாம் மணல்மூட்டைகளுக்கு அப்பால் தெரிந்த ராணுவத் தினரின் பாசிப்பச்சை கித்தான் குடியிருப்புகள், சோம்பலான ஜவான்கள், சும்மா மணல் மூட்டைகள்மேல் வைக்கப்பட்ட எல்.எம்.ஜிக்கள், கடைகள், மீண்டும் கடைகள்... தெருவில் குவித்துப்போட்டு விற்கப்படும் உள்ளாடைகள் கம்பளித்தொப்பிகள் பெல்ட்டுகள் சாக்ஸுகள்... குவிக்கப்பட்ட வெங்காயம் முள்ளங்கி விசித்திரமான கீரைகள்... நகரத்தின் பாதி மக்கள் தெருக்களில்தான் வாழ்கிறார்கள்போல. மீண்டும் உள்ளாடைகள் கம்பளிக்குல்லாய்கள் பெல்ட்டுகள்...

நன்றாகப் பசியெடுக்க ஆரம்பித்த நேரத்தில்தான் நான் பொன்னம்பலத் தாரின் வீட்டுக்கு வந்து சேர்ந்தேன். அந்தப் பகுதியே வேறு மாதிரி இருந்தது. தெருக்கள் மிக அகலமாக இருபக்கமும் பெரிய மரங்கள் நிழல் விரித்தமையால் இருண்டு கிடந்தன. இருபக்கமும் சாலை வணிகர்களோ கடைகளோ வழிப்போக்கர்களோ இல்லை. சாலையின் முகப்பில் ஒரு பெரிய ராணுவ முகாமே இருந்தது. மணல்மூட்டை களுக்கு அப்பால் நான்கு சிப்பாய்கள் அமர்ந்து பேசிக்கொண்டிருந் தார்கள். ஒரு ரேடியோ சீனச்சாயல் கொண்ட மொழியில் பாடிக் கொண்டிருக்க ஒரு நாய் அங்கே வாலாட்டி எம்பி எம்பிக் குதித்தது. காரை நிறுத்தக் கைகாட்டியபடி கையில் ஸ்டென் மெஷின் கன்னுடன் அந்த கூர்க்கா சிப்பாய் எங்கள் காரை நோக்கி அலட்சியமாக வந்தான். எனக்கு அந்தக் காவலில் இருந்த ஒட்டுமொத்தமான அக்கறையின்மை ஆச்சரியத்தை அளித்தது. அதீத எச்சரிக்கையையே எல்லாத் தரப்பிலும்

பார்த்தவன் நான். முதலில் அந்த மணல்மூட்டைகள். அவற்றால் எந்தப் பயனும் இல்லை. அவை இடுப்பளவு உயரம்கூட இல்லை. குப்புற விழுந்து தரையோடு தரையாக ஒட்டிக்கொண்டாலொழிய அவை குண்டுகளைத் தடுக்காது. இன்றைய உயரமான குவாலிஸ் ரகக் கார்களில் எவரேனும் சுட்டுக்கொண்டு வந்தால் அந்த மூட்டைகளின் மறுபக்கமே நன்றாகத் தெரியும். ஒரு கார் வரும்போது அதைச் சோதனையிடுவதற்கு முன்னரே அக்கறையில்லாமல் புறம்காட்டி அமர்ந்து பேசிக்கொண்டிருக்கிறார்கள். அத்தனைக்கும் மேலாக ஒரு சண்டை நிகழ வாய்ப்புள்ள இடத்தில் நாய் மிகப்பெரிய ஆபத்து. அது ஒளிந்திருப்பவனை நோக்கி வாலாட்டி, காட்டிக்கொடுக்கக்கூடியது. அதன் பார்வையே போதுமானது.

எல்லாவற்றையும்விட இந்த ஸ்டென் மெஷின் கன். ஒரு பெருங் கூட்டத்தைத் தடுக்கவோ போர்முனையில் வேலிபோல தடுப்பை உருவாக்கவோ மட்டும்தான் ஸ்டென் மெஷின் கன் உதவும். இத்தகைய சூழலில் தொலைதூரத்துக்குக் குறிதவறாமல் சுடக்கூடிய ரைஃபிள் களும் பெரிய பாயின்ட் நாற்பத்திரண்டு வகை கைத்துப்பாக்கிகளும் தான் மிக உதவிகரமானவை. இப்போது இவனை நான் தள்ளிவிட்டு விரைந்தால் இவனால் என்னை எதுவுமே செய்ய முடியாது. அது தெரிந்தவன்போல அவன் அந்த ஸ்டென் மெஷின் கன்னை மிக அலட்சியமாக இடது தோளில் தொங்கவிட்டபடி வந்து கையில் இருந்த எதையோ தட்டி வாய்க்குள் போட்டுக்கொண்டு காரை நிறுத்தினான். என் காரின் டிரைவர் கண்ணாடியை இறக்கி, சிரித்தபடி ஏதோ இந்தியில் சொல்ல, 'ஹா ஜி' என்று சொல்லி விட்டுவிட்டான்.

பொன்னம்பலத்தாரின் வீடு உயரமான மதில் சூழ்ந்த பெரிய வளைப்புக்குள் இருந்தது. மதில்மீது மேலும் உயரமாக முட்கம்பிகள். மின்கம்பிப் பாதுகாப்பும் இருந்தது. பெரிய தானியங்கி வாசல்கதவு. உள்ளிருந்து பாதுகாவலன் நம்மை குற்றலைத்தொலைக்காட்சியில் பார்க்கும் வசதி. கதவு திறந்ததும் உள்ளே பெரிய சிமிண்ட் சாலை வளைந்து செல்ல இருபக்கமும் குரோட்டன்ஸ் செடிகள் இடுப்பளவு உயரத்தில் கச்சிதமாக நறுக்கி விடப்பட்டிருந்ததைக் கண்டேன். பங்களா கொஞ்சம் பள்ளத்துக்குள் இருப்பதுபோலிருந்தது. செங்காவி நிறமான மாடியில்லாத கட்டடம். கட்டடத்தின் பக்கவாட்டில் காவலர் களின் தங்குமிடமாக இருந்த ஒரு புதிய மஞ்சள் நிறமான கட்டடம். நேர் மறுபக்கம் அதேபோல இன்னொரு கட்டடம். அது ஏதோ அலு வலகம் போலிருந்தது. கார் நேராக பங்களாவை அணுகி பக்கவாட்டில் சென்று நின்றது. டிரைவர் இறங்கி என்னை வெளியே வரச்சொன்னான்.

உள்ளிருந்து ஒரு கரிய மனிதர் என்னை நோக்கி வந்து 'சார்லஸ்?' என்றார். தலையசைத்தேன். 'உள்ளே வாங்க' என்று கொண்டுசென்றான்.

நான் ஒரு துப்பாக்கியைக் கொண்டுவந்திருந்தால் என்ன செய்திருப் பார்கள் என்று நினைத்துக்கொண்டு என் பையுடன் உள்ளே சென்றேன்.

அவுட்ஹவுஸுக்குச் சென்று பூட்டைத் திறந்து உள்ளே ஒரு சிறிய அறையில் மரத்தாலான சோபாவில் என்னை அவர் அமரச்சொல்லிச் சென்றபின் இன்னொருவன் வந்தான். ஏழடி உயரமான கனமான மனிதன். அவன் என்னைப்பார்த்து பெரிய பற்களைக் காட்டிப் புன்னகைசெய்தபடி 'குடாஃப்டர்நூன்... ஐயம் ராவ்' என்றான்.

நான் 'ஐயம் சார்ல்ஸ்' என்றேன்.

'குட்' என்றபடி என்னருகே நாற்காலியை எடுத்துப்போட்டு அமர்ந்து கொண்டான். பெரிய கைகள் பெரிய விரல்கள் பெரிய முகம்... ஒரு மனிதச் சித்திரத்தை அரைப்பங்கு பெரிதுபண்ணியதுபோல் இருந்தான். 'நல்லது... நீங்கள் இங்கேதான் தங்கப்போகிறீர்கள்...' என்றவன் 'சொல்லியிருப்பார்களே?' என்று கேட்டான்.

நான் 'இல்லை' என்றேன்.

'என்ன சொன்னார்கள்?'

'என்னிடம் எவரும் எதுவும் சொல்லவில்லை...' என்றேன்.

'எதற்காக டெல்லிக்கு அனுப்பினார்கள் என்று தெரியுமா?' நான் பேசாமல் இருந்தேன். அவன் 'நான் ராவிலே இருக்கிறேன். நீங்கள் யாரென்று தெரியும்' என்றான்.

'இயக்க வேலைகளுக்காக' என்று நான் சொன்னேன்.

'இயக்கவேலை... சரி, அதுதான். ஆனால் நீங்கள் இங்கே டாக்டர் பொன்னம்பலம் கனகலிங்கம் அவர்களுக்குக் காவலாக இருக்கப் போகிறீர்கள்.' நான் தலையசைத்தேன். 'அவருக்குச் சமீபகாலமாக நெருக்கடிகள் அதிகம். அவரை நாங்கள் கவனமாகப் பாதுகாத்து வரு கிறோம். வெளியே நீங்கள் பார்த்த தனியார் பாதுகாப்புப்படை உண்மையில் உளவுத்துறைப் படைதான்... ஆனாலும் எங்களுக்கு 'அவர்களை'ப்பற்றி ஒன்றும் தெரியாது. 'அவர்களை'ப்பற்றி தெரிந்த ஒருவர் தேவை என்று கேட்டிருந்தோம்...'

'வீரராகவன் சொன்னார்' என்றேன்.

'வீரா... அவரா? வீரா நேற்று மாலை கொல்லப்பட்டார்.' அவன் என்னைக் கவனிக்கிறானா என்று பார்த்தேன். இல்லை. அவன் மிகவும் மோட்டாவான, கொஞ்சம் மக்கான மனிதன் என்று தோன்றியது. நம் இனத்தில் பெரிய உருவம் கொண்டவர்களில் புத்திசாலிகள் மிக

அபூர்வம். அவன் தன் பெரிய கைகளை ஒன்றுடன் ஒன்று உரசியபடி, 'சரி, நீங்கள் உங்கள் அறைக்குப்போய் கொஞ்சநேரம் ஓய்வெடுங்கள்... பார்ப்போம். டாக்டர் சாகேப் இப்போது இங்கே இல்லை...' நான் எழுந்தேன். 'அரே பாயி...' என்றான். ஒரு வட இந்தியக் கிழவன் வந்து என்னை கூட்டிக்கொண்டு சென்றான்.

பங்களாவுக்குப் பின்னால் இருந்த அவுட்ஹவுஸில் என்னைத் தங்க வைத்தார்கள். மூன்று அறைகள் கொண்ட கட்டடம் அது. ஒன்று பொருள்கள் வைப்பதற்கு. ஒன்று கட்டில் போட்ட அறை. ஒன்று கழிப்பறை. இரும்புக்கட்டிலில் மெத்தை தலையணை சுத்தமான வெண்ணிற உறைகளுடன் நாஃப்தலீன் வாசனையுடன் இருந்தன. கனமான கரும்பச்சை நிறக் கம்பளி மடித்து வைக்கப்பட்டிருந்தது. மின்விசிறி புதியது. ஏர்கூலர் இருந்தது. சாரன் அணிந்து ஜன்னல்களைத் திறந்து விட்டுக்கொண்டு உடைகளுடன் கண்மூடிப் படுத்துக் கொண்டேன். பசியெடுத்தது. ஏதாவது வரும் என நினைத்துக் கொண்டேன். ஆனால் நெடுநேரமாகியும் உணவு வரவில்லை. நன்றாகவே குளிரடித்தது. கம்பளியை இழுத்துப்போர்த்திக்கொண்டு ஆழ்ந்து தூங்கிவிட்டேன்.

கண்விழித்தபோது என் மேஜைமேல் ஒரு பெரிய காசரோலில் சாப்பாடு இருந்தது. சூடு ஆறாத கோழிக்குழம்பும் சப்பாத்திகளும். நான் மூர்க்க மாகச் சாப்பிட்டேன். ரயிலில் நான் பெரும்பாலும் சாப்பிடாமலேயே படுத்துக்கிடந்தேன். கீழே மக்கள் ஏதேதோ செய்வதையே பார்த்துக் கொண்டு உதிரிச்சிந்தனைகள் வழியாகச் சென்றுகொண்டிருந்தேன். நாலைந்து வட இந்தியக் குழந்தைகள் குண்டுக் கன்னங்களுடன் இந்தியும் ஆங்கிலமும் கலந்து கிரீச் கிரீச்சென்று பேசிக்கொண்டு, அங்குமிங்கும் அலைந்து, படுக்கைகளில் ஏறி இறங்கி விளையாடின. ஒரு குழந்தை அண்ணாந்து என்னைப் பார்த்தது. நான் புன்னகை இல்லாமல் அதையே பார்த்தேன். அது என்னை நோக்கி சிறிய சுட்டு விரலை நீட்டிக்காட்டியது, ஆனால் என்ன சொல்வதென அதற்குத் தெரியவில்லை. பின்பு அது ஓடிப்போய் இன்னொரு குழந்தையை அணைத்துக்கொண்டு காதில் ஏதோ சொன்னது. அந்தப் பெண் குழந்தை மேலே பார்த்து 'தேக்கோ' என்று என்னை அதன் அம்மா வுக்குச் சுட்டிக்காட்டியது. பருத்த முலைகள் கொண்ட செக்கச்சிவந்த வட இந்தியப் பெண் என்னைப் பார்த்துவிட்டு, 'நோ குலாப்... நோ' என்றாள். நான் அப்போதும் அர்த்தமில்லாமல் பார்த்துக்கொண்டுதான் இருந்தேன்.

கைகழுவிவிட்டு வெளியே வந்து பார்த்தேன். நன்றாகவே இருட்டி விட்டிருந்தது. மணி நாலரைதான். ஏழுமணி போல் இருந்தது. பனிக்குள் நியான் விளக்குகள் எரிந்து ஒளிசிந்தி பனிப்படலத்தில்

வட்டமாக ஊறிப் பரவித் தெரிந்தது. பனிவழியாக பங்களாவும் மரக் கூட்டங்களும் எல்லாமே நீர் வழியும் கண்ணாடிவழியாகப் பார்ப்பது போலத் தெரிந்தன. வெளியே நிற்க முடியவில்லை. குளிர ஆரம் பித்தது. உள்ளே சென்று மீண்டும் கம்பளியைப் போர்த்திக்கொண்டு தூங்க ஆரம்பித்தேன். ஆச்சரியமாக எனக்கு மீண்டும் நல்ல தூக்கம் வந்தது. கண்விழித்தபோது நள்ளிரவு. நல்ல குளிரில் எனக்குப் புல்லரித்தது. முழங்கும் கார்வையுடன் நாய்கள் குரைக்கும் உரத்த ஒலி கேட்டுக்கொண்டிருந்தது.

ஜன்னல் வழியாகப் பார்த்தபோது மூன்று டாபர்மான் நாய்களை பனிப் படலத்துக்கு அப்பால் பார்த்தேன். வால் வெட்டப்பட்ட, குதிரை உடல் கொண்ட, கரிய மற்றும் தவிட்டுநிற நாய்கள் முகர்ந்தபடியும் ஆங்காங்கே நின்று ஏறிட்டுப்பார்த்தபடியும் வீட்டைச்சுற்றிவந்தன. காவலர் கட்டடத்தின் முன்னால் பளீரென்று மஞ்சள்நிறத்தில் விண்ட் சீட்டர் அணிந்த காவலன், கையில் ஸ்டென் மெஷின் கன்னுடன் நின்று கைகளால் பொத்திய சிகரெட்டை பவ்யமாக இழுத்துக்கொண்டிருந் தான். வெள்ளிக்கண்கள் கொண்ட மாந்தளிர் நிறமான டாபர்மான் நாய் என்னுடைய கட்டடத்தருகேதான் சுற்றிச் சுற்றி வந்து என் ஜன்னலை நோக்கியே குரைத்தது. புதிதாக நான் வந்திருப்பதுதான் அதற்குப் பிரச்னை என்று தோன்றியது. நான் சிறுநீர் கழித்துவிட்டு வந்து மீண்டும் கம்பளிக்குள் புகுந்தேன். உள்ளே என்னுடைய உடற்சூடு மிச்ச மிருந்தது.

ஏழுநாள்கள் கழித்துதான் நான் டாக்டர் பொன்னம்பலத்தைப் பார்த்தேன். அதுவரை திரும்பத்திரும்ப சாப்பிட்டுவிட்டுத் தூங்கிக் கொண்டிருந்தேன். மதியத்தில் வரும் கொஞ்சநேர வெயில் எத்தனை அருமையானது என்று அப்போதுதான் புரிந்தது. இளமஞ்சள் நிறமாக அது சாம்பல் குவியல்களான மேகங்களில் இருந்து இறங்கும்போது ஓர் ஆசிபோலத் தோன்றியது. ஓர் அருவியில் நீராடுவதுபோல வெயிலில் நிற்பேன். உடம்பு சிலிர்த்துக்கொண்டே இருக்கும். மூன்றாவது நாள் நான் ராவிடம் கேட்டு எனக்கு ஒரு நல்ல ஸ்வெட்டர் வாங்கிக்கொண்டேன். அதன்பின் குளிருக்கு அத்தனை அஞ்சவேண்டிய தில்லை என்று தோன்றியது.

அவுட்ஹவுசில் ரேடியோ ஒன்று வேண்டும் என்று கேட்டேன். ஒரு பழைய டிரான்ஸிஸ்டரைக் கொடுத்தான். அதில் தமிழ்ப்பாடல்களைத் தேடித்தேடிக் கேட்டுக்கொண்டு நாளெல்லாம் என் அறையிலேயே இருந்தேன். எப்போதும் எங்காவது பாட்டு கேட்டுக்கொண்டுதான் இருந்தது. ஒரே ஒருமுறை மட்டும் பங்களா வளைப்புக்குள் சுற்றி வந்தேன். பின்பக்கம் டாபர்மன் நாய்கள் அடைக்கப்பட்டிருந்த கம்பிக்கூண்டு அறைகளைப் பார்த்தேன். என்னைப் பார்த்ததும் அந்தப்

பிராந்தியமே குரைப்புகளால் அதிர்ந்தது. ஓடிவந்த ஒரு வட இந்தியன் போய்விடும்படி என்னிடம் சொன்னான்.

காலை எட்டரை மணிக்கு நான் பாட்டு கேட்டுக்கொண்டிருந்தபோது ராவ் வந்து தன் பெரிய கைகளால் கதவைத் தட்டினான். 'டாக்டர் சாகேப் உன்னைப் பார்க்க விரும்புகிறார்' என்றான். நான் உடனே என் ஜீன்ஸையும் ஸ்வெட்டரையும் போட்டுக்கொண்டு கிளம்பினேன். அவன் என்னை அழைத்துச்சென்று ஒரு சிறிய அறையில் நிற்கச் செய்தான். அங்கே நின்றிருந்த இரு காவலர்கள் என் உடலை நன்றாகச் சோதனை செய்தார்கள். தொடர்ச்சியாக உடல்சோதனை செய்பவர்கள் என்பது அவர்களின் இயல்பான கையசைவில் தெரிந்தது. 'உள்ளே போ' என்றார்கள். நான் உள்ளே சென்றேன்.

என் முகபாவனை எப்படி இருக்கவேண்டுமென நான் முன்னரே முடிவு செய்துகொண்டேன். ஏனென்றால் நான் பொன்னம்பலத்தாரை ஏற்கெனவே அறிவேன்; அவர் எனக்கு கல்லூரியில் கணிதம் சொல்லித் தந்திருக்கிறார்.

பெரிய அறை அது. இளஞ்சிவப்பான சுவர்கள். கனமான சிவப்பு லினன் திரைச்சீலைகள். சிவந்த வெல்வெட் உறைபோட்ட சோபாக்கள். பளபளப்பான தேக்குமரத்தாலான டீப்பாய் ஒன்றுக்குமேல் காபிக் கோப்பை இருந்தது. பொன்னம்பலத்தார் செய்தித்தாள் வாசித்துக் கொண்டிருந்தார். அவருக்குப் பின்னால் இலங்கையின் பெரிய வரைபடம் ஒன்று மாட்டப்பட்டிருந்தது. காபி கோப்பை அருகே ஒரு பெரிய நவீன செல்ஃபோன்.

என் அசைவைக் கண்டதும் நிமிர்ந்து 'சார்ல்ஸ்?' என்றார்.

நான் 'ஓம்' என்றேன்.

'வாருங்கோ... டேக் யுவர் சீட்' என்றார். நான் எதிரே இருந்த மென்மையான சோபாவில் அமர்ந்துகொண்டேன். 'ராஜ் உங்களைப்பத்திச் சொன்னவர்' என்றார். எந்த ராஜ் என நான் கேட்கவில்லை.

கரியமனிதர் உள்ளிருந்து ஒரு கிழிக்கப்பட்ட கவருடன் வந்தார். அவர் பெயர் சிவதாசர் என்று தெரிந்திருந்தேன். என்னைப் பார்க்காமல் அந்த கவரை பொன்னம்பலத்தாரிடம் கொடுத்தார். அவர் அதை வாங்கி உள்ளிருந்த நீலத்தாள் கடிதத்தை வாசித்துவிட்டு சிவதாசரிடம், 'என்னெண்டு இப்ப சொல்றது...' என்றார். பின்பு 'சந்திரா வரட்டும்... அவகிட்ட பேசிட்டுச் சொல்லுறன்' என்றார்.

அவர் 'பதில் போடணுமா?' என்றார்.

'அப்டி வையுங்கோள்... பாப்பம்... அம்மான் வரட்டும்' என்றார்.

'சரி' என்று சிவதாசர் போனார். நான் அந்தக் கணங்களிலேயே பொன்னம்பலத்தாரை மதிப்பிட்டுவிட்டேன். அவரால் எதையுமே உறுதியாக முடிவெடுத்துச் செய்ய முடியாது. எதிலும் ஒன்றுக்கு மேற் பட்ட எண்ணங்கள் வரும். குழப்பத்துக்குப் பின்னர் ஒத்திப்போடுவார். அதுவே ஏதாவது வகையில் முடியட்டும் என்று நினைப்பார்.

'சார்லஸுக்கு ஊரிலே எந்த இடம்?' என்றார்.

'அல்லைப்பிட்டி' என்றேன்.

'அல்லைப்பிட்டியிலே?' நான் பேசாமல் இருந்தேன். அவர் என் முகத்தைப் பார்த்துவிட்டு 'சரி, விடும். சும்மா கேட்டனான்' என்றார். அவரது தமிழ் மாறிவிட்டிருந்தது, ஈழத்தமிழைக் கொஞ்சம் முயன்று பேசுகிறார் என்ற எண்ணம் வந்தது. 'காபி குடிக்குதியளோ?'

'வேண்டாம் டீ குடிச்சனான்' என்றேன்.

'சரி' என்றபின் தன் மூக்குக்கண்ணாடியைக் கழற்றி டீப்பாய்மேல் வைத்தார். 'நான் முதல்முதலிலே பிளாஸ்டிக் போட்டிலே யாஃப்னாவிலேயிருந்து மண்டபம் வந்தப்போ போட்டை சிறீதான் ஓட்டினான்' என்றார். நான் உணர்ச்சியற்ற கண்களுடன் அவரையே பார்த்தேன். 'நல்லவன்... ஆனா இப்ப நல்லது கெட்டதுக்கு என்ன பொருள் இருக்கு? செத்தது, சாகாம இருக்குறது ரெண்டு வகைதான் இருக்கு...' நான் புன்னகைசெய்தேன்.

பொன்னம்பலத்தார் எழுந்து கைகளை சோம்பல் முறித்தார். 'எனக்கு நல்ல ஆளு வேணும். அங்க என்ன நடக்குது எண்டு தெரிஞ்ச ஒருத்தர். அதனாலத்தான் உம்மை அனுப்பணும்னு கேட்டனான்.' அவர் எத்தனை உயரமான மனிதர் என்று தெரிந்தது. 'நான் சொப்பனம் கண்டது இது ஒண்டுமில்லை. அமெரிக்காவுக்குப் போயி கணக்குலே ரிசர்ச் பண்ண வேணும் எண்டு நினைச்சனான். பல தியரிகளும் கையிலே வச்சிருந்த னான். பின்ன இந்த தேசிய அரசியலு... இதுக்குள்ள எப்ப வந்தேன், எதுக்கு வந்தேன், ஒண்டும் இப்ப தெரியயில்லை. ஒருநாளைக்கு ஒரு கூட்டத்துக்குப் போனேன். ஆரோ வா எண்டு கூட்டிட்டுப் போயினம். நானும் சும்மா நாலு வார்த்தை பேசலாமெண்டு போனேன். என்னைமாதிரி ஒரு புரபசர் பேச வந்தப்ப பெடியள் உற்சாகமாகி சத்தம் போட்டதுகள். அதைக்கண்டு எனக்கும் வெறி வந்துபோச்சு... அப்பப் பேசினது ஒண்டும் என் மனசிலே இருந்து வரயில்லை; வாயிலே இருந்து வந்தது... கால் தடுக்கி ஆத்திலே விழுறவன் மாதிரி நான் சரித்திரத்திலே விழுந்தனான்...'

நான் அன்று அந்த மாணவர்கூட்டத்தில் இருந்தேன். பொன்னம் பலத்தார் பேசியது மாணவர்களைப் பற்றி எரியச் செய்தது. எங்கே பார்த்தாலும் உணர்ச்சியால் உருகும் முகங்கள். அர்த்தமில்லாத வெறி

யோசைகள், வாழ்த்தொலிகள். அவர் அன்று ஒரு மாபெரும் வரலாற்று மனிதனைப் போலிருந்தார். நல்ல உயரமான உடல். வலுவான தாடைகளும் பெரிய கண்களும் கொண்ட ஆண்மைமிக்க முகம். உயர் தரமான பேண்டும் சட்டையும். கையில் ராடோ வாட்ச். வகிடு இல்லாமல் வாரி பின்னுக்கு விட்ட கனத்த தலைமயிர், அவரது அசைவு களுக்கு ஏற்பச் சிலும்பியது. அடிவயிற்றை அதிரச் செய்யும் கார்வை கொண்ட கனத்த குரல். கைகளைக் காற்றில் வீசி அவர் முழங்கினார். அடுக்கடுக்காக அறைகூவல்கள். நுட்பமான நக்கல்கள், பகடிகள், சொல் விளையாட்டுகள். கடல்போல் அலையடித்தபடி வரலாறு வந்து நம் காலடியில் ததும்புவதாகச் சில உரைகளைக் கேட்கும்போது தோன்று மல்லவா, அப்படிப்பட்ட உரை அது. அந்த உரையின் ஒவ்வொரு சொல்லையும் என்னால் திருப்பிச் சொல்லமுடியும் என்று தோன்றியது.

'புத்தியுள்ளவன் அடிமுட்டாளா ஆகிறது எங்க தெரியுமா?' என்றார் பொன்னம்பலத்தார். 'புத்தி இருக்கிறதனாலேயே, தான் பெரிய ஆள்னு நெனைக்க ஆரம்பிக்கிறான் பாரும், அப்பத்தான்... ஒரு மூண்டு வருஷம் நான் நினைச்சதெல்லாம் முட்டாத்தனத்துக்கு உச்சம். ஆனா அப்ப நான் என்னை ஒரு நெப்போலியன் எண்டு நினைச்சுக்கொண்டு இருந்தனான். இயக்கத்திலே வேறே யாருக்குமே படிப்பு கெடையாது. இங்கிலீஷ் பேசத்தெரியாது. அமெரிக்க வரலாறோ ஐரோப்பிய வரலாறோ தெரியாது. இந்தியாவிலே இருந்து டிப்ளமேட் வந்தா சந்திச்சுப் பேச அவங்களால முடியாது. சும்மா கள்ளக்கடத்தலுக்குத் தோணி ஓட்டி வளந்த பெடியள். ஆனா எனக்கு எல்லாமே தெரியும்... அப்ப நான் தானே தலைவன்? எல்லாரும் என்னைத்தானே ஏத்துக்கிடணும்?' என்றார் கசந்த சிரிப்புடன். 'நினைச்சுப்பாத்தா ச் சீ எண்டு இருக்கு...'

ஒரு வருடம் பொன்னம்பலத்தார் ஈழத்து மேடைகளை உலுக்கிய ஓர் அலையாக இருந்தார். பின்னர் அவரை அரசு கைதுசெய்து யாழ்ப் பாணத்துச் சிறையில் அடைத்தது. அன்று அதற்கெதிராக மொத்த தமிழ்பேசும் நிலமும் கடையடைப்பு செய்தது. கல்லூரிகள் வாரக் கணக்கில் முடங்கின. தெருக்களில் மாணவர்கள் கொடிகளுடன் ஆவேசமாக ஊர்வலம் சென்றார்கள். அவரது படங்களை சுவர்களில் வரைந்து வைத்திருந்தார்கள். எட்டுமாதம் கழித்து அவரை இயக்கம் சிறையை உடைத்துத் தப்பச்செய்து கூட்டிக்கொண்டு சென்றபோது அவரைப் பற்றித்தான் எல்லாருமே பேசினார்கள். அவர் காட்டில் பெரிய ஒரு படையை உருவாக்குகிறார் என்றார்கள்; இல்லை சர்வதேச சமூகத்தின் ஆதரவுக்காக உலகப்பயணம் கிளம்பிவிட்டார் என்றார்கள்; நேதாஜி என்றார்கள்; நெப்போலியன் என்றார்கள்...

அதன்பின்னர் இரண்டுவருடம் அவரைப்பற்றிய தகவல்கள் இல்லை. சட்டென்று அவர் இந்தியாவுக்குச் சென்றதாகவும் இந்தியாவில் புதிய

இயக்கத்தை ஆரம்பித்ததாகவும் செய்திகள் வந்தபோது பெரிய ஏமாற்றமும் குழப்பமும் ஏற்பட்டது. அவர் இந்திய உளவுத்துறையின் கையாள் என்று பிறகு இயக்கம் அறிவித்தது. அவரது சகோதரர்கள் ஏற்கெனவே லண்டனுக்கும் கனடாவுக்கும் தப்பி ஓடிவிட்டிருந்தார்கள். அவரது சித்தப்பா மகனையும் அவர் மனைவியையும் கைதுசெய்து இயக்கத்தில் விசாரணைக்குக் கொண்டுசென்றார்கள். அதன்பின் அவர்கள் திரும்பி வரவில்லை. அவர் செய்த துரோகங்களின் கதைகள் பேசப்பட்டன. இயக்கத்தை பணம் வாங்கிக்கொண்டு காட்டிக்கொடுத்தார். இயக்கத்தைக் கைப்பற்ற முயன்றார்... இன்று பொன்னம்பலத்தார் என்ற பெயரை உச்சரிக்கவே ஈழத்தில் அஞ்சுவார்கள்.

‘என்னை வச்சுக்கொண்டு என்ன செய்றது எண்டு இயக்கத்துக்கு ஆரம்பத்திலேயே குழப்பம்தான். அவங்க வேற மாதிரி ஆக்கள். சின்ன வயசு முதலே கடலிலே வாழ்ந்தவங்கள். கடலிலே தோணி ஓட்டி கள்ளக்கடத்தல் செய்த அனுபவம் உள்ளவங்கள். கொண்டும் செத்தும் வாழுற சனங்கள். எனக்கு ஒண்டுமே தெரியாது. எங்க அப்பா விதரணையா இருந்தவர். நான் பள்ளிக்கூடத்திலேகூட ஒண்டும் விளையாடினது கிடையாது. படிப்பு தவிர ஒண்டும் தெரியாது. கணிதத்திலே யுனிவர்சிடி ஃபஸ்ட் வந்தனான். அதிலதான் எனக்கு விஷயம் தெரியும்... என்னைக் கொஞ்சநாள் காட்டிலே வச்சிருந்தவங்கள். என்னை லண்டனுக்கு அனுப்பறன் எண்டு சொன்னவங்கள். எனக்கு அதிலே இஷ்டமில்லை. நான் அந்த இயக்கத்துக்குத் தலைவன் ஆக வேணும் எண்டு நினைச்சவன். தினசரி பெடியங்கள் கிட்ட நல்ல வீரமான உரைகள் ஆற்றினா தலைவர் ஆயிடலாம் எண்டு நினைச்சிருந்தனான். ஆனா எனக்கு ராணுவப்பயிற்சி கிடையாது. ஆயுதங்களைப் பற்றி ஒண்டுமே தெரியாது... அவை எல்லாருமே வீரன்கள். அவைக்கு இன்னொரு வீரன்தான் தலைவரா ஆக முடியும்... படிக்காதவனா இருந்தாலும் சர்வாதிகாரியா இருந்தாலும் கொடூரமானவனா இருந்தாலும் அவை வீரனைத்தான் ஏற்றுக்கொள்ளுவாங்கள். கொஞ்சநாளிலே நான் ஒரு கொமெடியனா ஆயிட்டனான்.’

உண்மைதான். அவர் சென்றபிறகும் அவரைப்பற்றிய கதைகளும் பகடிகளும் இயக்கத்தில் வாழ்ந்தன. அவற்றில் உச்சம், இரவுத் தூக்கத்தில் தன் கழுத்தில் கிடந்த துண்டையே பாம்பு என்று நினைத்து, கதறி ஆளைக்கூட்டியது. அவர் கையில் ஒரு கைத்துப்பாக்கியைக் கொடுத்தால் கைநழுவி கீழே போட்டுவிடுவார் என்றும், கீழே தேங்கிக் கிடக்கும் அவரது சூடான சிறுநீரில் அந்தத் துப்பாக்கி விழும் என்றும் சொல்வார்கள். பயிற்சி வகுப்புகளில் அவர் லைபீரியா, லெபனான் என்று தெரியாத ஊர்களைப்பற்றிப் பேசி முடித்ததும் அவரிடம் இலங்கையின் சிற்றூர்களைப்பற்றி கேள்விகள் கேட்டு மடக்கி உளற

வைத்தார்கள் பையன்கள். அவரே ஒருகட்டத்தில் எல்லாரும் அவரைக் கிண்டல் செய்கிறார்கள் என்று கண்டுகொண்டார். ஆகவே அவர் சிறுவர்களைத் தண்டிக்க ஆரம்பித்தார். அவர் கூப்பிட்டதும் ஓடிவராத ஒரு சிறுவனுக்கு அவர் எட்டு பிரம்படி தண்டனை விதித்தார். ஒருமுறை சூடான சாப்பாட்டைத் தூக்கி ஒரு சிறுவன் முகத்தில் வீசினார். ஒருகட்டத்தில் அவரை வலுக்கட்டாயமாக இந்தியா அனுப்பினார்கள்.

'நான் இங்காலை வந்தப்ப ஆரம்பத்திலே கஷ்டமாத்தான் இருந்தது. ஆனா கொஞ்சநாளிலே சரியாயிட்டது. தினமும் ஒரு கட்டுரை எழுதுவேன். இங்காலை உள்ள இங்கிலீஷ் மெகஸீன்களுக்கு அனுப்புவேன். கொஞ்சநேரம் புஸ்தகம் வாசிப்பேன். பெரிய விஷயம் செய்றதா நெனைப்பும் வேணும். ஒண்ணும் செய்யவும் ஏலாது. இதுதான் என் பிரச்சினை. இங்க அதுக்கேத்த வாழ்க்கை. ஒரு பிரச்சினையும் இல்லை. எல்லாம் நல்லாத்தான் போய்ட்டிருந்தது. அப்பதான் ரோ என்னை வச்சு ஒரு இயக்கத்தை ஆரம்பிக்கணும் எண்டு நினைச்சது. அவங்களுக்கு ஒரு ஆள் வேணுமானா அவன்மேலே சந்தேகத்தை கிளப்பிப்போடுவாங்க. இயக்கத்திலே எல்லார்மேலெயும் எப்பவும் சந்தேகத்தோடதான் இருப்பாங்க. சந்தேகம் வந்தா உடனே போட்டுத்தள்ள ஆளு அனுப்பிப் போடுவாங்க. என்னைக்கொல்ல இயக்கம் ஆளனுப்பியாச்சு எண்டு தெரிஞ்சபிறகு எனக்கு வேறே வழி இல்லை. நான் இவங்ககூடச் சேந்துக்கிட்டனான்... இவங்க செய்றதுக்கெல்லாம் நான் ஒரு சாட்சி. வெறும் பொம்மை. வேற ஒண்டுமே இல்லை.'

அவர் சட்டென்று உணர்ச்சிவசப்பட்டதுபோலத் தெரிந்தது. அவரால் உணர்ச்சிகளை அடக்கமுடியாதென நான் ஏற்கெனவே கணித்திருந்தேன். என்னுடைய முகத்தை இறுக்கமாகவே வைத்திருந்தேன். ஆனாலும் என் கண்கள் அவர் கண்களை சந்திப்பதைத் தவிர்த்தேன். அவர் இரு கைகளையும் கோத்து மார்பில் வைத்துக்கொண்டு, 'எனக்கு இப்ப ஒண்டுமே வேண்டாம்... உயிர் மட்டும் போதும். உயிர் இருந்தா எங்க போறதுக்கும் தயாரா இருக்கிறன். என்னையும் என் குடும்பத்தையும் விட்டாங்க எண்டா நான் எங்க வேணுமானாலும் ஓடிப் போயிடுறன்' என்றார். அவரது கண்கள் கலங்கி நீர் நிறைந்து இமை விளிம்பு தாண்டி உருண்டன. விரல்களால் கண்ணீரை அழுத்தி ஒற்றி சில நிமிடங்கள் தலைகுனிந்து அமர்ந்திருந்தார்.

பின்பு மூக்கை உறிஞ்சியபடி நிமிர்ந்து பரிதாபகரமான சிரிப்புடன் '...ஆனா அவங்க விட மாட்டாங்க... அவங்க குடுக்கிற எந்த ஒரு வாக்குறுதியையும் நம்ப முடியாது. உலகத்திலேயே நம்ப முடியாத ஒரு இயக்கமெண்டா அதுதான்... அவங்க என்னைக் கொல்லப் பல திட்டங்கள் போட்டிருக்கினம் எண்டு கேட்டனான். அதில எது உண்மை எது இவங்க சொல்லுற கதை ஒண்டும் தெரியாது. எட்டு வருஷமா இந்த

ஜெயிலுக்குள்ள இருந்திட்டு இருக்கிறன்...' மீண்டும் அவர் தனக்குள் ஆழ்ந்து மௌனமானார். நான் அவரையே அர்த்தமில்லாமல் பார்த்தபடி அமர்ந்திருந்தேன். அவர் முகம் உடல் எங்கும் விரக்தியும் துக்கமும் நிறைந்திருப்பது போலப் பட்டது; சிலசமயம் இலைநுனிகளில் நீர்த்துளி கனத்து நிற்குமே அதுபோல.

'இவங்களுக்கு இப்ப நான் தேவையில்லை... பெரும்பணம் செலவழிச்சு என்னைக் காவல் காக்கிறாங்கள். ஆனா ஏதோ ஒரு நிமிசத்திலே சலிச்சுப் போய் வேண்டாம் எண்டு விட்டுவிடுவாங்கள். அந்த நிமிசத்துக்காகத் தான் இங்க நான் காத்திருக்கிறன்...' என்றார். நான் ஏதேனும் சொல்ல வேண்டிய நேரம் என்று தோன்றியது. ஆனால் அந்தப் பரிதாபத்திற்குரிய மனிதரை என்ன சொல்லி தேற்றுவதென்று புரியவில்லை. அவர் 'இப்ப எனக்கு ஒண்டு விளங்குது... இந்த உளவுத்துறை ஆக்களை நம்ப ஏலாது. நல்லவங்கதான். ஆனா இது ஓர் ஆள் இல்லை, இது ஒரு சின்ன சர்க்கார் மாதிரி. ஒருத்தன் நம்மமேலே அன்பா இருப்பவன். அவன் ஒருநாளைக்கு மாறிடுவான். இன்னொருத்தன் வந்து இனிமே நாந்தான் எண்டு நிப்பவன். அவன்கிட்டே இருந்து புதிசா ஆரம்பிக்கணும்... இந்திய சர்க்காருக்கு எதிலேயும் ஒரு ஒழுங்கு இல்லை... எல்லாம் போறபோக்கிலே நடந் திட்டிருக்கும்... அதனால எனக்கு நம்மாளுகளிலே ஒருத்தன் வேணும் எண்டு தோணிட்டுது. அதனாலதான் உம்மை அனுப்பச்சொன்னனான்..'

'நான் என்ன செய்ய ஏலும்? நானும் தப்பித்தானே வந்தனான்...' என்றேன். என் குரல் நெடுநேரம் பேசாமலிருந்தமையால் கசங்கலாக இருந்தது.

'உம்மகிட்ட தைரியம் இருக்கு. நல்ல டிரையினிங் எடுத்திருந்திருக்கீர். பணமும் ஆயுதமும் நான் குடுக்கிறன்... எனக்கு நீர் சில வேலைகளைச் செய்யணும்' என்றார்.

'முடிஞ்சதைச் செய்யுறன்' என்றேன்.

அவரது முகம் மெல்ல மாறியது. கண்களில் ஒரு மெல்லிய சிரிப்பு வந்தது.

'சிறீயைக் கொல்ல நாந்தான் ஓடர் போட்டனான். அவன் என்னைக் கொல்ல ஆரையோ இஞ்ச கொண்டுவந்தவன் எண்டு செய்தி வந்தது. ஆரெண்டு தெரியயில்லை. சிறீயைக் கொண்டால் அந்தத் திட்டம் பாதியிலே நிண்டுபோயிடும் எண்டு அவனை கொண்டனான்... இனி ஒருத்தன் உண்டு... அவனையும் கொண்டுபோட்டால் நான் இங்கிருந்து கிளம்பி யூரோப் போயிடுவேன்...'

நான் அவரையே பார்த்துக்கொண்டு அமர்ந்திருந்தேன். 'நீர் அதைச் செய்தால் நான் உமக்கு யூரோப் போறதுக்கு ஒரு பாஸ்போர்ட்டும் பணமும் தருவேன். அங்க அகதி ஸ்டேட்டஸ் எடுக்கிறதுக்கு ஏற்பாடும் செய்துதருவேன்...' நான் மெல்லத் தலையசைத்தேன். பொன்னம்

பலத்தார், 'நீர் இப்ப என்ன நினைக்கிறீர் எண்டு சொல்லட்டுமா? என்ன இவன் உயிருக்காக இந்தமாதிரி பயப்படுறான் எண்டு தானே? ஆமா. எனக்கு ஒரு வெக்கமும் இல்லை. எனக்கு உயிரோடை இருக்கணும் எண்டு மட்டும்தான் ஆசை. நான் ஒருத்தருக்கும் ஒரு தப்பும் செய்ய யில்லை. நான் எதுக்கு சாகணும்? நான் வழிதவறி இதுக்குள்ள வந்தவன். எல்லாரும் என்னை வச்சு விளையாடினாங்கள். இயக்கம் விளையாடிச்சுது. பிறவு இந்தியா விளையாடிச்சுது. இந்த விளையாட்டெல்லாம் தெரியாத முட்டாளா இருந்திட்டன்... சாவ எனக்கு இஷ்டமில்லை' என்றார்.

பின்பு பெருமூச்சுடன் '... நான் கண்ட சொப்பனங்கள் எல்லாம் இன்னும் என் மனசுக்குள்ளதான் இருக்கு. எப்படியாவது யூரோப்புக்கு போயி ஒரு அஞ்சு வருஷம் தலைமறைவா இருந்திட்டா என்னை மறந்திருவாங்கள். அதுக்குப்பிறகு நான் எல்லாத்தையும் புதிசா ஆரம்பிக்கணும். கணிதத்திலே இன்னும் நான் செய்யவேண்டிய பல வேலைகள் இருக்கு... முருகன் அருளாலே எல்லாம் நல்லபடியா முடியும்... நான் வேண்டிகிட்டிருக்கிறன். நான் ஒரு தப்பும் பண்ணல்லை. நல்லூரான் என்னைக் கைவிடமாட்டான்' என்றார்.

அவரது கண்கள் மீண்டும் கலங்கின. இம்முறை ஒரு கைக்குட்டையை எடுத்து கண்களின் நீரை நன்றாகவே துடைத்துக்கொண்டு தலைகுனிந்து தன்னுள் ஆழ்ந்து பேசாமலேயே அமர்ந்திருந்தார். சற்று தூரத்தில் ஒரு கடிகாரம் டிக் டிக் டிக் என்று அடிப்பது மட்டும் கேட்டுக்கொண்டே இருந்தது. பின்பு பொன்னம்பலத்தார் எழுந்து தலையை மேலே கையால் நீவி விட்டுக்கொண்டார். அதுதான் அவர் நிலைமீள்வதன் அசைவு போல. 'நீர் எனக்கு உதவிசெய்யும்... உம்மைப் பாத்ததுமே என் மனசுக்குத் தெரிஞ்சுபோச்சுது, நீர் உண்மையானவர் எண்டு. சொந்த அண்ணனா என்னை நினைச்சு உதவி செய்யும். நான் உம்மை என் சொந்தத் தம்பியா நினைக்கிறன்...' சட்டென்று என் தோளை தன் கனத்த கரங்களால் தொட்டார். நான் அவர் கைமேல் என் கைகளை வைத்தேன். அவர் மெல்லிய உணர்ச்சி ஒலியுடன் என்னை இழுத்து மார்போடு அணைத்துக்கொண்டார். 'நீர் என் தம்பி மாதிரி... எனக்கு வேற ஆருமில்லை' என்று கம்மிய குரலில் கிசுகிசுத்தார்.

நான் அவர் கைகளுக்குள் என் உடல் அடங்குவதை உணர்ந்தேன். உடற்பயிற்சியையே அறியாத மென்மையான தசைத்திரள்களினாலான உடம்பு; உயர்தரமான சோப்பு மற்றும் வாசனைத்திரவியத்தின் வாசனை; விபூதிவாசனை; உடைகளில் இருந்து வந்த வாசனை; அவரது உடலுக்குள் ஏதோ திரவம் குலுங்கி ஓடுவதுபோல் ஒரு மெல்லிய நடுக்கம் இருந்தது. நான் அவரது கைகள்மேல் என் கைகளை வைத்து இறுகப் பற்றிக்கொண்டேன்.

10

நான் பொன்னம்பலத்தாரை நெருங்கிய விதம் எனக்கே ஆச்சரியமளிப்பது. மூன்றாம்நாள் நான் அவரது வாழ்க்கையின் எல்லா அம்சங்களையும் அவரது எல்லாப் பதற்றங்களையும் துக்கங்களையும் தவிப்புகளையும் தெரிந்தவனாக இருந்தேன். அவரது தனிமையில் நான் மட்டுமேகூட இருக்கமுடியும் என்று ஆகிவிட்டிருந்தது. ‘சிவம் வேற மாதிரியான ஆள். அவனுக்கு இதிலே ஒண்டும் ஆர்வம் இல்லை. அவன் ரோவிண்ட ஆள். அவன் ஒரு ரொபொ மாதிரி...’ என்று என்னிடம் அவர் சொன்னார். அவரது பங்களாவில் பெரிய ஒரு நூலகம் வைத்திருந்தார். அதில் அடுக்கடுக்காக தமிழ் ஆங்கில நூல்கள். கணிதம், இலக்கியம், ஆன்மிகம், வரலாறு, தத்துவம்... சமீபமாக அவருக்குக் கர்நாடக சங்கீதத்தில் பெரிய ஈடுபாடு வந்திருந்தது. தனிமையில் ஒருவர் சங்கீதம் கேட்கவில்லை என்றால்தான் ஆச்சரியம்.

தினமும் காலையில் ஏழுமணிக்கெல்லாம் நான் குளித்துவிட்டு அவரது நூலகத்துக்குச் சென்றுவிடுவேன். அங்கே செய்தித்தாள்களைப் படிப்பேன். அவருக்கு ஒருநாள் தாமதத்தில் தினக்குரல், ஈழமுரசு எல்லாமே வந்துகொண்டிருந்தன. இணையத்தில் அதற்கு முன்தினமே நாளிதழ்களை வாசித்துவிட்டாலும் மறுநாள் தாளை கையில் தொட்டால்தான் நிறைவாக இருக்கும். ‘செய்தியைக் கையாலே தொட்டுப் பாக்க வேண்டாமா? தொட்டால்தானே அது நம்ம செய்தி. இல்லையெண்டா அது வேற ஆரோட செய்தி மாதிரித்தானே?’ என்பார் பொன்னம்பலத்தார். எல்லாவற்றிலும் அவருக்கான ரசனைகள் உண்டு. அவர் செய்தித்தாள் வாசித்தால் கையில் காபி இருக்கவேண்டும்.

நான் வாசித்துக்கொண்டிருக்கும்போதே அவர் வெண்ணிறமான சட்டையும் அதன்மேல் கையில்லாத ஸ்வெட்டரும் பேண்டுமாக நெற்றி நிறைய ஈரம்காயும் விபூதியுடன் வந்துவிடுவார். நான் ‘வணக்கம் புரபசர்’ என்று சொல்வேன். பிரகாசமான முகத்துடன் ‘வணக்கம் தம்பி’ என்றபடி அமர்ந்துகொள்வார். நான் எல்லாச் செய்தித்தாள்களையும் சீராக அடுக்கி அவர் முன்னால் வைப்பேன். அவருக்கு செய்தித்தாள்கள்

புதியவையாக இருக்கவேண்டும் என்று கட்டாயமில்லை. சொல்லப் போனால் வாசித்துக் கலைந்த செய்தித்தாள்மீதுதான் பிரியம். 'எங்க அப்பா பேப்பர் வாங்கமாட்டார். காசுக்குத் தெண்டம் எண்டு சொல்லு வார். நான் எங்க வீட்டுக்கு முன்னாலே ஈசன் ற்றீ ஷொப்பிலேதான் பேப்பர் படிக்கிறது. எங்க அப்பா இலங்கை கொங்கிரஸ். ஈசுவரமூர்த்தி தமிழரசுக் கட்சி. அதனால நான் அங்க வாசிக்க வாரதிலை அவனுக்கு ஒரு சந்தோஷம். ஒரு கொபி சொல்லிப்போட்டு பெஞ்சிலே உக்காந்து வாசிப்பேன்... எல்லாருக்கும் ற்றீ எண்டால் எனக்கு மட்டும் நல்லா பால்விட்ட கொபி...'

பொன்னம்பலத்தார் நினைவில் யாழ்ப்பாணத்து மண் அதன் எல்லாக் கனவுகளுடனும் நினைவுகளுடனும் இருந்தது. அவர் அங்கே ஒரு நல்ல குடும்பத்து இளைஞனுக்குக் கிடைக்கக்கூடிய எல்லா இன்பங்களையும் சீராக அனுபவித்து வளர்ந்தவர். காலையில் கடற்காற்றில் சைக்கிளில் கடலோரம் சென்று மீன்வாங்கி வருவார். சாரன் கட்டிக்கொண்டு சென்று ஊர் நூலகத்தில் எல்லா வார மாத இதழ்களையும் நின்றபடியே வாசிப்பார். சைக்கிளிலேயே கல்லூரிக்குச் செல்வார். கேண்டீனில் சாப்பிடுவதற்கு கணக்கு உண்டு. டீக்கடைகளில் டீ குடிக்க கையில் எப்போதும் சில்லறை இருக்கும். அந்தப் பகுதியில் இருந்த எல்லா அழகான பெண்களுக்கும் அவரைப் பிடித்திருந்தது. பருத்தித்துறையில் இருந்து கிளம்பி உலகை வெல்லப்போகும் ஓர் ஆண்மகன். பையன்கள் சைக்கிளில் பெண்களைப் பின்தொடர்ந்து சக்கரத்தை அரக்கி அரக்கிச் செல்வார்கள். வீடுவரை கொண்டுசென்று விட்டுவிட்டுத் திரும்பி வருவார்கள். சாயங்காலம் கடலோரம் இருந்த உயரமில்லாத கல்மதில் களில் அமர்ந்து சினிமாக்களையும் பெண்களையும் பற்றி ஆவேசமாகப் பேசிக்கொள்வார்கள்.

'எனக்கு சிவாஜியைக் கனக்கப் பிடிச்சுக்கொண்டது' என்றார் பொன்னம் பலத்தார். அதை அவரில் எவரும் அப்போதும் காணமுடியும். அவரது நடையில் பாவனைகளில் எல்லாம் கடுமையான சிவாஜிகணேசன் பாவனை இருந்தது. புருவத்தைத் தூக்கியபடி ஏறிட்டுப்பார்க்கும்போது அந்தக் காட்சியையே 'உத்தமன்' அல்லது 'அவன்தான் மனிதன்' அல்லது 'அவன் ஒரு சரித்திரம்' படத்தில் பார்த்திருப்பதாகவே தோன்றும். 'அந்தக் காலத்திலை யாழ்ப்பாணவிலை உத்தமன் நூறுநாள் ஓடிச்சுது. இங்காலை அது ஓடயில்லை. ஃப்ளாப் எண்டு சொன்னவங்கள்' என்று உற்சாகமாக சிவாஜி படங்களைப் பற்றிப் பேசுவார். அக்காலத்தின் எல்லா சிவாஜி படங்களின் ரிலீஸ் தேதிகள், வெற்றி தோல்வி நிலவரங்கள், கதாநாயகிகள், பிற நடிகர்கள், கூடவே வெளிவந்த மற்ற படங்கள், எல்லாத் தகவல்களும் அவருக்குத் துல்லியமாக நினை விருந்தன.

'மன்னவன் வந்தானடி எழுவத்தஞ்சு ஓகஸ்ட் ரெண்டாம் திகதி இந்தியாவிலே ரிலீஸ் ஆச்சு. யாஃப்னாவிலே ஒக்றோபர் ரெண்டாம் திகதி. பி.மாதவன் டைரக்‌ஷன். மஞ்சுளாதான் ஹீரோயின். அப்ப அவ மேலே எல்லாருக்கும் பெரிய கிரேஸ். சின்னக் கண்ணு அவளுக்கு. சிரிக்கிறப்ப கண்ணை மூடுற ஹீரோயின் அவ ஒருத்திதான். எம்.எஸ். விஸ்வநாதன் பாட்டு போட்டிருந்தவர். ஒரு பாட்டு ரொம்ப ஃபேமஸ்.. தாலாட்டுப்பாட்டு... எங்க அம்மாவுக்கு அந்தப் பாட்டு கனக்கப் பிடிச்சுக்கொண்டது' என்று உற்சாகமாகப் பெருங்குரலில் சொன்னார்.

நான், 'நான் நாட்டை ஆளப்போறேன், அந்தக் கோட்டைய பிடிக்கப் போறேன்... அதுதானே?' என்றேன். 'அது அந்தப் படத்திலே உள்ள பாட்டுதான். சிவாஜி ஒரு கழுதை மேலே ஏறி பாடிட்டே வருவார். அதிலே அவருக்குக் கோமாளி மாதிரி ஒரு வேஷம்...' சட்டென்று பயங்கரமாக சிரித்துக்கொண்டு எழுந்துவிட்டார். 'தம்பி, கண்டியோ, நானும் அதே மாதிரி கோட்டு போட்டுட்டு கழுதைமேலே ஏறி அதே மாதிரி பாட்டுப்பாடிட்டு போனவன்தானே?' என்றபின் கேலியாகக் கைவீசி, 'நான் நாட்டை ஆளப்போறேன், அந்த கோட்டைய பிடிக்கப் போறேன்...' என்று பாடினார். நானும் அடக்கமுடியாமல் சிரித்து விட்டேன். உடனே அவர் முகம் கனத்தது. 'இப்ப எனக்குச் சரித்திரத் திலே என்ன இடம் சொல்லும்... ஒரு கோமாளி... வேறே என்ன?'

நான், 'சரித்திரமெண்டு ஒண்டும் இல்லை...' என்றேன். அவர் என்னை ஏறிட்டுப்பார்த்தார். 'கனபேரு சொல்லுவினம், சரித்திரம் ஜெயிச்சவங்க எழுதறது எண்டு. அதுவும் இல்லை. வாழுறவங்க அவங்களுக்கு வேண்டியது மாதிரி நினைச்சுக்கிடறதுதான் சரித்திரம்... அதுக்குமேலே ஒண்டுமே இல்லை...' என்று மேலும் சொன்னேன்.

அவர் என்னைக் கூர்ந்துநோக்கி, 'சனங்களுக்கு உண்மை தெரி யணுமே... தெரிஞ்சாத்தானே நல்லவிதமா நினைப்பினம்?' என்றார். நான் அவருக்கு என்ன பதில் சொல்வது என்று ஒரு கணம் தயங்கி னேன். நான் பேசப்பேச என்னைக் காட்டிக்கொடுக்கிறேன். எத்தனை வித்தாரமாக, எத்தனை கவனமாகப் பேசினாலும் பேச்சு நம்மை காட்டிக்கொடுக்கும். நம் பேச்சுவழியாக மட்டுமல்ல, நம்முடைய பேச்சுக்கு எதிர்த்திசையில் சென்றும் நம்மைக் கண்டுபிடிக்க பிறரால் முடியும். அத்துடன் பொன்னம்பலத்தார் அசாதாரணமான புத்திக் கூர்மை உடையவரும்கூட. ஆனால் என்னால் பேசாமலிருக்க முடிய வில்லை. என்னுடைய அதுநாள்வரையிலான வாழ்க்கையில் இருந்து அச்சிந்தனைகளை நான் தொகுத்துக்கொண்டிருக்க வேண்டும். பலசமயம் முக்கியமில்லாதவையாக மேல்பார்வைக்குத் தோன்றும், ஆனால் ஒரு மனிதனால் தன் வாழ்க்கையின் சாராம்சமாகத் திரட்டிக் கொள்ளப்பட்ட கருத்தைச் சொல்லாமல் அடக்கவே முடியாது.

நான் உரத்த குரலில் பேச ஆரம்பித்தேன். 'இரண்டுவகை மக்கள் இருக்கிறார்கள். ஒருதரப்பினர் மிகப்பெரும்பான்மையினர். அவர்களுக்குத் தங்களின் அன்றாட வாழ்க்கை மற்றும் அன்றாட இன்பங்கள் அன்றி வேறு எதுவும் முக்கியம் இல்லை. இவர்களின் பகற்கனவுகள் முழுக்க எளிமையான புலன் இன்பங்கள்தான். திகட்டத் திகட்டக் காமம். கொஞ்சம் வேறு சந்தோஷங்கள். மீண்டும் காமம். ஆனால் அவர்களில் பெரும்பாலானவர்களுக்கு இன்பமும் நிம்மதியும் கிடையாது. காரணம் அவர்களை ஆட்டி வைக்கும் இரண்டு பயங்கள். ஒன்று அண்டை வீட்டானைப் பற்றிய பயம். இரண்டு எதிர்காலம் பற்றிய பயம். தங்கள் இன்பங்களில் அண்டைவீட்டுக்காரன் பங்குக்கு வந்துவிடுவான் என்று அவர்கள் உள்ளூர அஞ்சுகிறார்கள். தாங்கள் தேடி வைத்திருப்பவற்றை அவன் பறித்துக்கொள்ளக்கூடும். அவன் அதற்காகவே படைக்கப்பட்டிருக்கிறான். அவனுடைய இருப்பே அதற்காகத்தான். அவன் அல்லும்பகலும் அதையே நினைத்துக்கொண்டிருக்கிறான். அவன் சதி செய்தபடியே இருக்கிறான். அவன் மாற்றான். பங்காளி. அந்நிய சாதி, அந்நிய மதம், அந்நிய இனம், அந்நிய நாடு... அவனைச் சந்தேகத்துடன் கண்காணிக்கிறார்கள். மேலே புன்னகையைப் பூத்தாலும் உள்ளூர அவனை வஞ்சத்துடன் மதிப்பிட்டுக்கொண்டே இருக்கிறார்கள். அவனும் இவர்களை மதிப்பிடுபவனாதலால், அந்த வஞ்சம் சிறு சிறு விஷயங்கள் வழியாக வளர்கிறது. அவர்களை மிக எளிதாக, அந்த மாற்றானுக்கு எதிராகத் திருப்பிவிட்டுவிட முடியும். உச்சகட்ட வன்முறைக்கும் கற்பனையே செய்யமுடியாத கொடூரத்துக்கும் கொண்டுசெல்ல முடியும். அந்தப் பயத்தை அவர்களில் உருவாக்கினால் அவர்களை எளிதில் ஒன்று திரட்டலாம். இன்னொருபக்கம் அவர்கள் ஒவ்வொருவரும் தங்கள் குழந்தைகளுக்கும் எதிர்காலத்தில் ஏதாவது ஆகிவிடுமா என்ற நிரந்தரமான சந்தேகத்தில் இருக்கிறார்கள். அதற்காகத் தங்கள் நிகழ்காலத்துச் சந்தோஷங்களை எல்லாம் முழுமையாகவே தியாகம் செய்துவிட்டு சேமித்துக்கொண்டே இருப்பார்கள். சேமிப்பு தவிர இவர்களுக்கு வேறு இன்பம் இல்லை. சேமிப்பு வளர்வதைக் காணும்போது ஏற்படும் மெல்லிய மனநிம்மதியைத்தான் சந்தோஷம் என்று நினைத்துக்கொண்டிருக்கிறார்கள். இரண்டாவது வகை மக்கள் சிறுபான்மையினர். இவர்கள் புத்திசாலிகள். இவர்கள் இன்று எப்படி இருக்கிறார்களோ அது அல்ல இவர்களின் ஆளுமை என்று இவர்கள் நினைத்துக்கொண்டிருக்கிறார்கள். ஒவ்வொரு கணமும் இவர்கள் தங்களுக்குள் சொல்லிக்கொண்டே இருக்கிறார்கள், 'நீங்கள் உங்களில் ஒருவராக என்னை நினைத்துக்கொள்ளலாம். ஆனால் நான் அது அல்ல. உங்களுக்கும் எனக்குமான வேறுபாடு ஒன்று உண்டு. நீங்கள் வெறுமே சோறு நிறைக்கப்பட்ட சோத்து டப்பாக்கள். நான் ஆர்.டி.எக்ஸ் நிரப்பி டைமர் அமைக்கப்பட்ட சோத்துடப்பா. நான்

வெடிக்கக் காத்திருப்பவன். அந்தக் கணம்வரை நீங்கள் என்னையும் வெறும் டப்பாவாகத்தான் நினைப்பீர்கள். நான் உங்களை விட மேலானவன். உங்களை வழிநடத்துபவன். உங்களை ஆக்கக்கூடியவன். ஆகவே அழிக்கவும் உரிமை கொண்டவன்' என்று. இவர்களின் உள்ளே அகங்காரம் புளித்துக் கொதித்து நுரைத்துக்கொண்டே இருக்கிறது. இவர்களின் பகற்கனவில் காமத்தைவிடவும் கிளர்ச்சியூட்டுவது இவர்களின் அகங்காரத்தின் உச்சகட்ட வெளிப்பாடுகள்தான். எந்த வெற்றியும் இவர்களுக்குப் போதாது. டைம்ஸ் இதழின் அட்டையில் வரவேண்டும். நோபல் பரிசுகள் வாங்கவேண்டும். விண்வெளியில் பறக்கவேண்டும். உலகையே ஆளவேண்டும். உலகமே போற்றி வணங்க வேண்டும். உலகில் பிற எவருமே நிகராக இருக்கக் கூடாது. சென்றவர்களிலும் எவரும் நிகராக இருந்திருக்கலாகாது. அவர்களைப் பற்றிப் பள்ளிக்கூடத்தில் பிள்ளைகள் படிக்கவேண்டும். தெருவெங்கும் சிலைகள் நிற்கவேண்டும். ஆனாலும் போதாது. மேலே மேலே என்றே மனம் திமிறும். ஆகவே இவர்களுக்கு இன்றைய வாழ்க்கை முக்கியமே இல்லை. இன்றைய உலகில் இவர்கள் அடையும் இன்பம் ஏதுமில்லை. இங்கே இவர்களுக்கு இடமில்லை. இவர்களின் இடம் வரலாற்றில் இருக்கிறது. ஆகவே தன்னை வரலாற்று மனிதர்களாக எண்ணிக்கொள்கிறார்கள். வரலாற்றில் இடம்பெற என்ன செய்ய வேண்டும்? சோத்து டப்பா வெடிக்க வேண்டிய இடம் எது? இளமை முதலே இவர்களின் தேடல் இதுதான். எந்த இடம்? எப்போது? தமிழ் நாட்டில் நூற்றுக்குத் தொண்ணூறு பேருக்கு அது சினிமாதான். உலகத்தை உலுக்கி கோடிகோடியாகக் கொட்டக்கூடிய ஒரு சினிமா. அந்தச் சினிமாவின் திரைக்கதையும் வசனமும் காட்சிகளும் அவர் களுக்குள் இருக்கும். அவர்கள் தனியாக இருக்கும்போது கதகதப்பான நீரோடைபோல அவர்களுக்குள் அது ஓடிக்கொண்டே இருக்கும். சிலருக்கு அரசியல், சிலருக்கு வியாபாரம், சிலருக்கு அறிவியல். ஆனால் இவர்களில் மிகச் சிலர்தான் உண்மையிலேயே வரலாற்று மனிதர்களாக ஆகிறார்கள். வரலாற்று மனிதர்களிலும் பெரும்பாலான வர்கள் வரலாற்றின் பெருக்கில் சிக்கிக்கொண்ட சாதாரண மனிதர் களாகவே இருப்பார்கள். மிஞ்சியவர்கள் அதன் ஆழமும் வேகமும் தெரியாமல் குதித்துவிட்டவர்களாக இருப்பார்கள். வரலாற்றை அறிந்து உள்ளே குதித்து அதில் விரும்பியபடி பயணம்செய்பவர்கள் என எவருமே இல்லை. குதித்தபின்னர் ஒரே சவால்தான், மூழ்காமல் இருக்கவேண்டும். மூழ்காமல், கரை ஒதுங்காமல் கொஞ்சதூரம் மிதந்து விட்டாலே வரலாற்றில் இடம் வந்துவிடுகிறது. அந்த பிரம்மாண்டமான பட்டியலில் பெயர் சேர்ந்துவிடுகிறது. அதன்பின்பு அவர்கள் தினமும் செய்தியை வாசிப்பவர்களின் பெருங்கூட்டத்தில் ஒருவர் அல்ல, அவர்கள்தான் செய்தியே. அவர்களைப் பார்த்து மற்றவர்கள்

பொறாமைப்படுகிறார்கள். அவர்களைப்போல ஆகிவிடவேண்டும் என்று கனவுகாண்கிறார்கள். மிதக்கப் பாடுபடுபவர்கள் ஒன்றைக் கண்டு கொள்கிறார்கள். வரலாற்று வெள்ளம் என்பது வரலாறாக ஆகவேண்டு மென நினைக்கும் இந்த அகங்காரக் கும்பல்தான். அவர்களைப் பிடித்து இழுத்துப்போட்டு அவர்கள் மேல் ஏறிக்கொண்டுதான் இவர்கள் மிதக்க முடியும். அதற்கு வரலாறுபோல சிறந்த தூண்டில் ஏதுமில்லை. வரலாறு ஒரு சாகசக்கார வேசி போல. அவளுடைய ஜாலங்களுக்கு எவருமே தப்ப முடியாது. அவள் கண்ணசைவைக் கண்டு கிளர்ச்சி கொண்டு வீட்டையும் குடும்பத்தையும் உற்றார் உறவினரையும் வேலை யையும் செல்வத்தையும் எல்லாம் உதறிவிட்டுக் கிளம்பிவருகிறார்கள். கிளம்பி வந்து இந்தப் பெரும் பிரவாகத்தில் விழுந்து கலந்துகொண்டே இருக்கிறார்கள். ஆயிரக்கணக்கில் லட்சக்கணக்கில் வந்து இதில் மூழ்கிக்கொண்டே இருக்கிறார்கள். இந்தப் பிரவாகமே அவர்களால் ஆனதுதான். இன்று வருபவர்களில் நேற்று வந்தவர்கள் மூழ்கி மறைந்துவிடுகிறார்கள். வரலாற்றில் இருக்க விரும்பி வருபவர்கள் வரலாற்றின் அடியற்ற கரிய ஆழத்துக்குச் சென்றுகொண்டே இருக் கிறார்கள். எத்தனை லட்சம்பேர், எத்தனை கோடி பேர் அப்படி மறைந் திருப்பார்கள்! ஜெங்கிஸ்கானுடன் படையெடுத்து வந்தவர்கள் பதி னெட்டு லட்சம் பேர் என்கிறார்கள். அந்தப் பதினெட்டு லட்சம் பேரும் எதற்காக வந்தார்கள்? வரலாற்றை வென்று அதில் இடம்பெறு வதற்காக. வேறு எதற்காகவும், தெரியாத நிலத்தையும் புரியாத எதிரி களையும் நோக்கி அந்த மனிதர்கள் கிளம்பி வரமாட்டார்கள். மனிதர் களை, சிரித்தபடி மரணத்தை நோக்கிச் செல்லவைக்க, வரலாறு என்ற தேவடியாளால் மட்டுமே முடியும். அதற்கு அவளுக்கு ஐந்தாயிரம் வருடத்து அனுபவம் இருக்கிறது. ஜெங்கிஸ்கான் தன் வாளைத் தூக்கி என்ன சொல்லியிருப்பான்? 'ஆகவே வரலாற்றை வெல்ல வாருங்கள்!' என்றுதானே அறைகூவியிருப்பான். அதன்பின் பாபர். அதன்பின் அக்பர். அதன்பின் நெப்போலியன். அதன்பின் ஹிட்லர்... அத்தனை பேரும் 'வரலாறு காத்திருக்கிறது' என்றுதான் கூவியிருப்பார்கள். ஆனால் இந்தப் பெரிய தலைகள்கூட வரலாற்றில் இல்லை. இருப்பது அவர்களின் பெயர் மட்டுமே. அவர்கள் யார் என்று நமக்கு எப்படித் தெரியும்? அவர்களின் கனவுகளும் பயங்களும் சஞ்சலங்களும் எதுவுமே வரலாற்றில் இல்லை. அவர்களுக்குப் பின்னால் வந்தவர்கள் அவர்களை எப்படிச் சித்தரித்தார்களோ அப்படி அவர்கள் வரலாற்றில் இடம்பெற்றார்கள். அவர்களுக்குப் பின்னால் வந்தவர்கள் தாங்கள் மூழ்காமல் மிதக்க விழைந்தார்கள். அதற்கு, மேலும் விட்டில்களை ஈர்க்க விரும்பினார்கள். ஆகவே அவர்களுக்கு முன்னுதாரணம் தேவைப்பட்டது. பாபர் வாளைத் தூக்கி ஜெங்கிஸ்கானின் பெயரைச் சொல்லி அறைகூவியிருப்பார். பாபரின் பெயரை அக்பர்

சொல்லியிருப்பார். அவ்வளவுதான் அவர்களின் வரலாற்று முகம். அதற்குமேல் ஒன்றுமே இல்லை. வரலாறு என்பது ஒரு மாயை. இன்றைய வரலாற்று நாயகர்கள் இன்று அவர்கள் தப்பிப் பிழைப்ப தற்காக நேற்றைய வரலாற்றை உருவாக்குகிறார்கள். கொல்லிப்பாவை போன்றது வரலாறு. பேரழகு கொண்ட ஒரு மாயா யந்திரம். சொல்லப் போனால் ஒரு பிரமைதான் அது. அடியில்லாத ஆழம் கொண்ட விஷப் பொய்கை ஒன்றில் பேரழகுகொண்ட அந்த நங்கையின் நிழல்சித்திரம் தெரிகிறது. கோடிக்கணக்கானவர்கள் அதில் பாய்ந்து ஆழத்தில் மறைந்துகொண்டே இருக்கிறார்கள். லட்சக்கணக்கான விட்டில்களில் ஒருசில விட்டில்களால் மட்டுமே தீயில் கருகிச் சாக முடிகிறது. மற்ற விட்டில்கள் அனைத்தும் விளக்கொளியை நீரில் கண்டு அதில் மூழ்கி வீணாகச் செத்து ஒழிகின்றன...'

ஏதோ ஒருபுள்ளியில் பேச்சு அறுபட நான் அப்படியே அமர்ந்திருந்தேன். கண்ணகியம்மன் கொடைவிழாவில் மேளங்களைக் கேட்டு மெய் மறந்து சன்னதம் கொண்டு ஆடிவிட்டு தன்னினைவுபெற்று உடை கலைந்து வெட்கி அமர்ந்திருக்கும் குடும்பப்பெண் போல என்னை உணர்ந்தேன். அப்போது நான் விரும்பியதெல்லாம் எழுந்து ஓடி விலகி விடவேண்டும் என்றுதான். ஆனால் அது முடியாதென்பதனால் என் உடலை மிகமிகக் கனமாக உணர்ந்தபடி தலைகுனிந்து என் கைநகங் களைப் பார்த்துக்கொண்டிருந்தேன்.

என் சொற்பெருக்கு பொன்னம்பலத்தாரை வாயடைந்துபோகச் செய்து விட்டது. வியப்புடனும் பிரமிப்புடனும் என்னையே பார்த்துக்கொண் டிருந்தவர் சட்டென்று மீண்டு சிரித்தபடி, 'இப்பத் தெரிஞ்சுபோச்சு, ஏன் உம்மை இயக்கத்திலிருந்து உதைச்சு வெளியெ விட்டவங்கள் எண்டு' என்றார். நானும் என் இறுக்கம் கலைந்து சிரித்துவிட்டேன். 'இந்த நினைப்புகள் வந்தபின்னாலே போரிலே பத்தோடு பதினொண் டாகப் போயி துவக்கெடுத்துச் சுட ஏலாது... சுட்டால் அந்தத் துவக்கு வெடிக்காது' என்றார் பொன்னம்பலத்தார். நான் சிரித்தபடி, 'துவக்கு வெடிக்கணும் எண்டால் மனசிலே நல்ல பயமிருந்தாப்போதும்... அது இருக்கு' என்றேன்.

'நீர் சொன்னது உண்மை...' என்று பொன்னம்பலத்தார் தீவிரம் கொண் டார். 'நான் எப்பவும் நினைக்கிறது இதெல்லாம்தான். எதுக்காக மனுஷன் சலிப்பே இல்லாம இந்த ஆட்டத்தை ஆடிக்கொண்டே இருக்கானெண்டு நினைப்பனான். இது எவ்வளவு பழைய ஆட்டம்... அஞ்சாயிரம் பத்தாயிரம் வருஷங்களாக இந்த ஆட்டமல்லோ பூமிமேலே நடந்துகொண்டு இருக்கு. இதிலே எத்தனை கோடி சனங்க செத்து மண்ணாகியிருப்பவங்கள். எங்கடை தீவிலை இப்ப செத்துக் கொண்டிருக்கிற அம்பதாயிரமோ ஒரு லட்சமோ சனங்கள் அதிலே ஒரு

சின்ன துளி. கடலிலே கருப்பட்டி கலக்கினதுமாதிரி எண்டு எங்க அம்மம்மா சொல்லிவினம்... கடலு இதே மாதிரி அலையடிச்சுக் கொண்டு கிடக்கும்...' பெருமூச்சுடன், 'ஒண்ணும் புரியயில்லை. நினைச்சா நித்திரை கொள்ள ஏலாது' என்றார்.

நான் பேச்சை மாற்ற விரும்பினேன். என்னுடைய குரலிலும் கண் களிலும் தெரிந்த உண்மையான உணர்ச்சிகள் பொன்னம்பலத்தாருடைய எண்ணங்களுக்கு ஒத்திசைவாக இருந்தன என்பதனால் அவருக்கு என்மீதிருந்த சிறிய சந்தேகம்கூட இல்லாமலாக்கிவிட்டது என்று எண்ணினேன். இனிமேல் நான் அவரது நம்பிக்கையிலிருந்து எளிதில் தவற மாட்டேன். சட்டென்று நான் சொன்ன அந்தச் சொற்களுக்கும் எனக்கும் ஒரு தொடர்பும் இல்லை என்று தோன்றியது. நான் வேறு ஒருவனை என் சொற்களால் வரைய ஆரம்பித்து அதில் மூழ்கிவிட்டிருக் கிறேன். ஆனால் அந்த வரைந்தவன் யார்? அவன் மட்டும் உண்மை யானவனா என்ன?

ஒன்று தெரிந்தது. ஒருவன் தன் பெயரை மாற்றிக்கொள்வதென்பது சாதாரணமான விஷயமல்ல. பெயர்தான் அவன். அப்பெயருக்கு அவன் தன் நினைப்புகள் மூலம் அளிக்கும் வண்ணம்தான் அவன். பெயரை உதறும்போது அதனுடன் சேர்ந்த எல்லாமே கழன்று விடுகின்றன. என் பெயர்களை நான் கழற்றிவிட்டபடியே வந்திருக்கிறேன். என்னை நான் கண்டுபிடிக்கவேண்டுமென்றால் நான் விட்டுவிட்டவற்றைத் தேடிப் பின்னால் செல்லவேண்டும்...

பேச்சை மாற்றும்பொருட்டு நான், 'என்ன பாட்டு அது?' என்றேன்.

'எந்தப் பாட்டு?' என்று அவர் கேட்டார்.

''மன்னவன் வந்தானடி' படத்திலே?'

அவர் ஒருகணம் யோசித்து, 'நல்ல பாட்டு... டி.எம்.எஸ் குரலுக்குப் பொருத்தமான பாட்டு...' என்று நெற்றியைத் தட்டிவிட்டு, 'ஆ... சொர்க்கத்தில் கட்டப்பட்ட தொட்டில் ஏழ்மை துன்பத்தில் ஆடுதடா இங்கே' என்றார். முகம் மலர்ந்து உரத்த குரலில் அந்த வரிகளைப் பாடினார். 'சொர்க்கத்தில் கட்டப்பட்ட தொட்டில்ல்ல்ல் ஏழ்மை துன்பத்தில் ஆடுதடா இங்கே! சொர்க்கத்தில் கட்டப்பட்ட தொட்டில் ஏழ்மை துன்பத்தில் ஆடுதடா இங்கேஏ.'

அவர் நன்றாகவே பாடினார். டி.எம்.எஸ்ஸின் குரலுடன் அவரது கனத்த குரல் நன்றாகவே ஒத்துப்போனது.

நான் புன்னகையுடன் 'இப்பிடி தாலாட்டு பாடினா குழந்தை பயந்து போகுமே' என்றேன்.

அவர் வாய்விட்டுச் சிரித்து 'டி.எம்.எஸ் குரலிண்ட அழகே தனிதான் தம்பி... எழுபத்தொண்ணிலே யாஃப்னாவுக்கு அவரு வந்தப்போ நான் மேடையிலே அவர் முன்னாலே பாடியிருக்கேன்... அப்ப நான் காலேஜிலே படிச்சிட்டிருந்தனான்...' நான் டி.எம்.எஸ் போலக் குரலை மாற்றி, 'ரொம்ப நல்லாப் பாடினீங்க தம்பி... இந்த டி.எம்.எஸ் பாடினது மாதிரியே இருக்கு...' என்றேன். அவர் உரக்கச் சிரித்தபின், 'இந்தமாதிரி சிரிச்சு ரொம்பநாள் ஆகுது' என்றார்.

'அதிலே இன்னொருபாட்டு உண்டு... அதான் கிளாஸ் பாட்டு' என்றேன்.

அவர் 'அதிலேயா? என்ன பாட்டு?' என்றார்.

நான் மெல்ல 'காதல் ராஜ்ஜியம் உனது, அந்தக் காவல் ராஜ்ஜியம் எனது. இது மன்னன் மாடத்து நிலவு, இதில் மாலை நாடகம் எழுது' என்று பாடினேன்.

அவர் உத்வேகம் தாளாமல் எழுந்துவிட்டார். முகம் கனல்போல எரிய, 'காதல் ராஜ்ஜியம் எனது...' என்று என்னுடன் சேர்ந்து பாடினார். சட்டென்று எனக்கு, நாங்கள் இருவரும் டூயட் பாடுவது போல ஓர் எண்ணம் வந்து புன்னகை எழுந்தது.

11

நான் பங்களாவுக்குள் நுழையும்போதெல்லாம் என்னைத் துப்புரவாகச் சோதனை போடாமல் உள்ளே அனுப்பமாட்டார்கள். ஆனால் பின்னர் நான் உள்ளே சென்றபோது புன்னகையுடன் வணக்கம் சொல்லி உள்ளே விட ஆரம்பித்தார்கள். முதல்முறை அதைக் கவனித்தபோது நான் சற்றே தயங்கிவிட்டு, நூலகத்துக்குச் சென்று வார இதழ்களையும் நாளிதழ்களையும் எடுத்துக்கொண்டு சூரல் நாற்காலியில் அமர்ந்து கொண்டேன். குளிர்காலம் மட்டுப்பட ஆரம்பித்துவிட்டது என்று சொன்னார்கள், ஆனால் என் பூமத்தியரேகைப்பகுதி உடலுக்கு அதுவே குளிராகத்தான் இருந்தது. காலையின் ஊமைவெளிச்சம் நூலகத்தின் பெரிய தேக்குமர மேஜைமேல் பளபளத்தது. தூரத்தில் எங்கோ மணி யோசை கேட்டது.

எனக்கு சப்ராஸி டீ கொண்டுவந்து மெல்ல வைத்தான். நான் அதை எடுத்துப்பார்த்தபோது கோப்பை மிக உயர்தரமான பீங்கான் என்பதைக் கவனித்தேன். சப்ராஸி மிகவும் பணிவாக இருப்பதையும். இந்த மாற்றங்கள் நிகழ்ந்து சிலநாள்கள் ஆகியிருக்கலாம். நான் இப்போது தான் இவற்றைக் கவனிக்கிறேன். புன்னகையுடன் காபியைக் குடித்துக் கொண்டு யோசித்தேன். காலை மடித்து அமர்ந்த போது என் தொடைக்குள் ஊமைவலி எழுந்தது. சிலநாள்களாகவே அந்த வலி இருக்கிறது. வலி என்று அதைச் சொல்லமுடியாது. ஒருவகை இருப் புணர்த்தல் மட்டுமே. அந்த உலோகம் என் சதைக்குள் கனப்பதை நான் கொஞ்சம் அங்கே மனத்தைத் திருப்பினால் உணர முடிகிறது. இரவு தூங்குவதற்காக நான் படுக்கும்போது கை அனிச்சையாகவே அங்கே செல்கிறது. அதையே வருடிக்கொண்டு எதையெதையோ எண்ணிக் கொண்டிருப்பேன். நூறுவயதான தாத்தாக்களுக்குத்தான் மனம் அப்படி இருக்கும்போலும்; மொத்த வாழ்வே இறந்தகாலத்தில் இருக்கும்.

அந்த உலோகத்தை அறுவை சிகிச்சைசெய்து எடுத்தால் என்ன என்று நேற்று யோசித்தேன். அதை எடுப்பது அவ்வளவொன்றும் கடினமல்ல. அது மேலோட்டமான தசையில்தான் இருக்கிறது. குண்டடிபட்ட

போது நான் நர்ஸிங்கூடத் தெரியாத இயக்கத்துப் பெண்களால்தான் அறுவை சிகிச்சை செய்யப்பட்டேன். இங்கே ஒருவேளை ஒரு நல்ல டாக்டர் முள்ளை எடுப்பதைப்போல அதை எடுத்துவிடக்கூடும். முள் சதையில் குத்தினால் சீழ் கட்டிவிடுகிறது. இந்த ஈயத்தைத் தன்னுடையது என்று எப்படி உடம்பு ஏற்றுக்கொண்டது? துப்பாக்கிக்குள் இருப்பதுபோல் அந்தக் குண்டு அங்கே கச்சிதமாகப் பொருந்திக் கொண்டு இருக்கிறது. நேற்று அதை வருடிக்கொண்டிருந்தபோது நினைத்துக்கொண்டேன், அது ஒரு விதைபோல என்னுடைய சதைச் சதுப்பில் இருந்துகொண்டிருக்கிறது என. என்னைப் புதைத்தால் அது முளைத்து ஒரு செடி வெளியே வரும். ஈயத்தாலான தளிர்களும் ஈய இலைகளும் கொண்ட பளபளக்கும் உலோகச்செடி...

உடை சலசலக்கும் ஒலி கேட்டது. நான் நிமிர்வதற்குள் 'ஹாய்' என்று குரலுடன் ஒரு பெண் என்னை நோக்கி வந்து, சிரித்தாள்.

வெண்பட்டாலான பைஜாமாவும் ஜிப்பாவும் அணிந்திருந்தாள். அழகு நிலையங்களில் அதிகமாக திருத்தப்பட்ட முகங்களுக்கே உரிய பளிச்சிடலும் வெறுமையும் கலந்த தோற்றம். கன்னங்களில் சிவந்த பருக்கள். ஈழத்துப் பெண்தான்; எங்களூரில் சிவப்பான பெண்கள் மிகவும் குறைவு. அத்தனை சிவத்த பெண்களுக்கும் ஒரே தோற்றம் இருப்பது போலிருக்கும். அதிலும் இவளை நான் நன்றாக அறிந்தவன் போல ஒரு பிரமை எழுந்தது.

நான் 'ஹாய்' என்றேன். சிரிக்காமல் அதைச் சொன்னேன் என்று உணர்ந்ததும் மீண்டும் சிரித்து 'ஹவ் ஆர் யு?' என்றேன்.

'ஃபைன்...' என்றபடி அவள் என்னருகே வந்து அமர்ந்துகொண்டாள். 'உங்களைப்பத்தி அப்பா சொன்னவர். சார்லஸ் எண்டு பெயர் சொன்னவர்...'

நான் 'ஓம்' என்றேன்.

'ஆனா அது உங்க பெயர் இல்லை... உங்களைப் பாத்தா சைவர் போல இருக்கு.' நான் மென்மையாகப் புன்னகை செய்தேன். 'என்ன சிரிப்பு?' என்று அவள் சிணுங்கினாள். முன்பின் தெரியாத ஒருவரிடம் சட்டென்று கொஞ்சிப்பேச ஆரம்பிப்பதே அவளுடைய உயர்குடித் தன்மைக்கான ஆதாரம் என்று நினைத்துக்கொண்டேன். 'சைவர் தானே? சொல்லுங்கோள்.'

நான் 'ஆமாம் எண்டு சொன்னால் என்ன கிடைக்கும் உனக்கு?' என்றேன்.

'சந்தோசம் கிடைக்கும்' என்றாள் சிரித்தபடி. முகத்தின் எல்லாச் செயற்கையான விஷயங்களையும் மீறி சிரிப்பில் இளமையும் உற்சாகமும் இருந்தன.

‘உங்க பேரு வைஜயந்திதானே?’

‘அய்யோ, கண்டுபிடிச்சிட்டியளே... வயசு தெரியுமோ?’

நான் புன்னகையுடன் ‘இருபத்திரண்டு’ என்றேன். அவளுக்கு இருபத்தி ஏழு என்றும் திருமணமாகி விவாகரத்தானவள், ஒரு குழந்தை இருக்கிறது என்றும் எனக்குத்தெரியும். அவள் கண்கள் சட்டென்று மாற்றம் பெற்றபின் சிரிப்புக்கு மீண்டன. ‘பெட்டையளை நல்லாப் பழக்கமோ? எப்டிப் பேசணும் எண்டு தெரிஞ்சு வச்சிருக்கிறியளே’ என்றாள். நான் சிரித்தேன்.

‘எங்க போயிருந்தீங்கள்? குலு மணாலியா?’ என்றேன்.

‘அய்யே... அங்க கொண்டுபோறதாச் சொல்லிட்டு நேரா சிம்லா கொண்டு போயிட்டவங்கள். அங்க ஒரே பனி... பங்களாவை விட்டு வெளியே போக ஏலாது... கிளவுஸூம் பிளேஸரும் ஷூவும் போட்டுக் கொண்டு முற்றத்திலே நடக்கணும்... போர்... அம்மாவுக்கு அங்கயும் வீட்டுக்குள்ளதான் பூசை விரதம் எல்லாம்... போர்.’

நான் அந்த மணியோசை அவள் அம்மா சந்திராவுடையது என்று ஊகித்தேன். சந்திரப்பிரகாசினி என்ற அவள் அம்மா அந்நாள்களில் யாழ்ப்பாணத்தில் பையன்கள் நடுவே மிகப் பிரபலம். எங்களூரின் மிகப்பெரிய வெங்காய வியாபாரியின் ஒரே மகள். பேரழகி. அவள் காரில் இருந்து இறங்கி பெண்கள் கல்லூரிக்குள் செல்வதைப் பார்ப்பதற்காகவே பையன்கள் கூடி நிற்பார்கள். அவளை நான் எப்போதுமே இருபதடி தூரத்தில் நின்றுதான் பார்த்திருக்கிறேன். அவள் முகமல்ல இவளுக்கு, ஆனால் அந்தச் சாயல்தான். ஆனால் அவள் அம்மா முகம் எனக்குத் தெளிவாக நினைவுக்கு வரவில்லை.

‘உங்க அம்மா அந்தக் காலத்திலே யாழ்ப்னாவிலே பெரிய பியூட்டி குயின்...’ என்றேன் புன்னகையுடன். ‘நாங்கள் அவங்களை பாக்கிற துக்காக தெருவிலே காத்து நிப்போம்...’ அவள் கிளுகிளுத்துச் சிரித்தாள்.

‘தெரியும்... அம்மா அதைச் சொல்லாத நாளே இல்லை. அவ வாழ்க்கையிலே அதுதான் பொற்காலம்... இப்ப நூத்திப்பதினெட்டு கிலோ இருக்கிறவள். சுகர் இருக்கு, பிரஷர் இருக்கு... மூட்டிலே ரெண்டு ஆபரேசன் பண்ணினதாலே நடக்கவும் ஏலாது...’ என்றாள்.

நான் ‘ஓ’ என்றேன்.

அவள் மேஜைமேல் சற்றே சாய்ந்து, ‘நான் யாழ்ப்னாவிலே இருந்தா என்னைப் பார்க்கிறதுக்கும் தெருவிலே நிப்பியளோ?’ என்றாள்.

அவளுடைய சிரிக்கும் கண்களைப் பார்த்தேன். ஜிப்பாவின் வட்டக் கழுத்துக்குள் மென்மையான வெண்கழுத்தில் தங்கச்சங்கிலி. அவள் மேல் முதல் பார்வையில் ஏற்பட்ட ஒரு மனவிலக்கம் மறைந்து அவள் அழகாக ஆகியபடியே இருந்தாள்.

'யாஃப்னாவிலே சிவப்பான பெட்டையள் எல்லாமே அழகுதான்...' என்றேன்.

'அப்ப நான் அழகு இல்லை, சும்மா சிவப்புதான்?' என்றாள்.

அவளுடைய கண்களின் ஒளியைப் பார்த்தபோது சட்டென்று எனக்கு ஒன்று புரிந்தது. அவள் என்னை எதற்காகவோ கவர முயல்கிறாள். ஒரு கணம் அவள் கண்களைப் பார்த்தபின் நான் தைரியமாக அவளை உற்றுப் பார்த்தேன். குட்டையான தலைமுடிக்குச் சிவப்புச்சாயம் பூசியிருந் தாள். வட்டமான முகத்துக்கு ஏற்ப திருத்தப்பட்ட புருவங்கள். சிறிய மூக்கில் ஒரு வைரமூக்குத்தி. சிறிய உதடுகள். கண்ணுக்கு முந்தைய நாள் போட்ட கரு மை கொஞ்சம் கரைந்து கீழே பரவியிருந்தது. சிறிய தோள்களும் அடக்கமான மார்புகளுமாக சிறுமியின் தோற்றம் கொண் டிருந்தாள். அவளுடைய வயதையும் உற்சாகத்துக்கு அடியில் மறைந் திருக்கும் மனச்சிக்கல்களையும் எல்லாம் காட்டிக்கொடுத்தவை இரு கண்களுக்கும் கீழே பரவியிருந்த கரிய நிழல்கள்தான்.

'அம்மா என்ன பூசை எடுக்கிறவங்கள்?' என்றேன்.

அவள் உதடுகளுக்குள் ஒரு மென்சிரிப்பு வந்தது. 'என்ன பூசை எண்டு சொல்லுங்கோ பாப்பம்' என்றாள்.

நான் அவள் கண்களின் குறும்பைப் பார்த்ததுமே புரிந்து கொண்டு, 'விபூதி கொட்டுதே?' என்றேன். அவள் தாடையைத் தூக்கி அழகான கழுத்து தெரிய சிரித்தாள். 'அம்மாவிண்ட அண்ணன் லண்டனிலே லோயரா இருக்கிறவர். அவரு பெரிய பாபா பக்தர். அவர் இஞ்ச வந்தப்ப அம்மாவையும் கூட்டிக்கொண்டு போனவர். அதிலை இருந்து அம்மாவுக்கு பாபா விசர் பிடிச்சுப்போச்சு...'

நான் அவளைக் கூர்ந்து பார்த்து, 'அந்த விசர் அப்பாவுக்கு உண்டா?' என்றேன். அவள் என்னை ஒருகணம் கவனித்துவிட்டு, 'அப்பா சொல்ல யில்லயா?' என்றாள்.

'இல்லை.'

'அப்பாவுக்கும் கொஞ்சம் அந்த விசர் உண்டு. ஆனால் எப்பவும் இல்லை... சீசனல்...'

நான் அதை எதிர்பார்த்திருந்தேன். என்னிடம் பொன்னம்பலத்தார் ஓர் அறிவுஜீவிக்குரிய முகத்தைக் காட்டிக்கொண்டிருந்தார். ஆனால்

உள்ளூர அவர் மிகமிகப் பழையவராக ஆகிக்கொண்டிருந்தார் என்று தெரிந்திருந்தேன். காலையில் எழுந்ததும் சிவபூஜைகள் செய்து தேவாரமும் கந்தபுராணமும் வாசித்தபின்புதான் அவர் வெளியே வருவார்.

'அப்பாவுக்கு உயிராசை... அவரைக் கொல்ல அங்காலை இருந்து ஆள் வெளிக்கிட்டாச்சு எண்டு கேட்டா, காப்பாத்துங்க பாபா எண்டு கத்திப் போடுவார்' என்றாள். அதைச் சொல்லும்போது இருந்த சிரிப்பு, சொல்லி முடித்ததும் இருக்கவில்லை. கவனம் கொண்ட கண்களுடன் 'நீங்கள் இயக்கத்திலை இருந்தியளோ?' என்றாள்.

'ஓம்' என்றேன். அவள் காத்திருந்தாள். 'துரோகி ஆயிட்டனான்' என்றேன்.

அவள் முகம் மெல்ல நெகிழ்ந்தது. புன்னகையுடன், 'அப்பா சொல்லு வாங்கள், ஒருநாளைக்கு மொத்த ஈழச்சனத்தையும் அவங்கள் துரோகி எண்டு சொல்லிப்போடுவாங்கள் எண்டு' என்றாள்.

'இப்பவே அப்பிடித்தானே?' என்று கவனமில்லாமல் சொன்னேன்.

'அம்மான், நீங்கள் எனக்கு ஒரு விஷயத்தை விளங்கப்போடணும்... உண்மையிலேயே இவரைக் கொல்ல இயக்கம் ஓடர் போட்டிருக்குதோ?'

அவள் அந்த அழைப்புவழியாக நெருங்கிவந்துவிட்டதை உணர்ந்தேன். மனம் புன்னகைசெய்யும்போது முகத்தை இறுக்கமாக வைத்திருக்கக் கற்றவன் நான். அவள் கண்களையே பார்த்தேன். பின்பு 'போடாம இருப்பினமா?' என்றேன்.

'போட்டா இதுக்குள்ள கொல்ல அவைகளாலே முடியாதா என்ன? இங்க காவலும் இல்லை ஒண்டும் இல்லை. இங்க உள்ள இந்தியப் போலீஸ் எல்லாம் சும்மா... அம்பது ரூபா குடுத்தா பெரிய பீரங்கியை உள்ள விட்டுப்போடுவங்கள்' என்றாள்.

நான் என் கைகளைப்பார்த்தபடி, 'அவை காத்திருக்கினம்... அவை களுக்கு ஒரு நேரம் உண்டல்லோ...' என்றேன்.

அவள் அயர்ந்ததுபோல கொஞ்ச நேரம் சும்மா இருந்தபின், 'குடும்பத் தையும் கொல்லுவாங்களோ?' என்றாள்.

நான் அவள் கண்களைச் சட்டென்று சந்தித்துவிட்டேன். அந்த வெட்க மில்லாத, அசிங்கமான, சுயநலத்தை, உயிராசையைக் கண்டதும் என் மனம் திருப்தியுடன் விரிந்தது. அபாரமான வல்லமை கொண்டவனாக வெல்லமுடியாத கடவுளாக உணர்ந்தபடி, 'குடும்பத்தைக் கொல்ல மாட்டினம். ஆனா குடும்பத்தை கொண்டா அவரை பிடிக்கலா மெண்டால் அதையும் செய்வினம்' என்றேன்.

அவள் அதுவரை இருந்த எல்லாக் குதூகலத்தையும் இழந்து மெல்ல மெல்ல அடங்கிக் குளிர்ந்தாள். தன் கைநகங்களையே பார்த்துக்கொண் டிருந்தாள். அந்தச் சந்தர்ப்பம் பொன்னானது என்றது என் உள்ளுணர்வு.

'அதுக்குத்தான் என்னைய வரச்சொல்லியிருக்கு... நான் பாத்து கிடறேன்...' என்றேன்.

அவள் ஆவேசமாக நிமிர்ந்து 'நீங்கள் எங்கள் கூடவே இருப்பிங் களோ?' என்றாள்.

'என்னைக் கொண்டபிறவுதான் உங்கள் மேலை கையை வைப்ப வங்கள்' என்றேன்.

அவள் பாய்ந்து மேஜைக்குமேல் என் கையைப்பிடித்துக்கொண்டாள். கண்களில் கண்ணீர் பளபளத்தது. 'அம்மான், எனக்கு பயத்தாலே ராத்திரி நித்திரை இல்லை... மாத்திரை போட்டுக்கொண்டுதான் நித்திரை கொள்ளுறன்... நான்...'

என் விரல்களை இறுக்கமாகப் பற்றிக்கொண்டாள். அவளுடைய சாகஸமும் அழகும் எல்லாம் மறைந்து பரிதாபமாக என் முன்னால் இருந்தாள். நான் அவள் விரல்களை நெரித்து, 'நான் பாத்துக்கிடுறன்' என்றேன்.

அவளுடைய தொண்டை அசைந்தது. அவளை அப்படியே அள்ளி முத்தமிட விரும்பினேன். பரிதாபத்துக்குரியவளாக நிற்கும் பெண் ஆணில் அபாரமான தன்னம்பிக்கையை உருவாக்குகிறாள். அதன் வழி யாக அவனை காம எழுச்சிக்கு உள்ளாக்குகிறாள். ஒருவேளை இவள் அதன்பொருட்டே நடிக்கிறாளா? அந்த எண்ணம் எழுந்ததுமே என்னுடைய மனம் உறைந்துவிட்டது. நான் மெல்ல மானசீகமாகப் பின்னால் நகர்ந்தேன்; அதையொட்டி என் உடலிலும் மெல்லிய ஓர் அசைவு உருவாகியது.

'அப்பா வெளிக்கிட்டவர்' என்று அவள் சொல்லி கைகளை இழுத்துக் கொண்டாள்.

சிறு ஒலிகளைக்கூட தவறவிடாமலிருக்கப் பயின்ற என் காதுகளுக்கே அந்த ஒலி கேட்கவில்லை. அவள் மேஜைமீது ஒரு நூலை எடுத்துப் பிரித்துக்கொண்டாள். ஒருபோதும் அப்படிச் செய்யக்கூடாது என்று சொல்ல விரும்பினேன். வாசிக்காமல் ஒரு நூலைக் கையில் வைத் திருப்பது கண்கள்மூலம் எளிதில் தெரிந்துவிடக்கூடியது, மேலும் சாதா ரணமாக அத்தனைபேருமே செய்யக்கூடியது அது.

பொன்னம்பலத்தார் உள்ளே வந்ததும் நான் எழுந்து 'வணக்கம் புரபசர்' என்றேன்.

அவர் 'ம்ம்' என்றபடி அமர்ந்துகொண்டார்.

'குட்மானிங் டாட்... யூ லுக் ஸ்மார்ட்' என்று அவள் சொன்னாள்.

'மானிங் பேபி' என்றபடி தினக்குரலை எடுத்துக்கொண்டு அமர்ந்தார்.

'வெளியெ போறீங்களே?' என்றாள்.

'மே பி' என்றார் பொன்னம்பலத்தார்.

'தென் ஓக்கே... ஐ மே நீட் தட் ஸ்மால் கார்' என்றபடி எழுந்து சோம்பல் முறித்துக்கொண்டு வெளியே சென்றாள்.

நான் ஓரக்கண்ணால் பொன்னம்பலத்தாரையே பார்த்துக்கொண்டு அமர்ந்திருந்தேன். அவர் உள்ளூரக் கடும் கோபமாக இருக்கிறார் என்று எனக்குப் புரிந்தது. ஆனால் அவரது பாவனைகளில் கோபம் சுத்தமாக இல்லை. என் மீது கோபமா என்று யோசித்தேன். அவர் ஈழமுரசு, தினமணி, தினத்தந்தி, இந்து, இந்துஸ்தான் டைம்ஸ், டைம்ஸ் ஆஃப் இந்தியா என்று வாசித்துக்கொண்டே இருந்தார். மெல்ல வாசிப்பில் மூழ்க, கோபம் ஆறி, அவர் இலகுவாவது தெரிந்தது.

'உமக்கு இவன்ட முகம் தெரியுமே?' என்றபடி தினக்குரலை என் முன் தள்ளினார். நான் அந்தப் படத்தை ஏற்கெனவே பார்த்திருந் தேன். 'அவன் பேரு சங்கரலிங்கம் கனகநாதன். புங்குடுதீவுக்காரன்' என்றேன்.

'இவன் எண்பதுகளிலே யுனிவர்சிடியிலை இருந்தவனோ?' என்றார்.

'ஓம். இவன் அப்பா அங்க ஒரு கிளப்புக்கடை வச்சிருந்தவர்.'

அவர் கண்களில் ஒளியும் உதடுகளில் புன்னகையும் எழுந்தன. 'அப்ப நான் நினைச்சது சரிதான்... இவனுக்கும் எனக்கும் ஒரு பிரச்சினை வந்தது...' என்றார்.

'எப்ப?'

'நான் இயக்கத்திலை இருக்கிறப்ப... இவன் அப்ப இயக்கத்திலை ஒரு காப்டன்... இவனுக்கு என்னை பிடிக்கயில்லை... இவன் கனகாலமா இயக்கத்திலை ஆதரவா இருந்து உள்ள சேந்தவன். நான் குறுக்கு வழியாலை வந்துட்டனான் எண்டு கோபம்...' படத்தை விரலால் சுண்டி, 'கொண்டு போட்டவங்கள்' என்றார்.

நான் ஒன்றும் சொல்லவில்லை. சங்கரலிங்கம் மாறுவேடத்தில் யாழ்ப்பாணத்துக்குள் நுழையும்போது ராணுவ மோதலில் கொல்லப் பட்டிருந்தான்.

'இயக்கத்திலை உளவுத்துறையிலை இருந்தவனோ' என்றார் பொன்னம்பலத்தார். 'இல்லை... இயக்கத்திலை இருந்து தப்பிக்கூட வந்திருக்கலாம்' என்றேன்.

அவர் சிரித்தபடி, 'இருக்கும்... கஷ்டப்பட்டு சாவை நோக்கி டிரவல் பண்ணி வந்திருக்கிறவன்' என்றார்.

அவருக்கு காபி வந்தது. அதை மெல்லக் குடித்தபடி, 'தம்பி, உங்க பழைய ஆக்கள் சாகிறதைப்பாத்தா என்னெண்டு நினைப்பீர்?' என்றார்.

'ஏன்?'

'கஷ்டமா இருக்குமோ?'

நான், 'கஷ்டமில்லை...' என்றபின் 'எல்லாரும்தான் சாகிறவங்கள்...' என்றேன்.

'ஆனா மத்தவங்க சாகிறாங்க, நாம இன்னமும் இருக்கிறோம் எண்டு நினைக்கிறப்ப மனசிலே ஒரு சந்தோசம் வரத்தானே செய்யும்... இல்லையெண்டு சொல்லாதீர்' என்றார் அவர் சிரித்தபடி.

நான், 'அது சந்தோஷமெண்டு சொல்லமாட்டேன். இருக்கிறேன் எண்டு ஒரு உணர்ச்சி வரும்... சாத்தர் சொல்ற அந்த உணர்ச்சி... பீயிங்... அப்பத்தான் அது தெரியும்...'

பொன்னம்பலத்தார் உரக்கச் சிரித்தபடி, 'அது உம்ம கணக்கு... எனக்கெல்லாம் பீயிங் அண்ட் நத்திங்னெஸ்' என்றார். நானும் சிரித்தேன். 'இண்டைக்கு வெளியே போவம்... ஒரு வேலை இருக்கு' என்றார். அவரது முகம் மாறுபட்டது, எதையோ சொல்ல வருபவர் மாதிரி.

நான் இயல்பாக, 'இவங்கள் எப்ப வந்தினம்?' என்றேன்.

'ஆர், சந்திராவும் இவளுமோ? நேத்து ராத்திரிக்கு வந்தினம்.'

நான் 'ஓ' என்றேன்.

அவரது முகம் மாறிய விதத்திலிருந்தே கண்டுகொண்டேன், அவரது கோபம் அந்தப் பெண் மீதுதான் என்று. அவளை அவர் உள்ளூர நுட்பமாக வெறுக்கிறார். ஒரே மகளாக இருந்தாலும், அவளைக் காண்பதே அவரை எரியச் செய்கிறது.

அன்று காரில் அவருடன் வெளியே சென்றேன். நான் அவருடன் வெளியே செல்வதுண்டு என்றாலும் அது அதிகமும் அருகே உள்ள சிறிய கடைகளுக்குத்தான். நான் தனியாக அருகே சென்று பக்கத்தில்

இருந்த தமிழ்க்கடைகள் சிலவற்றை அறிமுகம் செய்துகொண்டிருந்தேன். எல்லாருமே அடிமட்டத்து மக்கள். அனேகமாக சேலம், திருப்பத்தூர் பகுதியினர். சினிமா தவிர எதைப்பற்றியும் தெரியாத, எதிலுமே ஆர்வமில்லாமல் வெறுமே உயிர்வாழ்கிற மக்கள். அவர்களுக்கு பொன்னம்பலத்தாரைப் பற்றி என்றல்ல, ஈழ விஷயங்களைப் பற்றியும் இந்திய அரசியல் விஷயங்களைப் பற்றியும்கூட எதுவும் தெரியாது.

அன்று ஊரைவிட்டே வெளியே சென்றோம். அவர் தனக்குள் ஆழ்ந்து வெளியே பார்த்துக்கொண்டிருந்தார். எங்களுக்கு முன்னும் பின்னும் இரு காவலர் கார்கள் சென்றன. கார் சென்று கொண்டிருந்தபோது அவர் நினைவு வந்தவர் போல, 'சார்ல்ஸ், உம்மகிட்ட கன் இருக்கே?' என்றார்.

நான் 'இல்லை' என்றேன்.

அவர் தன் முன்னால் இருந்த டாஷ்போர்டைச் சாவியால் திறந்து உள்ளிருந்து ஒரு பாயிண்ட் 38, ஐவர் ஜான்ஸன் கைத்துப்பாக்கியை எடுத்து எனக்குத் தந்தார். கொஞ்சம் கனமாக கரும் பளபளப்புடன் இருந்தது. நான் அதை வாங்கித் திறந்து குண்டுகளைப் பார்த்தேன். கிளிப்பையும் டிரிக்கரையும் சிலிண்டரையும் கேரியரையும் தனித் தனியாகச் சோதித்தேன்.

'உமக்கு கன் பிடிக்குமே?' என்றார் பொன்னம்பலத்தார்.

'ஓம்' என்றேன்.

'எனக்குப் பிடிக்காது... ' என்றார் அவர். 'எனக்கு கன் குடுக்கிறவங்கள். நான் அதை வச்சுக்கிடுறதில்லை... கன்னைப் பாத்தாலே எனக்கு பயமா இருக்கு. பயமெண்டு சொல்லுறதை விட அருவருப்பு எண்டு சொல்லலாம். செத்த எலியைப் பாத்தா வாறது மாதிரி ஒரு அச்சம்...'

நான் ஒன்றும் சொல்லவில்லை.

'ஒரு துப்பாக்கி எண்டால் மரணம் எண்டு மட்டும்தானே அர்த்தம். வாள் கத்தி எல்லாத்துக்கும் வேற உபயோகம் இருக்கு. துப்பாக்கிக்கு வேற ஒரு வேலையும் இல்லை. அது மனுஷனைக் கொல்லுறதுக்கு எண்டு மட்டும் வந்திருக்கு.'

நான் மிகக்குரூரமான ஒரு மனமின்னலை அடைந்தேன். என் மூளைக்குள் நியூரான்கள் துள்ளாட்டமிட்டன. '...உங்களுக்கு துப்பாக்கி எண்டால் உங்களைக் கொல்ல வார கருவி. எனக்கு துப்பாக்கி எண்டால் நான் கொல்லுற கருவி' என்றேன்.

அவர் அப்போது என் கண்களைப் பார்த்தால் மரணத்தையே தரிசித்திருப்பார்.

அவர் கவனிக்காமல், 'ஆமா... நான் எண்டைக்குமே ஒரு சோல்ஜர் இல்லை. நான் வெறும் ஒரு புரபசர்... அதுக்குமேலே ஒண்டுமே இல்லை... சோல்ஜர் எண்டு சொன்னாலே மூளை இல்லாதவன், மிஷின் எண்டு எனக்கு ஒரு இளக்காரம்.. நான் எந்த ஆயுதப்பயிற்சியும் எடுத்ததில்லை' என்றார்.

'கொல்லுறவனுக்கு துப்பாக்கி எண்டால் அவண்ட ஆண்குறி மாதிரியாக்கும்' என்றேன்.

'ஓ' என்று அலட்சியமாகச் சொல்லி, 'அந்த மாதிரி நிறைய வாசிச்சிருக்கிறன். சினிமாக்களிலே துப்பாக்கியை ஹீரோவிண்ட பீனிஸ் மாதிரித்தான் காட்டுறவன். அதை வச்சிருந்தா அவன் மேச்சோ மேன். ரப்பிஷ்' என்றார் அவர்.

நான் இன்னமும் அருகே சென்றேன். 'ஒருத்தனை நம்ம கையாலை கொண்டபிறவு அவன் ரத்தத்தைப் பாத்துட்டு நிக்கிறப்ப நம்ம கையிலை துப்பாக்கி ஒரு பெரிய சக்தி மாதிரி இருக்கும்...' என்றேன். 'ஒருத்தனைக் கொல்லுறப்ப நாம நம்மைவிட ரொம்பப் பெரிய ஒருவிஷயத்தைச் செய்றோம். என்னெண்டு கேட்டா, திருப்பி சரிசெய்யவே முடியாத ஒருவிஷயத்தைச் செய்றோம்தானே...' என் மூளையில் முனை கூரிய வைரத்துகள்கள் ஒன்றுடன் ஒன்று உரசுவது போலிருந்தது. 'ஒரு கொலைய செஞ்சுப்போட்டு நிற்கிற நேரத்திலே ஒரு கொந்தளிப்பு வந்துபோடுது புரபசர்...'

'என்னாலை நினைக்கவே கஷ்டமா இருக்குது. என்னெண்டு ஒரு மனுஷன் கண்ணைப்பாத்துச் சுடுவீர்?' என்றார் பொன்னம்பலத்தார்.

'நாம ஒண்ணுமே செய்யவேண்டாம். ஒரு கட்டத்திலை துப்பாக்கி அதுவே எல்லாத்தையும் செய்றது மாதிரி இருக்கும். நாம அது பின்னாலே போறது மாதிரி... நாம அதிண்ட சேவகன் மாதிரி தோணும்...'

அவர் அந்தச் சொற்களுக்கும் அப்பால் எங்கோ இருந்தார். 'அது கேவலமில்லையா? மனுஷனுக்கு மூளையும் உணர்ச்சிகளும் எவ்வளவு இருக்கு... அவனாலே சிந்திக்க ஏலுமே... அவனிண்ட சிந்தனைதானே அவன்? கொல்லுறது வழியா அவன் மிருகமா ஆயிடறானே. சிந்தனைக்கே அங்க இடமில்லையே...' என்றார்.

முட்டாள் முட்டாள் என்று என் மனம் அரற்றியது. என்னுடைய மூளையின் எல்லா வைரங்களிலும் ஒளி ததும்பியது. உள்நரம்புகளில் அழுத்தமான மின்சாரம் பாய்ந்தோடியது. ஆனால் நான் அதே குரலில் '...அதைவிட நாம ஒருத்தரைக் கொல்லுறதுக்காக பொறுமையா

காத்திருக்கைக்க நம்ம கையிலே இருக்கிற துப்பாக்கி இன்னும் பயங்கரமா ஆயிடுது…' என்றேன். மேலும் அரைக்காலங்குலம் முன்னேறி, 'அப்ப அது ஒரு கெட்ட மந்திரம் மாதிரி… எந்தப் பூதம் வரும் எண்டு சொல்ல ஏலாது' என்றேன்.

அவர் சாலையையே பார்த்துக் கொண்டிருந்துவிட்டு முகவாயைத் தடவி, 'எண்டைக்கு கொலையிலே இருக்கிற சந்தோசத்தை மனுஷன் விடுறானோ அண்டைக்குதான் அவனை நாகரீகமானவன் எண்டு சொல்ல முடியும்…' என்றார்.

'முட்டாள்…' என்று மானசீகமாகக் கூவியபடி நான் பின்னால் சாய்ந்து இருக்கையில் அமைந்தேன். என் தலையில் இருந்து குருதி மெல்ல வழிந்து காலியாகியது. மூளையின் வைரத்துணுக்குகள் மெல்லமெல்ல அணைந்து இருளுக்குள் மூழ்கின. பின்னர் மெல்லச் சொற்களைத் திரட்டி, 'சிறீ மாஸ்டரைக் கொண்டது நீங்கள் எண்டு சொன்னீங்கள்' என்றேன்.

அவர் கோணலாகச் சிரிப்பது பக்கவாட்டின் கண்ணாடியில் தெரிந்தது. 'நானா? நல்ல கதை. நான் ஆரையும் கொல்ல நினைக்கயில்லை… நினைச்சாலும் கொல்ல ஏலாது. நீர் பாக்கிறீரே, நான் ஒரு பொம்மை. பொம்மைய வச்சு மத்தவங்கள் விளையாடுவாங்கள். பொம்மைக்கு அது விளையாட்டு இல்லை… சிறீ என்னைக்கொல்ல பிளான் போட்டவன் எண்டு சொன்னவங்கள். பிறவு அவனைக் கொண்டாச்சு எண்டு சொன்னவங்கள்.' பொன்னம்பலத்தார் சற்றே உதடு கோணலாக, சிரித்துக்கொண்டே, 'உம்மைப் பயமுறுத்தி வைக்கலாமெண்டு நினைச்சுச் சொன்னனான்' என்றார்.

நான் எப்படி இவரிடம் வந்தேன்? என்னை இங்கே கொண்டுவந்து சேர்த்ததும் இந்திய உளவுத்துறையின் திட்டம்தானா? அப்படியானால் இவரைக் கொல்வதும் அவர்களின் திட்டமா? என் மனத்தின் திகிரி துரு உரசும் ஒலியுடன் கிரீச்சிட்டது. பின் நான் நிதானமடைந்தேன். இந்த ஆட்டத்தில் எந்தத் தரப்பில் நாமிருக்கிறோம் என்பதை நாம் தீர்மானிக்க முடிவதில்லை. துரோகியாவதா, தியாகியாவதா என்பதைக் கூட நான் தீர்மானிக்கமுடியாது.

அன்று நள்ளிரவில்தான் மீண்டு வந்தோம். பொன்னம்பலத்தார் மிதமான போதையில் சிவாஜி பாடல்களை மெல்ல முனகியபடி தலை குனிந்து அமர்ந்திருந்தார். நான் என் அறைக்குள் சென்று அந்தக் கைத்துப்பாக்கியை என் மேஜை டிராயருக்குள் போட்டேன். சட்டையைக் கழற்றி சாரன் அணிந்து மீண்டும் படுக்கையில் படுத்துக்கொண்டு அந்தக் கைத்துப்பாக்கியை எடுத்துப் பார்த்தேன். அதை நெடுநேரம் வருடியும் பிரித்து திரும்பப் பூட்டியும் கொஞ்சிக்கொண்டிருந்தேன்.

துப்பாக்கிதான் எத்தனை பவ்யமான பொருள். காமம் கொண்ட பணிவான பெண் போல. ஒப்புக்கொடுப்பதற்காகவே உடலெடுத்தது அது. அதன் ஒவ்வொரு உறுப்பும் நம் கைக்காகவே செய்யப்பட்டது. நமது கைப்பிடிக்குள் அது இருக்கும்போது கையின் வெற்றிட மொன்றை அது நிரப்புவது போலிருக்கிறது. விரல்கள் ஒவ்வொன்றும் அதன் உடலில் அவற்றுக்குரிய இடங்களில் சென்று படியும்போது அதுவும் தன் குறைப்பகுதிகளை நிரப்பிக்கொள்கிறதென்று படுகிறது.

ஆம், எத்தனை ஆயிரம் வருடங்களாக துப்பாக்கியை நோக்கி வந்திருக் கிறான் மனிதன்! உயிரச்சம் முற்றிய கணத்தில் அவன் தரையில் இருந்து தன் முரட்டுக்கரங்களால் பெயர்த்தெடுத்த கருங்கல்... அது கற்கோடலியாகி, வில்லாகி, வாளாகி, இன்று இதுவாகியிருக்கிறது. மனிதன் அடைந்த பரிணாமத்துக்குச் சமானமாக அதுவும் பரிணாமத் தில் ஓடி வந்திருக்கிறது. நிழல் போல... இல்லை இழுத்துக்கொண்டு முன்னால் ஓடும் வேட்டைநாய் போலவா?

12

பொன்னம்பலத்தாருடன் நான் அடிக்கடி வெளியே செல்வதுண்டு. அனேகமாக வாரம் ஒருமுறை அவர் வெளியே கிளம்புவார். திடீரென்று அதிகாலையில் டெல்லியில் உள்ள முருகன் கோயிலுக்குச் சென்று கும்பிட்டு மீள்வதுமுண்டு. அவரது மகளும் மனைவியும் வந்தபின்பு அந்தப் பயணம் அதிகரித்தது. அநேகமாக தினமும் வெளியே செல்ல ஆரம்பித்தார். வீட்டில் அவர்களுடன் இருப்பது அவருக்கு ஒரு பதற்றத்தை அளிப்பதுபோலத் தோன்றியது. அவர் வீட்டில் இருக்கும் போதும் பெரும்பாலான நேரம் நூலகத்தில்தான் இருந்தார். நான் எப்போதும் அவருடனேயே இருந்தேன்.

வைஜயந்தி நான் அவருடன் இருந்தால் ஒரு 'ஹாய்' மற்றும் சிரிப்புடன் கடந்துசென்றுவிடுவாள். அவர் மதிய உணவுக்குப் பின்னால் தூங்கிக் கொண்டிருக்கும்போது ஏதாவது வேலையாகப் போவதுபோல் அவ்வழியாகச் சென்று என்னை 'தற்செயலாக' கண்டு, என்னிடம் 'ஹாய்! யூ ஆர் தேர்' என்றபடி வந்து அமர்ந்துகொள்வாள். அப்போது நிறையப் பேசி நிறையச் சிரிப்பாள். அவள் பொன்னம்பலத்தார் தூங்கச்செல்வதற்காகக் காத்துநின்று அதன்பின் வருகிறாள் என்று எனக்குப் புரிந்தது. ஆனால் அது அப்படித் தெரியக்கூடாது என்பதற்காக அவ்வப்போது வராமலிருந்து விடுவாள்.

அவளுக்குப் பேச ஆள் தேவைப்பட்டதுபோல என்று நினைத்துக் கொண்டேன். பெண்களுக்குப் பேச்சு என்பது கண்ணாடிமுன் நிற்பது போல என்று அவளுடன் பேசும்போது தோன்றும். கண்ணாடி அவளைச் சுருதி சுத்தமாகப் பிரதிபலித்தாகவேண்டும், அவ்வளவுதான். அவள் யாழ்ப்பாணத்தில் அவளுடைய இறந்தகாலத்தைப் பற்றியே பேச விரும்பினாள். அவளுடைய பள்ளி நாள்கள், தோழிகள், பார்த்த சினிமாக்கள், சண்டைகள்... அவள் பேசிய அனைத்தையும் சில சொற்றொடர்களாகச் சுருக்கிவிடமுடியும் என்று தோன்றியது. 'நான் அழகானவள். நான் நல்லவள். எனக்கு ஒன்றுமே தெரியாது, நான் ஒரு சிறுமி.' அந்தப் பாவனையை உண்மையான அங்கீகாரத்துடன் கேட்டிருக்கும் இரு கண்களும் அங்கீகரிக்கும் இரு கண்களும்தான் நான் அவளுக்கு.

நெடுங்காலத்துக்குப் பின்பு ஒரு பெண்ணுடன் பேசிப்பழகும் இன்பத்தை நான் அனுபவிக்க ஆரம்பித்தேன். அது என் வாழ்க்கையிலிருந்து எப்போதைக்குமாக நழுவிச்சென்றுவிட்டது என்று நினைத்திருந்தேன். ஆகவே அவளுடன் பேசும்போது ஆரம்பநாள்களில் இறுக்கமாகவே என்னை வைத்திருந்தேன். என்னை மிகவும் கவர்ந்த அவளுடைய மென்மையான சதைப்பற்றில்லாத கழுத்தில் கண்கள் படாமலிருக்க முயல்வேன். ஆனால் மெல்ல அவள் என்னை நெகிழச் செய்துவிட்டாள். அவளிடம் பேசும்போது அவளையே கண்கள் முழுக்க விரித்துப் பார்த்துக்கொண்டிருக்க ஆரம்பித்தேன்.

எந்தப் பெண்ணையும் உற்றுக் கவனிக்கும் ஆண் அவளிடம் பெரும் மோகம் கொள்வான் என்று நினைக்கிறேன். அவளுடைய அசைவுகளும் பாவனைகளும் அவனுக்குப் பேரழகாகத் தென்பட ஆரம்பிக்கும். மோகத்தைக் கிளறும் ஒன்றை ஒவ்வொருநாளும் கண்டுபிடிப்பான். மோகம் பெண்ணுடலில் ஓர் அசைவைக் கண்டுகொள்கிறது. தலைமயிரைத் தூக்கிக் காதோரம் செருகியபடி அவள் சொன்ன ஒரு வாக்கியம் மனத்துக்குப் பிடித்திருந்தது என்றால் அதன்பின் அவள் காதோர மயிரை ஒதுக்குவதைக் காண்பதே அந்தக் குதூகலத்தை உருவாக்க ஆரம்பிக்கிறது. அசைவுகள் பெருகி அந்தப் பெண்ணே அவ்வசைவுகளின் தொடர்நிகழ்வாக ஆகிவிடுகிறாள். தன் மோகத்தைக் குழைத்து அவள்மேல் பூசி அவளை அழகியாக்குகிறான் ஆண்.

எதுவெல்லாம் பெண்ணில் ஆணுக்கு விசித்திரமாக, ஒவ்வாதனவாக இருக்கின்றனவோ அவையெல்லாம் அவனுக்குக் கவர்ச்சியை ஊட்ட ஆரம்பிக்கின்றன. அவற்றைச் சார்ந்தே அவன் மோகம் மூண்டெழுகிறது. வைஜெயந்தியின் அப்பட்டமான உலகியல்தன்மை, பரிபூரணமான அறிவு எதிர்ப்புத்தன்மை, நான் சொல்லும் எதையுமே புரிந்துகொள்ளாத மௌட்டிகம் என்னை மோகவெறி கொள்ளச் செய்தது. நான் சற்றே தீவிரமாக அல்லது நுட்பமாக எதையாவது சொன்னால் அவளில் உருவாகும் அந்த வெற்றுப்பார்வையைப் பார்க்கையில் அப்படியே அவளை அள்ளி மார்போடணைத்து முத்தமிட்டு இறுக்க வேண்டும் என்ற வெறி எழும். அவளது வெற்றுத்தன்மையை களங்கமின்மை என்றும் குழந்தைத்தனம் என்றும் நான் கற்பனை செய்துகொண்டேன். காமம் மனிதனில் உருவாக்கும் பாவனைகளை காமம் இல்லாத போது கவனித்தால் கூசிச் சிறுத்துப் போய்விடுவோம். காமத்தில் ஆண் மடையனாகியே தீரவேண்டும்போல...

என்னை அவள் மிக மெல்ல தள்ளித்தள்ளிக் கொண்டுசெல்வதை உணர்ந்தேன். ஒரு வாலிபால் ஆட்டக்காரன் பந்தைக் கொண்டுபோவது போல தட்டித்தட்டி நூற்றுக்கணக்கான எதிர்பாராத திருப்பங்களுடன், திறமை மிக்க ஏமாற்றுகளுடன் என்னைக் கொண்டுசென்றாள். அவள் கையில் அப்படி என்னைக் கொடுத்துவிடுவதன் எல்லையில்லாத உவகையை நான் அனுபவித்தேன். எங்களுக்குள் அதற்கான பாவனைகள் உருவாகி வந்தன. அவள் நடைமுறை யதார்த்தம் அறிந்த

கறாரான அம்மாபோலப் பேசுவாள். நான் கவைக்குதவாத அறிவார்ந்த விஷயங்களைப் பேசும் முதிரா இளைஞன். அந்த விளையாட்டை சலிக்காமல் திரும்பத் திரும்ப ஆடிக்கொண்டிருந்தோம். நான் போரையும் வரலாற்றையும் பற்றிப் பேசினால் அவள் குழந்தையை வேடிக்கை பார்க்கும் அம்மாபோலப் புருவத்தை நெளித்தும் உதட்டைச் சுழித்தும் கேட்டபின் கிண்டலாக ஏதாவது சொல்வாள். நான் சலிப்புடன் 'ஓ' என்று சொல்லி தலையில் கை வைப்பேன் அல்லது சிலசமயம் அந்த ஆட்டத்தை எதிர்மறையாக ஆடுவோம். நான் அறிவும் கனிவும் கொண்ட முதிர்ந்த ஆண். அவள் இன்னமும் பதின்பருவத்தைத் தாண்டாத சிறுமி. எளிய ஆசைகளும் கனவுகளும் அக்கறைகளும் கொண்டவள். அவள் வாயை உறிஞ்சி உறிஞ்சி அற்ப விஷயங்களை நீட்டி நீட்டிப் பேசுவாள்.

'... சத்தியமா அம்மான், நல்ல பிங்ங்க் கலர் ஸ்டிக்கர் பொட்டு அது. நான் அதைக் கேட்டனனான். அதுக்கு அவ சொன்னவள், அவங்கடை அப்பா சிங்கப்பூரிலை இருந்து கொண்டுவந்தது எண்டு. அவள் மதியத்திலை நித்திரைக்கொள்ளயிலே நான் மெதுவா அதைப் பிச்சு எடுத்துப்போட்டு வந்திட்டனான்...' கிளுகிளுத்துச் சிரித்து 'ஆனா, அந்தப் பொட்டை எப்டி ஒட்டுறது? வீட்டிலை இருக்கிறப்ப மட்டும் ஒட்டிட்டு திரும்பி எடுத்துக் கண்ணாடியிலை ஒட்டி வைப்பேன்.'

நான் அவளுடைய முகத்தில் விரியும் சிறுமிக்கான பாவனைகளை, கண்களில் தெரியும் குதூகலத்தை, தந்தைமையுடன் பார்த்திருப்பேன்.

பேசிப்பேசி ஆணும் பெண்ணும் நெருங்குவதென்பதில்தான் இயற்கையின் மாயை இருக்கிறது. இரு வேறு ஆளுமைகள், இருவேறு குணச் சித்திரங்கள். அவனுடைய ஆண்குறியும் அவளுடைய பெண்குறியும் இணைய விரும்புகின்றன; அவ்வளவுதான். அதற்காக அவர்கள் உடலில் சுரப்பிகள் சுரக்கின்றன. சிந்தனைகளை சுரப்பிகள் கட்டுப்படுத்துகின்றன. இரு மென்மையான மாவுப்பொருள்களாக இருவரின் ஆளுமைகளும் ஆகிவிடுகின்றன. அவளை நானும் என்னை அவளும் பிசைந்து பிசைந்து எங்களுக்குப் பிரியமானபடி ஆக்கிக் கொள்கிறோம். ஆனால் உண்மையில் அப்படி ஒரு மாற்றம் நிகழ்கிறதா? இல்லை. இரு ஆடிகளில் இருவரும் பார்த்துக்கொள்கிறோம். விருப்பமான கோணத்தில் விருப்பமான வண்ணத்தில். ஒருகட்டத்தில் இவளன்றி எவருமே எனக்குப் பொருத்தமானவள் இல்லை என்றே மனம் நம்ப ஆரம்பித்துவிடுகிறது.

நான் அப்படி நம்பினேன். நகையிலிருந்து விழுந்த கல் திரும்பி அந்தப் பள்ளத்தில் கச்சிதமாகப் பொருந்துவதுபோல என் மனத்தில் அவள் பொருந்திக்கொண்டுவிட்டாள் என்று எண்ணிக்கொண்டேன். என் அறையின் தனிமையில் அவளை எண்ணிப் புன்னகை புரிந்தபடியே படுத்திருப்பேன். பொன்னம்பலத்தாரிடம் பேசிக்கொண்டிருக்கும் போதுகூட என் காதுகள் பக்கத்து அறையில் அவளுடைய

கால்நடமாட்டங்களை மட்டுமே கவனிக்கும். அவளுடைய பேச்சொலிகள், அவளுடைய மெல்லிய பாட்டொலி. அவளுடைய ஒலி கேட்காமலிருக்கும்போது அவள் பக்கத்து அறையில் ஒலியில் லாமல் நடமாடுவதை நான் உணர்ந்துகொண்டிருப்பேன்.

ஏதோ ஒருகட்டத்தில் நான் என்னுடைய குளிர்ந்த ஆழங்களுக்குள் வெளிச்சம் செல்வதை உணர்ந்தேன். அவளிடம் என் பெயரையும் ஊரையும் குடும்பத்தையும் என் இளமை நாள்களையும் எல்லாம் வெட்டவெளிச்சமாகத் திறந்து வைத்துவிடவேண்டும் என்று எண்ணிக் கொண்டேன். என்னுடைய எதுவுமே மிச்சமிருக்கக் கூடாது. ஆனால் அந்த செல்ஃபோன். அந்த நினைப்பு வந்ததுமே அந்த மன எழுச்சி அணைந்துவிடும். தனிமையும் துயரமுமாக என் அறைக்குள் முடங்கிக் கொள்வேன். அந்த செல்ஃபோன் என் இடுப்பில் கட்டி அனுப்பப்பட்ட வெடிகுண்டு போல. அது என் நாள்களைத் தீர்மானித்துவிட்டிருக்கிறது. நான் அதில் இருந்து தப்பவே முடியாது. நிராசையுடன் கண்ணீர் துளிக்க என் படுக்கையில் போர்வையால் போர்த்துக்கொண்டு படுத்துக்கொள்வேன்.

ஆனால் காலையில் அவள் முகம் என் மனத்தில் முதல் எண்ணமாக விரியும்போது எல்லாம் புதிதாக இருக்கும். என் மெல்லிய சீட்டி யொலியில் பழைய பாட்டுகள் எழும். குளித்து ஷேவ் செய்து தலைசீவி நல்ல ஆடைகள் அணிந்து பங்களாவுக்குக் கிளம்பிவிடுவேன். நான் என் முகத்தைக் கண்ணாடியில் அத்தனை நேரம் பார்த்து நின்றதே இல்லை. அத்தனை மனத்தவிப்புடன் எந்த நேரத்தையும் எதிர் பார்த்ததே இல்லை. அவள் என் முன் வரும்வரை அந்த கணத்துக் காகவே ஒவ்வொரு கணமும் நிகழ்ந்துகொண்டிருக்கும். அவளன்றி வேறெதுவுமே இல்லாமல் என் நேரம் விரிந்து ஒளிகொண்டு கிடக்கும்.

மதியத்தின் தனிமையில் புத்தக அலமாரிகள் நடுவே நான் அவளை முதல்முறையாக முத்தமிட்டேன். நான் புத்தகம் தேடிக்கொண்டிருக்க அவள் வந்து ஏதோ கேட்டாள். நான் திரும்பியபோது பாளைக்குருத்து போன்ற அவள் கழுத்தில் தங்கச்சங்கிலி திரும்புவதைக் கண்டேன். ஒருகணம் எழுந்த வேகத்தில் அவள் கைகளைப் பற்றினேன். அவள் 'ஓ... அம்மான்' என்று சிணுங்கியபோது அந்தக் குரலில் இருந்த அந்தரங்கத்தாலேயே வெறி எழுந்து அவளை இழுத்து அவள் முகத்தில் முத்தமிட்டேன்.

ஒரு முதிராக் காதலனின் முதல் முத்தம் போலிருந்தது அது. குறி தவறியது முதலில். என் நெஞ்சு இட்ட பேரோசையன்றி வேறெதையும் நான் அறியவில்லை. என் கைகளும் கால்களும் வெடவெடவென நடுங்கிக் கொண்டிருந்தன. அவள் முகத்தை நோக்கிக் குனிந்து மூக்கில் என் உதடுகளைப் பதித்தேன். 'விடுங்கோ' என்றபடி அவள் திமிறினாள். நான் மீண்டும் முகத்தை நீட்ட, 'அய்யோ அப்பா' என்றாள். பிடிவிட்டு நான் பதறிப் பின்வாங்க, கட்டைவிரலை ஆட்டிக் கிண்டல் செய்தபடி ஓடிச்சென்றாள்.

பிறகு இரண்டுநாள்கள் என்னை அவள் நெருங்கவே விடவில்லை. அலமாராக்களுக்கு நடுவே வரவேயில்லை. நான் பேச ஆரம்பித்தாலே கிண்டல்செய்து முகம் சுளித்துச் சிரித்தாள். பின்பு நான் சலித்து விட்டுவிட்டேன். அவள் என்னிடம் அவளுடைய பள்ளி நாள்களைப் பற்றிப் பேசிக்கொண்டிருந்தபோது ஆர்வமில்லாமல் பார்த்துக்கொண் டிருந்தேன். அதன்பின் அவள் விடைபெற்றுச் சென்றாள். நான் ஒரு நூலை திரும்ப வைப்பதற்காக நூலக அடுக்குகளுக்குள் சென்றேன். அப்போது மெல்லிய காலடி ஓசை கேட்டது. அவள் தீயில் வதங்கியது போல செம்மை பரவிய முகத்துடன் நின்றிருந்தாள். நான் அவளைப் பார்த்துச் செயலற்று நின்றேன். என் மூச்சொலி மட்டுமே என் காதில் ஒலித்தது. அவள் சட்டென்று பாய்ந்து என்னருகே வந்து எம்பி தன் கைகளால் என் தோளை வளைத்து என் உதடுகளில் தன் உதடுகளை அழுத்தினாள். காமம் கொண்ட பெண்ணின் உதடுகளை நான் முதல் முறையாக அறிந்தேன். அவற்றின் வெம்மையை, உயிர்த்துடிப்பை. ஒரு முத்தம் எங்கள் இருவரையும் ஒன்றாக்கியது. ஓர் உணர்ச்சிகரமான முத்தம் நூறு உடலுறவுகளுக்குச் சமம்.

அவள் என்னை விலக்கியபோது நான் மூச்சிரைத்து வியர்த்து விலகிக் கொண்டேன். அவள் சிரித்துக்கொண்டு என் மார்பில் தலையைச் சாய்த்தாள். நான் என் கைகளால் அவள் தலைமயிர் பிசிறுகளை ஒதுக் கினேன்.

அவள் காதுகளில் மெல்ல 'சூடாக இருக்கிறீர்?' என்றேன்.

'ம்ம்' என்றாள். பின்பு தலைதூக்கி என்னைப் பார்த்தாள். கண்கள் கலங்கியிருப்பது போல் இருந்தன.

'அழுகிறீரோ?' என்றேன்.

'ஓம்.'

'ஏன்?' என்று பதைப்புடன் கேட்டேன்.

'சும்மா' என்றபின் எம்பி என் உதடுகளை மீண்டும் அழுத்தி முத்த மிட்டாள்.

அவளுடைய கை என் தொடையை அழுத்தியபோது மெல்லிய வலியால் நான் அந்தக் கையைப் பிடித்தேன். 'ஏன்?' என்றபின் அவள் அந்த வடுமீது கையை வைத்தாள். அவளுக்கு நான் ஏற்கெனவே சொல்லியிருந்தேன், அந்தக் காயம் பலாலி சண்டையில் பட்ட குண்டு என்று. அந்த வடுவை மெல்ல வருடி அழுத்தியபின், 'வலிக்குதோ?' என்றாள்.

'இல்லை.'

அவள் அதையே வருடிக்கொண்டிருந்தபின், 'அம்மான், ஒரு குண்டு உடம்புக்குள்ளே இருக்கிறது எப்பிடி இருக்கு?' என்றாள்.

'ஒண்டுமே இல்லையே' என்றேன்.

'எப்பவுமே ஒரு குண்டு உள்ளே இருக்கிறது... அது பயமா இல்லையோ?'

'என்ன பயம்?' என்றேன் சிரித்தபடி.

'உம்... எனக்குப் பயமா இருக்கு.'

நான் அவளை அள்ளி அணைத்துக் கன்னங்களிலும் கழுத்திலும் முத்தமிட்டேன்.

மூச்சுத்திணறுவதுபோலத் திமிறி விலகி, 'விடுங்கோ' என்றாள். அவள் உடலே இறுகித் திமிறியது.

நான் அவளைப் பிடித்து நிறுத்தி, 'என்ன பயம்?' என்றேன்.

'பயமெண்டு இல்லை... ஒரு விதமா இருக்கு' என்றாள்.

நான் அவள் கண்களுக்கு கீழே இருந்த கருமையை மெல்லக் கைகளால் வருடினேன். அதை உணர்ந்ததும் அவள் கைகளைத் தட்டிவிட்டாள். 'அப்பா வருவினம்' என்றபின் விலகி திரும்பிப் பார்த்தாள். அந்த அசைவில் அவள் கழுத்தின் வளைவைக் கண்டு நான் அவளை இழுத்து மீண்டும் அழுத்தமாக முத்தமிட ஆரம்பித்தேன். என் மார்பைப் பிடித்துத் தள்ளி விலகி உதட்டைத் துடைத்துக்கொண்டு விரைந்து விலகிச் சென்றாள்.

அதன்பின் அவள் என்னைத் தொடவே விடவில்லை. அந்த முத்தத் துக்குப் பின் ஒன்று நிகழ்ந்தது, நான் அவளை என்னவள் என்றே எண்ணிக்கொள்ள ஆரம்பித்தேன். இனி நான் அவளை அடைய வேண்டியதில்லை. ஏற்கெனவே அடைந்துவிட்டேன். அவள்மீதிருந்த மோகவெறி சட்டென்று இல்லாமலாகியது. அவள் எனக்கு இயல்பான வளானாள். அவளைத் தொடவோ முத்தமிடவோ அதன்பின் நான் முயலவேயில்லை. அதைவிட நாங்கள் அந்தப் பாவனைகளை எல்லாம் முற்றாகக் கைவிட்டோம். சொல்லப்போனால் எங்களுக்குள் பேச்சே குறைந்துவிட்டது. நெடுநாள் தாம்பத்திய உறவுகொண்டிருக்கும் கணவன் மனைவி போல, சொல்லாமலேயே நான் நினைப்பது அவளுக்குப் புரியும் என்பதுபோன்ற ஒரு சாதாரணமான பேச்சில்லாத நிலை. அவசியத்துக்கு மட்டும் நான் அவளிடம் சுருக்கமாகப் பேசினேன். அந்தப் புதிய மனநிலை நான் சொல்லாமலே அவளுக்கும் புரிந்து அவளும் இயல்பாக அதற்கு எதிர்வினையாற்றினாள்.

அத்துடன் இன்னொரு ஆச்சரியமும் நிகழ்ந்தது. அதுவரை நான் அவளுடைய முதல் கணவனைப் பற்றி எண்ணியதே இல்லை.

இப்போது அதைப் பற்றிய நினைப்பு என் மனத்தில் அடிக்கடி இயல்பாகக் கடந்து சென்றது. யார் அவன், ஏன் அவளைப் பிரிந்தான், அவர்களுக்குள் என்ன பிரச்னை. ஆனால் அதைப் பற்றி அதுவரை நான் அவளிடம் ஏதும் பேசவில்லை என்பதனால் அதற்குப்பின் பேசுவது அநேகமாக சாத்தியமில்லாததாகப் பட்டது. பொன்னம்பலத்தாரிடம் தான் என்றாவது அதை நான் பேசமுடியும். ஆனால் அதுவும்கூட சாத்திய மில்லை என்றே தோன்றியது.

ஆனால் நான் அவள் நினைவாகவே இருந்தபோது எதையுமே உணரா திருந்த பொன்னம்பலத்தார் அவளை நான் சரியாகப் பார்க்காமல்கூட ஆனபின்னர் சட்டென்று எதையோ கண்டுகொண்டார். விழிவிரிய அவளை நான் பார்த்திருக்கும் பாவனையைவிட அப்பட்டமானது அந்த சொந்தமான பாவனை என்று கண்டுகொண்டேன். ஆகவே இன்னமும் கவனம் கொள்ள ஆரம்பித்தேன். அவளை நான் பார்ப்பதே இல்லை. அவளிடம் பேசுவது மிக அபூர்வம். அவளும் அதை நிரூபிப்பதற்கு என்பதுபோல அடிக்கடி எங்கள்முன் வர ஆரம்பித்தாள். ஆனால் பொன்னம்பலத்தார் மேலும் மேலும் சந்தேகப்பட ஆரம்பித்தார். அவர் மேலும் சந்தேகப்படுவதை, முழுமுற்றான உதாசீனத்தை நடிப்பதன் மூலம் காட்டினார். அதற்கெதிராக எந்தப் பாவனையை மேற்கொள்வ தென்று தெரியாமல் நான் மேலும் இறுக்கமானவனாக என்னைக் காட்டிக்கொள்ள ஆரம்பித்தேன்.

வைஜயந்தி என்னிடம், 'அப்பாவுக்கு உங்களைப் பிடிச்சிருக்கு' என்றாள்.

'எப்படித் தெரியும் ?' என்று கேட்டேன்.

'தெரியயில்லை... ஆனா பிடிச்சிருக்கு. பிடிச்சிருக்கக்கொண்டுதான் ஒண்டுமே தெரியாதவர் மாதிரி இருக்கினம்' என்றாள்.

அவள் முகத்தையே நான் உற்றுப் பார்த்துக்கொண்டிருந்தேன். சட்டென்று எனக்கு அவளுடைய முதல் கணவனைப் பற்றிய நினைப்பு வந்தது. அதைக் கேட்டால் என்ன? ஆனால் என்னால் என் சொற்களை அதைச் சார்ந்து திரட்டிக்கொள்ளவே முடியவில்லை. நான் என் மனத்தை முட்டி முட்டி முன்னால் செலுத்தினேன்.

நான் கேட்டது வேறு ஒரு கேள்வி. '...அப்ப உங்க அப்பா சம்மதிப்பார் என்ன?' என்றேன்.

'எதுக்கு?' என்று அப்பாவியாகக் கேட்டாள்.

'இதுக்கு' என்றேன்.

'என்ன இதுக்கு?' என்றாள்.

இப்போது புருவம் நடுவே ஒரு மெல்லிய முடிச்சு. நான் அப்போதுதான் அந்த இடம் எத்தனை பெரிய இக்கட்டான சந்தி என்று உணர்ந்தேன்.

என்ன சொல்வது... கண்களை விலக்கி, 'தப்பா நினைக்கமாட்டார் எண்டு சொன்னேன்' என்றேன்.

'ஓ, ஹி டஸண்ட் கேர்' என்று அவள் சொன்னாள்.

அந்தச் சொற்கள் நான் என் மனத்தில் வைத்திருந்த வைஜயந்தியிட மிருந்து வரவில்லை என்று தோன்றியது. அவற்றைச் சொன்ன பெண்ணை நான் அறிந்திருக்கவேயில்லை.

அன்று முழுக்க நான் அவள் சொன்னதையே எண்ணிக்கொண்டிருந் தேன். அதற்கு என்ன அர்த்தம்? என் சிந்தனைகளை நான் அரை யிருளில் இருந்து பிடித்து இழுத்து வெளிச்சத்தில் நிறுத்தினேன். நான் என்ன எதிர்பார்க்கிறேன்? நான் அவளிடம் கேட்டதற்கு என்ன அர்த்தம்? அவளை நான் திருமணம் செய்துகொள்ள பொன்னம்பலத்தார் சம்மதிப்பாரா என்றா? என்ன ஒரு முட்டாள்தனம். நானெப்படி பொன்னம்பலத்தாருக்கு மருமகனாக முடியும். என் வயதில், என் அந்தஸ்தில்... இல்லை நான் அப்படிக் கேட்கவில்லை. அப்படி யானால்? நானும் வைஜயந்தியும் கள்ள உறவுகொள்ள பொன்னம்பலத் தார் ஒப்புக்கொள்வாரா என்றா? ச்சே...

தலையைத் தாங்கியபடி என் அறைக்குள் படுத்திருந்தேன். என்ன ஆயிற்று எனக்கு? ஏன் இத்தனை அபத்தமாகச் சிந்திக்கிறேன்? என்ன கள்ள உறவு? ஒருமுறை முத்தமிட்டால் அது கள்ள உறவா? இல்லை, இது அதற்குமேல் போகாது. அந்தச் சொற்களை என் அகமே நம்ப வில்லை. இது மேலும் போகும். போகாமல் என் மனம் அமைதியடை யாது. எனக்கு என்ன வேண்டும்? எதற்காக நான் ஏங்குகிறேன்? எதற்காக இந்த உயர்குடிப் பெண்ணைப் பைத்தியம் போலப் பின் தொடர்கிறேன்?

அந்த இரவில் வெளியே பனியில் குளிர்ந்த மரங்கள் காற்றில் ஓலமிடும் வேளையில் மிக அந்தரங்கமாக நான் என் தேவையை உணர்ந்தேன். என்னை அவள் என் ஆதி வடிவில் ஏற்றுக்கொள்ள வேண்டும். யாழ்நகர் கல்லூரியில் பெரிய தலையும் மெலிந்த உடலும் விரிந்த கண்களுமாக கணிதம் படிக்கச் சென்ற அந்த இளைஞனை. கவிதைகள் எழுதிய, கரியால் கோட்டோவியங்கள் வரைந்த அவனை. பல்லின் ஓட்டையில் வெல்லம் படுவதுபோல மிகத் தீவிரமாகக் கூசச்செய்யும் இனிமையாக நான் உணர்ந்தேன், நான் அவளில் தேடுவது என்னைத் தீண்டிச்சென்ற துப்பட்டாவாக என் கனவின் ஆழத்தில் இருந்துகொண்டிருந்த அந்த இளமைக் காதலியை என்று.

13

டெல்லியின் ஏதேனும் ஒரு நட்சத்திர ஓட்டலுக்குத்தான் பொன்னம் பலத்தார் என்னுடன் வருவது வழக்கம். அநேகமாக புல்வெளியில் அல்லது அபூர்வமாக நீச்சல்குளத்தின் அருகே அமர்ந்துகொண்டு ஒரேயொரு ஸ்காட்ச் குடிப்பார். அதுவும் மிக மெதுவாக. அவர் அங்கே வருவதே மனிதர்களை வேடிக்கை பார்க்கத்தான் என்று தோன்றும். ஆனால் மிகப்பொதுவாக கூட்டத்தைத்தான் அவர் வேடிக்கை பார்த்தார். நீச்சல் குளத்தருகே அமர்ந்திருக்கும்போதுகூட 'வடிவான பெட்டையள்' என்று சொல்லிவிட்டு கவனமில்லாமல் இருப்பார். மனிதர்களைக்கூட கூர்ந்து கவனிப்பதில்லை என்று பிறகு பட்டது. தான் ஒரு சுதந்தர மனிதன் என்று தனக்குத்தானே சொல்லிக்கொள்ள அவர் ஆசைப்படு கிறார், அவ்வளவுதான் என்று தோன்றியது.

ஓபராய் ஓட்டலின் ரெட் எக் என்று பெயருள்ள முட்டைவடிவமான, சிறிய, உள்ளறை மதுச்சாலைக்கு நாங்கள் அன்று சென்றோம். அவருடன் வந்திருந்த காவலர்கள் பிரிந்து வெவ்வேறு இடங்களில் சென்று அமர்ந்து கொண்டார்கள். பொன்னம்பலத்தார் வழக்கமான ஸ்காட்சுக்குச் சொன் னார். கூடவே சாப்பிட ஆப்பிள்துண்டுகள். ஆப்பிளுடன் குடித்தால் ஈரலுக்குக் கெடுதலில்லை என்று அவரிடம் சொல்லியிருந்தார்கள். அவர் மாதம் இருமுறை குடிக்கும் இருநூறு மில்லி ஸ்காட்சினால் அவரது சுண்டு விரலுக்குக் கூடக் கெடுதல் இல்லை என்று சொல்ல பலமுறை விரும்பி அடக்கிக்கொண்டேன். அவருக்குத் தன் உடல்நலம் பற்றிப் பதற்றம் இருந்தது. இரவில் கொஞ்சம் அஜீர்ணம் என்றால் இதயம் அடைக்கிறது என்று பயப்படுவார். காலையில் ஒரே பக்கமாகப் படுத்துக் கை கொஞ்சம் இறுக்கமாக இருந்தால் பக்கவாதமா என்று சந்தேகப்படுவார். விதவிதமான மருத்துவ நூல்களைப் படுக்கை அருகே வைத்திருந்து, படுப்பதற்கு முன்னால் அவற்றைப் படிப்பார். படிக்கப் படிக்க அந்த நோய்களெல்லாமே தனக்கு இருப்பதாக அவருக்குத் தோன்றிவிடும். காலையில் எழுந்ததுமே என்னிடம்தான் கேட்பார்.

'சார்லஸ், மாரடைப்புக்கு முன்னாலே வேர்க்குமெண்டு சொல்ற வங்கள். வேர்க்காமல் மாரடைப்பு உண்டு தெரியுமா?' என்றார்.

‘ஓம், சைலண்ட் அட்டாக்குன்னு கேட்டிருக்கிறன்’ என்பேன்.

‘அது வலியில்லாத அட்டாக். இது வியர்வை இல்லாத அட்டாக். வாரதே தெரியாது... ஆனாத் தெரிஞ்சதுமே ஒரு அனாசினைப் போட்டு, கொஞ்சம் பிராந்தியைக் குடிச்சாக் கொஞ்சம் நேரம் நிக்கும்.’

அவர் தன் கையெட்டும் தூரத்தில் விஸ்கியும் அனாசின் மாத்திரைகளும் வைத்திருந்தார்.

மெத்தென்ற இருக்கையில் நன்றாகச் சாய்ந்து அமர்ந்துகொண்டு, கையில் கண்ணாடிக் கோப்பையை உருட்டியபடி பொன்னம்பலத்தார் சொன்னார், ‘எங்கடை அப்பா மாசத்திலே ஒருநாள் பிராந்தி குடிப்பவர். அதை கொளும்பிலை இருந்து வாங்கிக் கொண்டுவந்து பீரோவிலை பூட்டி வச்சிருப்பவர். வெள்ளி டம்ளரிலை விட்டுத்தான் குடிப்பவர். தொட்டுக்கொள்ள முறுக்கும் வடையும் இருக்கும்... அண்டைக்கு அப்பா சந்தோசமா இருப்பவர். அவர் சின்ன வயசிலை மலேசியாவிலை வளர்ந்தவர். அங்காலை வெள்ளைக்காரங்க குடிக்கிறதைச் சின்ன வயசிலை பாத்திருக்கிறவர். அதே மாதிரி குடிக்கணுமெண்டு நினைப்பவர். அதே மாதிரி வாயை வைச்சுக்கொண்டு குடிப்பவர்...’ அவர் வெள்ளைக்காரன் போல வாயை அழுத்தி தலையைக் கொஞ்சம் சரித்தார். நான் புன்னகை செய்தேன்.

அவர் மிக முக்கியமானதென எண்ணக்கூடிய ஏதோ விஷயத்தைப் பேசப்போகிறார் என்ற எண்ணம் ஏற்பட்டது. பொதுவாக முக்கியமானவற்றைப் பேசுவதற்கு முன்னர்தான் அம்மாதிரி ஒரு தயக்கமும், முக்கியமில்லாத அந்தரங்கங்களைப் பேசும் மனநிலையும் உருவாகின்றன. அது ஒருவகையான தளர்த்திக்கொள்ளல்.

‘இண்டைக்கு நான் முக்கியமான ஒரு விசயம் பேசணுமெண்டு நினைச்சனான்’ என்றார். முகம் மெல்லத் தீவிரம் அடைந்தது. ‘சார்லஸ், இஞ்ச வந்தப்ப நான் சொன்னது ஞாபகமிருக்கா?’ நான் தலையசைத்தேன். ‘அது பொய்... நான் ஆரையும் கொல்ல நினைக்கயில்லை. அப்படி ஒருத்தரைக் கொல்ல என்னாலே ஏலாது கண்டீரோ...’ என்றவர் சட்டென்று புன்னகைசெய்து ‘...வேணுமெண்டால் கடினமான கணக்கு சொல்லிக் குடுத்து ஆரையாவது கொஞ்சம் கொஞ்சமாக் கொல்லுவேன்...’ நான் சிரித்துவிட்டேன்.

அவர் உடனே மீண்டும் தீவிரம் அடைந்து, ‘நான் உம்மை வரச் சொன்னது வேறே ஒரு விஷயமாத்தான்...’ தயங்கி தன் கோப்பையை கொஞ்சநேரம் பார்த்தார். ‘... சார்லஸ், உமக்கு ஆக்களை யூரோப்புக்குக் கடத்துற குரூப்புகளைத் தெரியுமோ?’ என்றார்.

நான் ஆச்சரியத்துடன் ஏறிட்டுப் பார்த்தேன். அவர் என் கண்களை ஒருகணம் சந்தித்து, பின் தவிர்த்து, 'உள்ளதைச் சொல்லுவீரெண்டு கேக்குறன்' என்றார்.

நான் 'ஓம்' என்றேன்.

அவர் சட்டென்று பரபரப்புடன் மேஜைமேல் சரிந்து என்னைப் பார்த்தார். 'நல்ல நம்பிக்கையான ஆக்கள் இருக்காங்களோ? நல்ல ஆக்களா இருக்கணும்... பணம் எவ்வளவானாலும் ஒண்டுமில்லை... ஆக்கள் நம்பிக்கையா இருக்கணும்' என்றார்.

நான் அவரையே பார்த்தேன். அவர் மனம் ஓடும் திக்கு தெரியவில்லை. குடும்பத்தையா? 'ஆரு போறவர்?' என்றேன்.

அவர் சட்டென்று தளர்ந்து பின்னால் சாய்ந்தபின், 'நான்தான்' என்றார். எனக்கு ஆயாசமாக இருந்தது. வேறெதை எதிர்பார்த்தேன்?

'நீங்கள் எப்படி?' என்றேன்.

'கஷ்டம்தான்... ஆனால் முடியும். எனக்கு அதுக்குச் சரியான ஆள் இல்லை. அதனாலேத்தான் உம்மை நம்பியிருக்கிறன். இந்தமாதிரி ஒரு ஓட்டலுக்கு என்னாலை வர ஏலும். இங்கேயிருந்து தப்பி நேப்பாளம் பாகிஸ்தான் வழியா போயிட்டனான் எண்டால் யூரோப்புக்கு போகலாமே?' அவரது முகமும் பாவனையும் வயதான பேதைப்பெண் களைப் போலிருந்தன.

'சரி, அப்ப உங்கள் குடும்பம்?' என்றேன்.

'அவங்களை ஒண்ணும் பண்ண மாட்டினம். நான் போனால் பின்னே அவங்களை வச்சுக்கொண்டு என்ன செய்ய ஏலும்? கொஞ்சநாள் வச்சுப்போட்டு பிறகு அவங்களையும் விட்டுப்போடுவினம்...'

அவர் அதைப் பற்றியெல்லாம் நெடுநாள்களாகச் சிந்தித்துக் கொண்டிருந் திருக்கிறார் என்று புரிந்தது. எந்தக் கேள்விக்கும் அவரிடம் பதிலிருக்கும். ஓர் அந்தரங்கக் கனவாக அவர் அந்த எண்ணத்தை நெடுநாள்களாகப் பேணிவந்திருக்க வேண்டும். நான் அவரையே பார்த்துக்கொண் டிருந்தேன்.

அவர் மெதுவாக இறுக்கம் தளர்ந்து பேச ஆரம்பித்தார். அவருக்கு வேண்டியது ஓர் ஆள்கடத்தல்குழுவின் உதவி. அவரை எப்படியாவது இந்திய உளவுத்துறையின் பிடியிலிருந்து மீட்டு வேறுபெயர், வேறு பாஸ்போர்ட்டில் அகதியாக ஏதேனும் ஐரோப்பிய நாட்டுக்கு அனுப்பி வைக்கவேண்டும். அவரிடம் பணம் நிறையவே இருக்கிறது. அந்தப்

பணத்தில் அவர் எங்காவது ஒரு வாழ்க்கையை ஆரம்பிக்க முடியும். கொஞ்சநாளில் அவரை எல்லாரும் மறந்துவிடுவார்கள். அதன் பின்னால் அவருக்குக் கனவுகள் இருந்தன. ஏதாவது பல்கலைக்கழகத்தில் சேர்ந்து ஆராய்ச்சி செய்ய வேண்டும். நூல்கள் எழுதவேண்டும்.

ஆனால் அவர் சொன்னதெல்லாம் அபத்தம் என்று அவருக்குப் புரிய வில்லை. உலகம் முழுக்க அவரைத் தேடும் இயக்கத்தினருக்கு அவரது முகம் நன்றாகத் தெரிந்தது. உலகம் முழுக்கவே இந்திய உளவாளிகளும் உண்டு. முகத்தை மாற்றிக்கொண்டு வாழ்வது அநேகமாக சாத்தியமே இல்லை. இன்று கம்ப்யூட்டர், முகத்தின் எல்லாச் சாத்தியங்களையும் எளிதில் அடையாளம் காட்டும். அவர் அரசியல் சதுரங்கத்தின் ஒரு பகுதியாக இருக்கும்வரை மட்டுமே அவரால் உயிரோடிருக்க முடியும். அவரது பணி முடிந்ததும் அவர் கொல்லப்படுவார். இன்று அவர் உயிருடன் இருப்பது இந்திய அரசின் கௌரவப் பிரச்னை.. ஆகவேதான் அவர் பாதுகாக்கப்படுகிறார்.

‘தம்பி, உங்கிட்ட சொல்றதுக்கு என்ன? எனக்கு இவங்கள் ஆசை காட்டினவங்கள். இயக்கத்து மேலிடத்தை இல்லாமல் செய்து போட்டுட்டு என்னைத் தலைவராக்குறம் எண்டு சொன்னவங்கள். ரோ அனுப்பின ஒரு பெங்காளிப் பையன் வந்து பேசிப்பேசியே என்னை மடையனாக்கிப்போட்டவன்... நான் பண்ணின பெரிய தப்பு அவனை நம்பினது மட்டும்தான். நான் அவன்கிட்ட பேசுறதைப் பதிவுபண்ணி இயக்கத்திலை போட்டுக்குடுத்திட்டவங்கள். இயக்கம் என்னைக் கொல்லப்போற தகவலை எனக்குச் சொல்லி, தப்பி இந்தியா வந்திடுங் களெண்டு சொன்னவங்கள்... நான் அவங்ககூட இங்காலை வந்ததும் என்னை வச்சு ஒரு டம்மி இயக்கத்தை ஆரம்பிச்சவங்கள்... அதை வச்சு என்னவோ பிளான் பண்ணினவை. அது நடக்கயில்லை. அப்பிடியே விட்டுப்போட்டினம்...’

நான் அறிந்த விஷயங்கள்தான் அவை. ஈ.பி.ஆர்.எல்.எஃப் இந்திய அரசுடன் ஒத்துழைக்க முன்வந்ததும் இந்த சாதுப்பேராசிரியரும் அவரது பேரால் ஆரம்பிக்கப்பட்ட ஆளில்லா இயக்கமும் தேவைப் படாமலாயின. பயனற்று கார் ஷெட்டில் விடப்பட்டு துருப்பிடித்து அழியும் ஒரு பழைய பொருள் போல இருந்தார் பொன்னம்பலத்தார். ஆனால் அது அவரது விதி. எனக்கு அப்போது தோன்றிய எண்ணம், கொலையாவதுதான் அவரது இயல்பான முடிவு என்று. குரூரமாக இருக்கலாம், ஆனால் அதுதான் அவருக்குக் கௌரவம். அதன்மூலம் வரலாற்றில் இடம்பெறலாம் என்றெல்லாம் நான் அபத்தமாக நினைக்க வில்லை. வரலாறாவது மண்ணாவது. அந்தக் கதைக்கு வழக்கமான எளிமையான மிச்சமீதி ஏதுமில்லாத முடிவு அது ஒன்றுதான்.

ஏன் என்னைத் தேர்ந்தெடுத்தார் என்று எண்ணிக்கொண்டேன். எனக்குத் தொடர்புகள் இருக்கும் என்று ஊகித்தது ஒருவகையில் சரிதான். ஆனால்... அடுத்த கணமே அவர் வாயிலிருந்து அது வெளிப்பட்டது.

'... உமக்கு என்ன வேணும்? பணம்தானே? நான் பணம் குடுக்கிறன்... ஐ வில் கிவ் யூ ஃபிஃப்டி லாக்ஸ் ஆஃப் ருப்பீஸ்... யெஸ்... ஃபிஃப்டி லாக்ஸ்! சச் எ ஹ்யூஜ் சம்... நான் தாறேன். எடுத்துக்கிட்டு என்னைக் காப்பாத்தும்... நீரும் எங்கயாவது ஓடிப்போயிடும்.'

அதுதான். என்னை, பணத்துக்காகக் கொலை செய்யும் ஒருவன் என்ற கணிப்பில் இருக்கிறார். சிறீ மாஸ்டரை இந்திய உளவுத்துறையின் பணத்துக்காகக் கொன்றவன்...

அன்று பொன்னம்பலத்தார் மேலும் ஒருலார்ஜ் சாப்பிட்டார். அவரது சமநிலை தவறிவிட்டது. திரும்பத் திரும்ப, 'நான் எந்தத் தப்பும் செய்ய யில்லை... எனக்கு ஒண்டுமே தெரியாது. நான் மேடையிலை பேசினது தான் தப்பு... அதுக்காக நான் சாக ஏலாது' என்று சொல்லிக்கொண்டே இருந்தார். 'தம்பி, நீதான் எனக்கு ரட்சகன் இப்ப. நீ என் தம்பி... என் தெய்வம்... உன்னைத்தான் நான் நம்பியிருக்கிறன். நல்லூர் முருகனுக்கு அடுத்து உன்னைத்தான் நம்பியிருக்கிறன்...' அவரது குரல் தொய்ந்து சென்று தாடை மார்பில் ஒட்டியபோது நான் மெல்ல எழுப்பி கூட்டிக்கொண்டு காருக்கு வந்தேன்.

டிரைவர் காரை சத்தமில்லாமல் ஓட்டிச்சென்றான். அவர் வாயிலிருந்து எச்சில் கொழகொழவென்று வழிய, மூக்கு கசிய, ஆடி ஆடித் தூங்கிய படியே வந்தார். ஏதோ சில சொற்கள் அவ்வப்போது வந்தன. சட்டென்று ஒரு விசித்திர சத்தம் கேட்டது. நான் அது என்ன என்று ஒரு கணம் கழித்தே உணர்ந்தேன். அது பொன்னம்பலத்தார்தான். 'ஊ ஊ' என்று கேவிக்கேவி அழுதுகொண்டிருந்தார். வலதுகையால் தன் சட்டையை மார்பருகே பற்றிப் பிசைந்துகொண்டிருந்தார். நான் அவர் தோளைத்தொட்டு, 'புரபசர்... என்ன இது.. வேண்டாம்...' என்றேன்.

அவர் என் கையைப்பற்றிக்கொண்டு 'என்னைக் கொண்டுபோடு வாங்கள்... என்னை விடமாட்டாங்கள். என்னைக் கொண்டுபோடு வாங்கள்...' என்று சொல்லி அழுதார்.

கார் வீட்டுக்கு வந்ததும் நான் அவரைக் கிட்டத்தட்ட கைத்தாங்க லாகவே தூக்கிக்கொண்டு சென்றேன். உள்ளே இருந்து வைஜயந்தி கையில் ஓர் ஆங்கில நாவலுடன் வெளியே வந்து எங்களை ஆர்வமில் லாமல் பார்த்தாள். அவள் எதையோ தின்றுகொண்டிருந்தாள். தாடை அசைந்தது. நான் அவரை படுக்கையறை நோக்கிக் கொண்டுசென்றேன். அவரது எச்சில் தரையில் சொட்டிக்கொண்டே வந்தது.

அவரது படுக்கையறை, நட்சத்திர ஓட்டல் அறைகளுக்கு இணையான மெத்தைகள், விரிப்புகள், தலையணைகளுடன் இருந்தது. நேர் எதிரே ஏராளமான மலர்மாலைகளுடன் மாட்டப்பட்டிருந்த பெரிய முருகன் படம் மட்டும்தான் வித்தியாசம். கட்டிலில் அவரைப் படுக்கச் செய்தேன். கைக்கடிகாரத்தையும் செருப்புகளையும் உருவி வைத்தேன்.

பின்னால் வந்த வைஜெயந்தி 'என்ன இண்டைக்கு ஜாஸ்தியா?' என்றாள்.

நான் ஒன்றும் சொல்லவில்லை. கனத்துக் களைத்த இமைகளைத் தூக்கி பொன்னம்பலத்தார் அவளைப் பார்த்தபின்னர், 'இவளைப் பத்தி உங்கிட்டச் சொன்னவன்தானே? எல்லாமே இவளாலேதான்... அவன் இவளைத்தான் முதலிலே பிடிச்சவன்...' என்று சுட்டிக்காட்டினார்.

கண்கள் மூடியபின்னரும் நீட்டிய கைவிரல் அப்படியே இருந்தது. 'ஷி இஸ் எ பிட்ச்... யூ நோ, ஷி இஸ் எ க்ரீடி பிச்' என்றபின் தலையணையில் முகம் புதைத்தார். நான் திரும்பி வைஜெயந்தியைப் பார்த்தேன். அவள் முகம் இறுக்கமாக இருக்க, கண்களில் வெறுப்பும் கோபமும் ஒளிவிட்டன.

நான் அவளைப் பார்க்காமல் என் அறைக்கு வந்தேன். அவள் பின்பக்கம் என்னையே பார்த்துக்கொண்டிருக்கும் உணர்வு ஏற்பட்டது. சட்டென்று ஒரு புது மனிதன் எங்கள் நடுவே வந்து நிற்பதுபோல அந்த உண்மை நின்றது. அதை அறிந்துகொள்ளாமல் நான் மேற்கொண்டு எதையுமே செய்ய முடியாதென்று நினைத்துக் கொண்டேன்.

நான் சரியாகவே கண்ணைத் திருப்பவில்லை. ஆனால் அந்த அரைக் கணத்தில் பதிந்த வைஜெயந்தியின் தோற்றம் என்னுள் எத்தனை அழுத்தமாகப் பதிந்திருக்கிறதென அப்போது உணர்ந்தேன். அவள் முகத்தின் அத்தனை தசைநார்களின் அதிர்வையும் நெளிவையும் அப்போது என்னால் துல்லியமாகக் காணமுடிந்தது. அவள் கண்களில் இருந்த ஒளியையும். பூரணமான மனக்கசப்பு உருவாக்கும் ஒளி அது.

14

நான் என் அறைக்கு வந்து எடுத்து வைத்திருந்த நாவல் ஒன்றை வாசித்து விட்டு இரவுணவைச் சாப்பிட்டுவிட்டு படுக்கப்போனபோது கதவு மெல்லத் தட்டப்பட்டது.

'யாரு?' என்றேன்.

'நாந்தான்.' அது வைஜயந்தியின் குரல்.

நான் கதவைத் திறந்தேன். அவள் ஒரு வெண்ணிற ஸ்வெட்டர் போட்டு கைகளை இறுக்கிக்கொண்டு நின்றிருந்தாள். 'என்ன?' என்றேன். 'ஐ வாண்ட் டு டாக் டு யூ' என்று கனத்த குரலில் சொன்னாள். நான் விலகி வழிவிட்டேன். அவள் உள்ளே நுழைந்து நாற்காலியில் அமர்ந்து கொண்டாள்.

'சாப்பிட்டியளோ?' என்றாள்.

'ஆச்சு' என்றேன்.

அவள் கைகளை மடிமீது வைத்துக்கொண்டு ஏதோ சிந்தித்தாள். மேஜைமேலிருந்த ஜானகிராமனின் 'அம்மா வந்தாள்' நாவலை எடுத்துக் கவனமில்லாமல் புரட்டிப் பார்த்தாள். 'கதை புக்கே?' என்றாள். நான் ஆமாம் என்று தலையாட்டினேன். 'ராத்திரியிலையும் இதையெல்லாம் படிப்பியளோ?'

நான், 'ராத்திரியிலையும் பொழுது போகணுமே' என்றேன்.

அவள் 'ஓம், இஞ்ச எனக்கும் அதுதான் பெரிய பிரச்னை... டிவிய எவ்வளவு நேரம் பாக்கிறது? எல்லா தமிழ்ப்படமும் பாத்திருவன்... சன் டிவி இல்லேன்னா சாகவேண்டியதுதான்...' மெல்லச் சிரித்து, 'படிக்க என்னாலே ஏலாது' என்றாள்.

நான், 'நீங்கள் என்ன படிச்சியள்? பிஎஸ்ஸியோ?' என்றேன்.

அவளுடன் அத்தனைதூரம் பேசியபின்னரும்கூட இதுவரை அவளுடைய தனியுலகம் பற்றிப் பேச்சு நகர்ந்ததே இல்லை என்பதை

அப்போது உணர்ந்தேன். அந்த அறைக்கு அந்நேரத்தில் அவள் வந்தது தடைகளை இல்லாமலாக்குகிறதா?

'மெட்ரிக் எடுத்தனான். முடிக்கயில்லை. அப்பத்தான் இந்தியாவுக்கு வந்தனான். அதுக்குப்பிறவு எங்க படிக்கிறது?' புத்தகத்தை வைத்து விட்டு, 'யாஃப்னாவிலே எங்க வீடு நிறைய புஸ்தகங்கள். அம்மாவுக்கு புக்கைக் கண்டாலே பிடிக்காது. அம்மா திட்டுறதைக் கேட்டுக் கேட்டு நானும் வளந்தனான். எனக்கும் புக் எண்டாலே பிடிக்காது. பேஷன் புக் மட்டும்தான் படிப்பேன்.'

வெளியே டில்லி குளிர்காலத்துக்குரிய காற்று வேகமாக சன்னல்களை மோதி மென்மையாகத் தடதடத்தது. நான் அவளையே பார்த்துக் கொண்டிருந்தேன். உடலை அவள் குறுக்கிக்கொண்டு அமர்ந்திருந்தது குளிரினால் அல்ல என்றும், மனம் நிலையில்லாது இருந்தமையால் தான் என்றும் தோன்றியது.

போதுமான அளவுக்கு ஆரம்பப்பேச்சு பேசியாகிவிட்டதென இரு வருமே உணர்ந்தோம். அவள் எந்தத் தொடக்கமும் இல்லாமல், 'அப்பா என்ன சொன்னவர்?' என்றாள்.

'என்ன?'

'என்னைப்பற்றி?'

'ஒண்டும் சொல்லயில்லை.'

அவள் கண்களில் மின்னிய கோபத்துடன் 'அவர் சொல்லுறதை நான் கேட்டனான். அவர் என்ன சொன்னவர்?'

நான் அவள் முகத்தை நேரிட்டு நோக்கி, 'உண்மை... அவர் ஒண்டுமே சொல்லையில்லை. வேற சில விஷயங்கள் சொன்னவர். உங்களைப் பத்திச் சொன்னவரெண்டு அவர் நினைச்சுப்போட்டுச் சொன்னவர். ஆனா ஒண்டுமே சொல்லயில்லை' என்றேன்.

மேற்கொண்டு என்ன சொல்வதெனத் தெரியாமல் அவள் குழம்பி தன் கை நகங்களைப் பார்த்தாள். பின்பு நிமிர்ந்து, 'நான் மேரி பண்ணினதைப் பத்திச் சொன்னவரோ?' என்றாள்.

'நீங்கள் மேரி பண்ணின விஷயம் நீங்கள் இண்டைக்குச் சொல்லித்தான் எனக்குத் தெரியும்.'

அவள் என் கண்களையே பார்த்தாள். சில கணங்களுக்குப் பின் நம்பினாள். பின்பு 'டிவோர்ஸ் கிடைச்சாச்சு...' என்றாள்.

நான் ஒன்றும் சொல்லவில்லை.

அவள் மெல்ல, 'அவன் ஒரு டிரக் டீலர். இந்திய ஏஜெண்ட். அவன்தான் அப்பாவை வந்து சந்திச்சுப் பேசி மனசைக் கலைச்சவன்' என்றாள். 'அருண் எண்டு பேரு.. அருண் சென்குப்தா. பெங்காலி. ஆனா அந்தமானிலே இருந்தவன். தமிழ் நல்லாப் பேசுவான். எனக்கு அவன் பெங்காலி எண்டு ரொம்பநாள் கழிச்சுத்தான் தெரியும்...'

அவளே மேலே சொல்வதற்காகக் காத்திருந்தேன். அவள் அவற்றை யெல்லாம் சொல்வதற்காகத்தான் வந்திருக்கிறாள். அதற்கான சொற்றொடர்களையும் உருவாக்கியிருப்பாள். ஆனால் எங்கோ ஒருதடை, மெல்லிய தடை. இப்போது அது அறுந்துவிடும்... அவள் முகம் பலவகையான உணர்ச்சிகளால் உருமாறுவதைக் கவனித்தேன். நிமிர்ந்து என்னைப் பார்த்தாள். நான் மெல்லப் புன்னகைசெய்தேன்.

அந்தப் புன்னகை அவளைப் பேசவைத்தது. கையால் தொட்டதும் பாதையை அறியும் நீர்ப்படலம் போல. அவள், 'நான் ஒண்டுமே அறியாத பொண்ணா இருந்தனான்... என்னை ஏமாத்திட்டவங்கள்...' என்று சொல்லி விசும்பினாள். கைகளால் மூக்கைத் துடைத்தபின் சட்டென்று வேகம் கொண்டு சொல்ல ஆரம்பித்தாள்.

இயக்கத்துக்கு ஆயுதங்களை தாய்லாந்து வழியாகக் கொண்டுவந்து கொடுப்பவன் அருண். அவனுடன் எளிய அறிமுகம்தான் இருந்தது அவளுக்கு. இயக்கத்தவர்களிடம் அவனுக்குப் பொதுவான பழக்கம் இருந்தது. நடுவே அவள் அம்மாவுக்குக் கருப்பையில் பிரச்னைவந்து நிற்காமல் உதிரப்போக்கு ஏற்பட்டபோது அம்மாவையும் துணைக்கு வைஜயந்தியையும் அருணுடன் ஒரு கப்பலில் தாய்லாந்துக்கு அனுப்பி வைத்தார்கள். அங்கே அவள் அம்மாவுக்கு அறுவை சிகிச்சை நடந்து கருப்பை அகற்றப்பட்டது. தாய்லாந்தில் தங்கியிருக்கும்போதே அருணுடன் உறவு ஏற்பட்டுவிட்டது.

'அவனை அப்ப ஒரு ஹீரோ எண்டு நினைச்சனான். அஜித் மாதிரி இருப்பவன். நல்ல சிவப்பு நிறம்... இனிமையாப் பேசுவான். கிஃப்ட் குடுத்துட்டே இருந்தவன். எல்லாம் ரொம்ப காஸ்ட்லி கிஃப்ட். டோக்கியோ நியூ யார்க் பாரீஸ் எண்டு பேசுவான். எனக்கு அப்ப அவன் என்னைக் கூட்டிட்டுப்போக சொர்க்கத்திலை இருந்து வந்தவன் மாதிரி இருந்தவன்...'

அவளுடைய மனத்தை அவன் கச்சிதமாக வாசித்துவிட்டிருந்தான். சிறிய தீவில் சிறுநகரத்தில் பிறந்து வெளியுலகைக் கனவுகண்டே வாழ்ந்த பெண். பிரச்னைகள் எழுந்ததும் இன்னும் சிறிய உலகுக்கு வந்து சேர்ந்தாள். வெப்பம் உமிழும் காடு. அடிப்படை வசதிகள்கூட இல்லாத தங்குமிடம். முரட்டுச் சீருடைகளில் வியர்வையும் தூசியும் படிந்த போராளிகள். எங்கும் எப்போதும் கட்டுப்பாடுகள், பாதுகாப்பு

ஏற்பாடுகள்... அவன் அவளுக்கு ஒளிமிக்க ஒரு வாக்குறுதியாக இருந்தான்.

தாய்லாந்து போன இரண்டே வாரத்தில் அவன் அவளுடன் உறவு கொள்ள ஆரம்பித்துவிட்டிருந்தான். அவள் உள்மனத்தை அறிந்ததுமே அவளைச் சுதந்தரமாகத் தனக்காக இழுத்துக்கொண்டான். 'பிடிச்சிருந்ததா இல்லையா எண்டு கூட எனக்குத் தெரியயில்லை. அவனுக்குச் சம்மதிக்கயில்லை எண்டா என்னை விட்டுவிட்டுப் போயிடுவான் எண்டு நினைச்சனான்.'

அப்போதே அவன், தான் இந்திய உளவுத்துறை ஏஜெண்ட் என்று சொல்லிவிட்டிருந்தான். அவள் நம்பியதுபோல அவளுடன் உறவு கொண்டதும் அவளுக்கு அடிமையாக ஆகி அவளை வெளிநாட்டுக்குக் கூட்டிச்செல்லும் திட்டங்களில் அவன் இறங்கவில்லை. மாறாக பிடிகொடுக்காமல் இருந்த பொன்னம்பலத்தாரைக் கரைக்க அவளைப் பயன்படுத்திக்கொண்டான். அவள் உதவியால் அவரிடம் நெருங் கினான். ஒரு கட்டத்தில் மேற்கொண்டு ஆயுதப்பரிவர்த்தனைகளை அவர் வழியாக நடத்துவதாக அவரிடம் சொன்னான். மெல்ல மெல்ல அவரைத் திசைதிருப்பி அவரை உளறச்செய்தான். ஒவ்வொரு சொல்லை யும் உளவுத்துறையும் இயக்கமும் பதிவு செய்துகொண்டு இருந்தன.

சிக்கல் வந்ததும் அவரை இந்தியா கூட்டிக்கொண்டு வந்தவன் அவன் தான். எப்படியாவது காட்டில் இருந்து இந்தியாவுக்கு அவரைக் கூட்டிச் சென்றுவிடவேண்டும் என்று வைஜெயந்தி நினைத்தாள். அவள் அம்மா வுக்கும் அந்தத் திட்டம் பிடித்திருந்தது. இந்தியாவுக்கு வந்தபிறகுதான் எல்லாமே இந்திய உளவுத்துறையின் சதி என்று பொன்னம்பலத் தாருக்குத் தெரிந்தது. ஆனால் வேறுவழியில்லை. அருண் அவளைத் திருமணம் செய்துகொள்வதை அவரால் தடுக்க முடியவில்லை.

'அவனுக்கு போர்ட்பிளையரிலை ஏற்கெனவே ஒரு குடும்பம் இருந்தது. ரெண்டு குழந்தைகள் உண்டு... அதெல்லாம் தெரிஞ்சப்போ நான் அழுது சண்டை போட்டனான். அவன் பேசத்தெரிஞ்ச ராஸ்கல். அவன் பேச ஆரம்பிச்சவன் எண்டா அவன் சொல்லுறது எல்லாத்தையும் நம்பிடுவோம். என்னாலே ஒண்டும் செய்ய ஏலாது எண்டு தெரிஞ்சது. நாங்கள் ரோவிண்ட அடிமைகள் எண்டு... பிறகு எல்லாம் வேற மாதிரி ஆயிட்டுது. எங்களை இங்க கொண்டு வந்தவங்கள். அதுக்குப்பிறகு அவன் என்னை வந்து பாக்கவேயில்லை. அவனை டிவோர்ஸ் செய்யணுமெண்டு ரோ சொன்னவங்கள். நான் டிவோர்ஸ் செய்தனான்...'

பொன்னம்பலத்தார் உருவாக்கிய அமைப்பு ஒரு வலுவான போட்டி அமைப்பாக இருக்கும்பட்சத்தில் அதன்மீது இறுக்கமான பிடி

இருக்கவேண்டும் என்பதற்காக அருணுடன் வைஜெயந்திக்குத் திருமணத்தை நடத்தி வைத்தார்கள். அது நடக்கவில்லை என்று ஆனதும் விவாகரத்து செய்து அவனைக் கொண்டுசென்றுவிட்டார்கள். நான்கு வருடங்களாக அவள் இங்கே காவல் வாழ்க்கையில் இருக்கிறாள்.

'அப்பாவுக்கு என் மேலே கன கோபம். அவரை நான் லொக் பண்ணி விட்டனான் எண்டு சொல்லுவார். என்னைப் பாத்தாலே அவருக்குப் பிடிக்கயில்லை.'

நான் அவளுடைய முகபாவனைகளையே பார்த்துக் கொண்டிருந்தேன். அவளுடைய எல்லா அழகுகளையும் இழந்து, உபயோகித்து வீசப்பட்ட பெண்ணிடம் மட்டுமே தென்படும் பரிபூரணமான கையறு நிலையில் இருந்தாள். நான் மிக அதிகமாகப் பார்த்த முகபாவனைகளில் ஒன்று இது. பெண்கள் வேறு எதை இழந்தாலும் தாங்கள் பெண்கள் என் பதே ஓர் ஆயுதம் என்றும் அந்த ஆயுதம் ஒரு கடைசிச்சேமிப்பு என்றும் உள்ளூர நம்பிக்கொண்டிருப்பார்கள். தூக்கி வீசப்பட்ட பெண்கள் முதலில் இழப்பது அந்தத் தன்னம்பிக்கையைத்தான். தனக்கு ஆண்மை யில்லை என்று உணரும் ஆண் அடையும் மனவீழ்ச்சிக்குச் சமம் அது. அப்போது நான் செய்யவேண்டியது என்ன என்பது தெளிவாகவே இருந்தது. ஆனால் நான் குளிர்ந்த கற்சிலை போலத் தெளிவாக அமர்ந் திருந்தேன்.

'என்ற பிள்ளை இப்ப போர்டிங்கிலை படிக்குது... அதை நான் பாத்து ஒருவருஷம் ஆகுது... நான் எங்க போகவேண்டுமெண்டாலும் இவை பர்மிசன் குடுக்கணும்' என்றாள். சட்டென்று கைகளில் முகம்பொத்தி அழ ஆரம்பித்தாள். அவளுடைய விரல்கள் நடுவே இருந்து கண்ணீர் கசிந்து கொட்டிக்கொண்டிருந்தது.

நான் எழுந்தபோது என் நாற்காலி கிரீச்சிட்ட ஒலி என் நரம்புகளை அதிரச் செய்தது. நடுங்கிய கைகளால் நான் அவள் தலையைத் தொட்டேன். அவள் அப்படியே சாய அவள் தலையை என் தொடை மேல் அழுத்திக்கொண்டேன். அவள் என் இடுப்பைக் கட்டிக்கொண்டு கதறி அழ ஆரம்பித்தாள். நான் அவளை அப்படியே தூக்கி மார்புடன் இறுக்கிக்கொண்டேன். அவளுடைய கண்ணீர் ஈரமான முகத்தில், அழுகையால் தளதளத்த உதடுகளில் முத்தமிட்டேன்.

அவள் என் உடலுடன் இணைந்துகொண்டு நடு நடுங்கினாள். என் மார்பில் தன் முகத்தை வைத்து உரசினாள். பரபரப்படைந்த நாய்க்குட்டி போல இருந்தாள். சில கணங்களில் எங்கள் உணர்ச்சிகள் கரைந்தழிய நாங்கள் ஒருவரை ஒருவர் உடலாக உணர ஆரம்பித்தோம். பின்பு இரு வரும் படுக்கையில் இரு ஆதி மிருகங்கள் போல உறவுகொண்டோம்.

‘டோண்ட் லீவ் மீ டோண்ட் லீவ் மீ... அ யம் அலோன்’ என்று அவள் புலம்பிக்கொண்டிருந்தாள். ஒருகட்டத்தில் அவள் கண்களில் பனிப் படலம் படர, மொழி குழறலாகவும் முனகலாகவும் மாற, நான் என் காமத்தை மட்டுமே உணர்ந்துகொண்டிருந்தேன்.

பின்பு நான் மல்லாந்து கைகளால் துழாவி டிராயரில் இருந்து என் சிகரெட் பாக்கெட்டை எடுத்து ஒன்றை உருவிப் பற்றவைத்துக் கொண்டேன். சுருண்டு குழந்தை போலப் படுத்திருந்த அவள், ‘அம்மான், எனக்கும் ஒண்டு குடுங்க’ என்றாள். நான் ஒரு சிகரெட்டை அவளுக்குக் கொடுத்தேன். அவள் என் சிகரெட்டில் இருந்து அதைப் பற்றவைத்துக்கொண்டாள்.

‘சிகரெட் பிடிப்பீரோ?’ என்றேன்.

‘இல்லை... சும்மா’ என்றபின் புகையை வாய்க்குள் வைத்து உடனே விட்டாள். ‘சிலசமயம் கிளப்பிலை இழுப்பேன்... ஆனா புகையை உள்ளே விடையிலே எனக்கு இருமல் வரும்.’

‘பிறகு எதுக்கு பிடிக்கிறது?’

‘சும்மா... பேஷன்தானே? கிளப்பிலை எல்லா லேடீஸும் பிடிப்ப வங்கள்...’

இருவரும் மௌனமாக சிகரெட் பிடித்தபடி அவரவர் சிந்தனைகளில் ஆழ்ந்திருந்தோம். அவள் சட்டென்று ‘அம்மான், உங்க கையிலே கன் இருக்கோ’ என்றாள்.

நான் மன அதிர்வை முகத்தில் காட்டாமல் ‘இல்லை’ என்றேன்.

‘நான் ஒரு கன் குடுக்கிறன்’ என்றாள்.

என் வேட்டைநாய் அவள் போட்ட தடத்தைத் தாண்டி முன்னால் பாய்ந்துவிட்டிருந்தது. இருந்தாலும் சாதாரணமாக ‘எதுக்கு?’ என்றேன்.

அவள் என்னைப் பார்க்காமல், ‘அம்மான், நீங்கள் அப்பாவைக் கொல்ல ஏலுமோ?’ என்றாள்.

அச்சொற்றொடரின் அபாரமான நிர்வாணத் தன்மையைத்தான் நான் சற்றும் எதிர்பார்த்திருக்கவில்லை. சிகரெட் என் வயிற்றின்மீது விழுந்தது. நான் அதைத் திரும்ப எடுத்தேன். என் விரல்கள் நடுங்கவில்லை. முகம் சாதாரணமாக இருந்தது.

‘என்னெண்டு கேக்கிறீர்?’ என்றேன்.

‘நல்லா யோசிச்சுப்போட்டுத்தான் சொல்லுறன்... நீங்கள் என் அப்பாவைகொல்ல ஏலுமோ?’

நான் 'கொண்டு போட்டு?' என்றேன்.

அவள் குழம்பி, 'எங்கயாவது தப்பி ஓடிப்போயிடுங்கோள். நான் உங்களுக்குக் கனக்க பணம் குடுக்கிறன்... யூரோப்புக்கு ஓடிப்போயிடுங் கோள்...' என்றவள் தெளிவான சிறுமிக் கண்களால் என் கண்களைப் பார்த்து, 'நீங்கள் இயக்கத்திலை இருந்திருக்கிறியள்.. உங்களுக்கு ஆக்களைத் தெரிஞ்சிருக்கும்...'

'எதுக்குக் கொல்லணும்?' என்றேன் சிகரெட் புகையைத் தட்டியபடி.

'அப்பா சாகாம இந்த ஆட்டம் முடியாது. இது ஆரம்பிச்சு எட்டு வருஷம் ஆகுது அம்மான். ஒரு ஆயுள்தண்டனை எண்டாக்கூட அது இங்க பன்னிரண்டு வருசம்தான்... ராஜீவைக் கொலை செய்தவங் களுக்குக்கூட இங்க ஆயுள்தண்டனைதான் குடுத்திருக்கினம். ஒண்டும் செய்யாம நாங்க ஏன் ஆயுள்தண்டனை அனுபவிக்கோணும்?'

'அதற்காக என்ன?' என்ற முகபாவனையுடன் நான் அவளையே பார்த்தேன். அவள் சொல்லிக்கொண்டே சென்றாள். இந்த விளை யாட்டுக்கு ஒரே முடிவுதான் இருக்கமுடியும். பொன்னம்பலத்தார் கொலைசெய்யப்படுவது. அதற்காகத்தான் இயக்கம், இந்திய அரசு எல்லாருமே காத்திருக்கிறார்கள். அவரை அவர்கள் கொலைசெய்தால் கூட நல்லதுதானே என்ற முடிவுக்கு இந்திய அரசு எப்போதோ வந்துவிட்டது. எல்லாருமே அர்த்தமில்லாமல் காத்திருக்கிறார்கள்.

பொன்னம்பலத்தார் அவரது முட்டாள்தனத்தின் விலையைக் கொடுக் கட்டுமே என்றாள் வைஜயந்தி. அவர் உயிர்வாழ வாய்ப்பே இல்லை. கோமாவில் கிடக்கும் நோயாளி பிழைக்கமாட்டார் என்று தெரிந்து அவரைக் கொல்வதுபோன்றதுதான் அவரைக் கொல்வது. நான் அவரைக் கொல்லவேண்டியதில்லை. அவரைக் கொல்வது இயக்கம் நினைத்திருப்பதுபோலக் கடும் சவால் அல்ல என்று அவர்களுக்கு எவ்வகையிலாவது தெரிவித்தாலே போதும்.

மிக வேகமாக நான் அவளிடமிருந்து பின்வாங்கிக் கொண்டிருந்தேன். அவளுடன் இணைந்த அந்தக் கணங்களில் நான் உணர்ந்த ஒன்று இருந்தது, அவள் எனக்குள் இருந்த பொற்புகையால் வரையப்பட்ட அந்த இளமைக்காலப் பெண்ணோவியம் அல்ல. அவள் வெறும் சதை, வெறும் பெண். அவ்வளவுதான். ஆனால் அக்கணங்களில் அந்த நினைப்பே என்னை இறுக்கமேறச் செய்திருந்தது. இப்போது ரயிலில் அல்லது திரையரங்கில் ஒவ்வாத ஒருவர் வந்து நம் தோள்தொட்டு அமர்ந்திருப்பதை உணர்ந்ததுபோலிருந்தது.

நான் எதையாவது பேசியாகவேண்டுமென்ற இடத்தை அடைந்தபோது 'அதுக்காக... அவர் உன் அப்பா இல்லியா?' என்றேன்.

அவள், 'நான் நல்லா யோசிச்சாச்சு. எனக்கு வேற ஒரு வழியும் தெரியயில்லை... இவர் இருக்கிறவரைக்கும் இயக்கம் எங்களை விடாது. நான் இங்காலை வந்த சமயத்திலே உங்ககிட்ட எல்லாத்தை யும் சொல்லிட்டு யூரோப்புக்குப் போறதுக்கு உதவிசெய்யுங்க அம்மான் எண்டு கேக்கவேண்டுமெண்டுதான் வந்தனான். ஆனா சட்டுன்னு நினைச்சப்ப, நாங்க எங்கயுமே போக ஏலாது எண்டு தெரிஞ்சுபோச்சு...'

'கொலை செய்றதெண்டால் அவ்வளவு சின்ன விஷயமெண்டு நினைக்கிறீரோ?' என்றேன்.

என் குரலில் என்னையறியாமலேயே ஒரு சின்ன நக்கல் கலந்தது.

அவள், 'இல்லை... நீங்க கொலை செய்யவேண்டுமெண்டு சொல்ல யில்லை. நீங்க எப்டியாவது இயக்கத்திலை இருந்து ஆரையாவது இங்காலை வர ஏற்பாடு செய்தாப்போருமே... இயக்கத்துக்கு இங்க வாரயிக்கு நீங்க ஹெல்ப் பண்ணினாப் போரும். அவை இவரைக் கொல்லத்தானே இருக்கினம்?'

நான் அவளைக் கூர்ந்து பார்த்தபின், 'இயக்கத்துக்கு இப்ப நான்தான் துரோகி... அவை என்னைத்தானே முதலிலே போடுவினம்?' என்றேன்.

அவள் முகம் கணக்குக்கு விடைதெரியாத பள்ளிக்குழந்தை போலத் தத்தளித்தது. பின்பு சிறிய மூளைக்காரர்கள் ஒரு சிக்கலில் செய்வதைப் போல அப்படியே வந்தவழியே பின்வாங்கிச் சென்று, 'தெரியயில்லை... எனக்குச் சொல்லவேண்டுமெண்டு தோணிச்சு, சொன்னனான்' என்றாள்.

ஆனால் சட்டென்று விசும்பி விசும்பி அழ ஆரம்பித்தாள். அவளுடைய சிறிய வெளிறிய முலைகள் அழுகையில் அதிர, அவற்றின்மேல் கண்ணீர்த்துளிகள் விழுந்தன. நான் மெல்ல அவளை அணைத்தபோது அவள் என்னை உதறி, 'விமோசனமே இல்லை... இங்கேயே சாகணு மெண்டு விதியிருக்கு... இப்டியே செத்து செத்து வாழுறதைக் காட்டிலும் சூசைட் பண்ணிக்கிட்டுப் போகலாம்... ஆனா என்ர பிள்ளை...' உதட்டைக் கடித்து அழுகையை அடக்கி, அடக்க முடி யாமல் விசும்பி, 'என்ர பிள்ளை அனாதையா வளருது... ரோட்டிலே போறவள்லாம் பிள்ளைய நெஞ்சில அணைச்சுகிட்டு இருக்கா.. என்ர பிள்ளைய என்னால தொடக்கூட முடியேல்ல...'

நான் அவளை இழுத்து என் உடலுடன் சேர்த்து இறுக்கிக்கொண்டேன். அவள் உதடுகளைக் கவ்வி அவளை அமைதிப்படுத்தினேன். இறுக்க மிழந்து மெல்ல மெல்ல அவள் தளர்ந்ததும் விட்டுவிட்டு அவள் முகத்தைக் கையால் தூக்கி, 'எல்லாம் நான் பாத்துக்கிடுறன்... எல்லாம் சரியாயிடும்' என்றேன்.

‘சும்மாச் சொல்றியள்’ என்றாள். ஆனால் திமிறவில்லை.

நான் அவளிடம் மெல்ல, ‘செஞ்சு போடுவம்... ஆளிருக்கு’ என்றேன்.

அவள் சட்டென்று உலுக்கிக்கொண்டு திமிறி விலகி, உதிரம் வழிந்து வெளிறிய முகத்துடன், ‘நம்ம மேலே சந்தேகம் விழுந்துபோடுமே?’ என்றாள்.

‘நாம இங்கேயே இருந்தா எந்தச் சந்தேகமும் விழாது... என்னை மட்டும் விசாரிப்பவங்கள். ஆனா என்னை இங்கே கொண்டுவந்தது ரோ. அதனாலே அதிகம் விசாரிக்க மாட்டாங்க... ஆறுமாசத்திலை எல்லாம் சரியாயிடும்’ என்றேன்.

அவள் நடுங்கிக்கொண்டே இருந்தாள். முகம் மேலும் மேலும் வெளிறி ஆங்காங்கே சிவப்புத்திட்டுகள் தெரிந்தன. அவள் இதயத்தின் துடிப்பை கழுத்தின் பச்சை நரம்பில், கழுத்துக்குழியில் காண முடிந்தது. வெண் சருமத்துக்கு அடியில் கழுத்திலிருந்து முலை நோக்கிக் கிளைவிரித்துச் சென்ற பச்சைநரம்பில்கூட அந்தத் துடிப்பு தெரிந்தது. கண்களை மூடி ஒரு நிமிடம் சிந்தித்துவிட்டு, ‘ஓ, டெரிபிள்’ என்றாள்.

‘நீ இதை மறந்திடு... ஒண்டுமே தெரியயில்லை எண்டு நினைச்சுக் கொண்டு பேசாம இரு.’ அவள் என்மேல் மெல்லச் சாய்ந்து ‘அம்மான், இப்டி ஒரு வாழ்க்கை நமக்கெல்லாம் ஏன் வாய்ச்சுது? இங்காலை இருக்கிற எல்லா பெட்டையளும் எவ்வளவு ஈஸியான லைஃபிலே இருக்கினம்... அவைக்கு ஒண்டுமே தெரியாது...’ என்றாள்.

நான் அவள் தலையைக் கோதினேன்.

‘அம்மான் ஒண்டு சொல்லுறன், இந்த நரகத்திலை இருந்து வெளிக் கிட்டா நீங்க எங்க கூப்பிட்டாலும் நான் வாறன்...’ என்றாள். ‘அப்பா இருக்கையிலை ஒண்டும் நடக்குமெண்டு நினைக்கவேண்டாம். அப்பா பழைய ஆள்.’

நான் அதற்குப் பதில் சொல்லாமல் அவளை முத்தமிட்டேன். அவள் கைகள் என்னுடைய தொடையில் இருந்த வடுவைத் தீண்டின. ‘உள்ள குண்டு இருக்குதானே?’ என்றபடி அவள் அந்தக் காயம் மேல் தன் மெல்லிய விரலை வைத்தாள். அவள் உடல் சிலிர்ப்பதை, கழுத்தில் மயிர்க்கால்கள் புள்ளிகளாக ஆவதை உணர்ந்தேன். ‘யூ ஹேவ் பெய்ன்?’ நான் இல்லை என்று தலையசைத்தேன். அந்த வடுவை அழுத்தினாள். அவளுடைய நடுங்கும் விரல் அந்த வடுவை வருடியது.

நிமிர்ந்து ‘ஸோ யூ ஆர் லோடட்...’ என்றாள். என் கண்கள் மாறி விட்டன. நான் நினைத்த அதே சொற்கள். அவள் நான் நினைத்தது போல அத்தனை தட்டையான பெண் அல்ல. அவளுக்குள் நான்

இன்னமும் அறிந்திராத ஆழம் இருக்கிறது. அவளை என்னுடைய காமம் மறைத்திருக்கிறது. ஆனால் அதற்கப்பால் சென்று அவளைப் பார்க்க என்னால் இயலுமென்று படவில்லை. காமத்தைக் கடந்து சென்று பெண்ணைப் பார்க்க எந்த ஆணாலும் முடியாதென்று தோன்றியது. அவள் என் கண்களைக் கவனித்தாள் என்ற எண்ணம் எனக்கு ஏற்பட்டதும் கண்களைத் திருப்பிக்கொண்டேன்.

அவள் மேலே முகத்தைத் தூக்கியபோது மார்புகள் என் காலில் பட்டன. அந்த மென்மையால் கிளரப்பட்டு நான் அவளை அள்ளி எடுத்துக்கொண்டேன். பெண் தனக்குள் கொந்தளிக்கும் எந்த மனஎழுச்சியையும் காமமாக ஆக்கிக்கொள்வாள். அவள் வெறியுடன் மூச்சு சீற என்னுடன் ஒட்டிக்கொண்டாள். பெண்ணை, தன் தலைக்கு மேல் சென்ற வெள்ளம் என்று, தன்னைச் சுழற்றிச்செல்லும் காட்டாறு என்று ஆண் நினைக்கும் தருணங்களில் ஒன்று அது.

பின்பு நாங்கள் அவரவர் உலகங்களில் படுத்திருந்தோம். மென்மை யான, வெளிப்பிரக்ஞை வழுவாத தூக்கம். நான் அவளுடைய பெருமூச்சு ஒலிகேட்டு மெல்ல அசைந்தேன். அவள் எழுந்து தன் உடைகளை அணிந்துகொள்ளும் ஒலியைக் கேட்டுக்கொண்டு கண் களைத் திருப்பாமல் படுத்திருந்தேன். அவள் மெல்ல கதவைத்திறந்து வெளியேறினாள். ஒரு சொல்கூடப் பேசாமல் அவள் சென்றது விசித்திரமானதாகவும் இயல்பானதாகவும் ஒரேசமயம் தோன்றியது எனக்கு.

15

வைஜெயந்தி என் அறையை விட்டுச் சென்றதும் நான் எதையோ உணர்ந்தேன். எதை என்று அப்போது பிரித்தறியவும் முடியவில்லை. ஆகவே நிலைகொள்ளாமல் என் அறைக்குள் சுற்றி வந்தேன். எதையோ தேடினேன். எதையென்று என்னால் உணர முடியவில்லை அப்போது. உண்மையில் என் உணர்வுகள் கலங்கிக் குழம்பியிருந்தன. கொஞ்சம் நிதானத்தில் இருந்திருந்தால் நான் தேடுவதென்ன என்று எனக்கு எளிதில் புரிந்திருக்கும் - ரகசிய ஒலிப்பதிவிகளை.

படுக்கையில் மல்லாந்துகொண்டு சொற்கள் கரைந்து ஒரு வழுக்கும் பரப்பாக மாறிவிட்டிருந்த மனத்துடன் நான் கண்ணயர்ந்துவிட்டேன். எப்போதோ விழித்துக்கொண்டபோது டாபர்மான் நாய் குரைத்துக் கொண்டிருந்தது. சாதாரணமான குரைப்பு அது. எப்போதுமே வேட்டை மனநிலையில் இருக்கிறது. வேட்டைக்கார மிருகங்களுக்கு நல்ல தூக்கம் இல்லை. ஏனென்றால் அவை தனித்தவை. பலவீனமான வையென்றாலும் வேட்டையாடப்படும் மிருகங்களே நன்றாகத் தூங்கு கின்றன. காரணம் அவை மந்தையாக இருக்கின்றன. இயற்கையின் குரூரமான விதியொன்றால் அவை வேட்டைக்கார மிருகங்களைவிடக் குறைவான அறிவுள்ளவையாக வடிவமைக்கப்பட்டிருக்கின்றன.

காலையில் கண்விழித்தபோது முதலில் வந்த நினைப்பு, 'ஒலிப் பதிவிகள்' என்ற சொல்லாக இருந்தது. ஏன் என்று குழம்பித் துழாவிய மனம் நேற்றிரவை நினைத்துக்கொண்டு ஜில்லிட்டது. வைஜெயந்தி யின் சொற்களில் அதற்கான குறிப்பு இருந்தது. அதை என் ஆழம் கண்டு கொண்டிருந்தது. ஆனால் எங்கே எச்சொற்களில்? ஸோ யூ ஆர் லோடட்? ஆனால் அதை அவள் சாதாரணமாகத்தான் சொன்னாள். அவளுக்குக் கண்டிப்பாக ஏதோ ஊகமிருக்கிறது. அவள் அதனால்தான் என்னைத்தேடி வந்தாள்.

நான் என் அறையைச் சோதனைபோட ஆரம்பித்தேன். அறையைச் சோதனைபோட முறைப்படிப் பயின்றவன் நான். உள்ளுணர்வு சொல்லும் இடங்களை முதலில் நிதானமாகச் சோதனையிடவேண்டும்.

நாம் தேடும் பொருளுக்கு ஒரு வடிவத்தை ஏற்கெனவே கற்பனை செய்துகொண்டிருக்கக் கூடாது. அது வேறு வடிவில் கண்ணெதிரே இருந்தால்கூட நாம் கவனிக்க மாட்டோம். அதற்கும் உள்ளுணர்வையே நம்பவேண்டும். தவறாமல் அது வழக்கத்துக்கு மாறான பொருளைக் காட்டிக் கொடுத்துவிடும்.

நான் பெருமூச்சுடன் அமைதியானேன். என் அறையில் கண்டிப்பாக எந்த உளவுப்பதிவியும் இல்லை. நிதானமாக, கட்டிலில் அமர்ந்து, நான் பார்த்த இடங்களை மீண்டும் மனத்தில் ஓட்டிப்பார்த்தேன். கண் காணாத எதையாவது ஆழ்மனம் கண்டிருந்தால் அது மெல்ல உறுத்திக் கோண்டே இருக்கும். மனத்தை அரைக்கவனத்துடன் பராக்குப் பார்க்க விட்டால் அகமனம் அதை மட்டும் காட்டிக்கொடுத்துவிடும்.

பெருமூச்சுடன் எழுந்து கழிப்பறைக்குச் சென்று அமர்ந்தேன். உடனே என் உள்ளுணர்வு சொன்னது, இங்கே ஒலிப்பதிவி இருக்கிறது என்று. நான் எழுந்து அந்த அறையை மெல்லத் தேடினேன். நான் ஒவ்வொரு நாளும் கையாண்டு வந்த பொருளில், கழிப்புத்தொட்டியின் நீர்த்தேக்கியின் விசையின் அடியில் சிறிய பட்டாணிக்கடலை அளவுள்ள மின்னணு ஒலிவாங்கி இருந்தது.

கழிப்பறை பீங்கான்மேல் அமர்ந்து என் குடலில் இருந்து செல்ஃபோனை எடுத்து இயக்கினேன். அதில் எந்தச் செய்தியும் இல்லை. அதைத் திரும்ப வைக்கப்போனவன் அரைக்கணம் சிந்தித்தபின்பு அதை மீண்டும் நன்றாக உறைக்குள் கட்டி அந்தக் கழிப்பறையின் நீருக்குள் போட்டேன். கனமான பொருள் நீரில் எம்பிச் செல்வதில்லை. கிருமிநாசினி கலந்த நீல நிற நீருக்குள் அது தெரியவுமில்லை.

கைத்துப்பாக்கியை எடுத்துக்கொண்டு சில கணங்கள் சிந்தித்தபின் அதை அலட்சியமாகப் போடுவது போல டிராயருக்குள்ளேயே போட்டுவிட்டேன். அதை எனக்கு பொன்னம்பலத்தார் தரும்போது காரில் டிரைவர் இருந்தான்.

எழுந்து வெளியே வந்து ஒரு சிகரெட் பற்றவைத்துக்கொண்டு இருந்த போது கதவில் மெல்லிய முட்டு கேட்டது. அதை எதிர்பார்த்துக் கொண்டிருந்ததை, கேட்ட கணம் தெளிவாக உணர்ந்தேன். சட்டையைச் சரியாக்கி தலையைக் கையால் கோதியபின் கதவைத் திறந்தேன். ராவ் பெரிய முகத்தில் பெரிய பற்கள் தெரிய சிரித்தபடி, 'நமஸ்தே ஸாப்' என்றான்.

நான் 'நமஸ்தே ராவ், எப்படி இருக்கிறாய்?' என்றேன்.

'நன்றாக இருக்கிறேன். எங்கள் பாஸ் உங்களை அழைத்து வரச் சொன்னார்' என்றான்.

என் மூளையில் மொத்த ரத்தமும் சென்று அழுந்தினாலும் முகம் இறுக்கமாகவே நீடித்தது. 'ஓ' என்றேன்.

'நீங்கள் உடையணிந்து வரலாம். அவசரமில்லை' என்றான் ராவ்.

நான் நிதானமாக உடைகளை அணிந்துகொண்டேன். நான் உடையணிவதை அவன் கூர்மையாகப் பார்த்துக்கொண்டு நின்றான். 'வாருங்கள்' என்று சொல்லி முன்னால் செல்லக் கைகாட்டினான். நான் நடந்தபோது அவன் என் பின்னால் கால்சட்டைப்பைக்குள் கைகளை விட்டுக் கொண்டு கனத்த பூட்ஸ்கள் ஒலிக்க நடந்து வந்தான்.

அவன் என்னை பங்களாவுக்குள் கூட்டிச்செல்வான் என்று நினைத்தேன். ஆனால் பக்கவாட்டில் கொண்டுசென்று அங்கே நின்ற கருப்பு குவாலிஸ் காருக்குள் ஏறும்படிச் சொன்னான். அதற்குள் முன்இருக்கையில் டிரைவரைத் தவிர ஒருவர் இருந்தார். சந்தன நிற முழுக்கைச் சட்டை போட்டிருந்த நடுவயது மனிதர். ராணுவ அதிகாரிக்குரிய தோற்றத்துடன் இருந்தார்.

நான் உள்ளே நுழைந்து அமர்ந்துகொண்டதும் ராவ் என்னருகே அமர்ந்தான். கார் கிளம்பி இரவுக்காற்று உதிர்த்த சருகுகள் குவிந்திருந்த குளிர்ந்த சாலைவழியாக மொறுமொறுவெனச் சென்றது. காவல் ராணுவத்தினரை நோக்கி டிரைவர் கையாட்டியதும் அவர்கள் மெல்ல சல்யூட் அடித்து அனுமதித்தார்கள். கார் மெல்ல வேகமெடுத்து சிறிசிறிய பல சாலைகளைத் தாண்டி ஒரு பெரிய கேட்டை அணுகியது.

அடையாள அட்டையைக் காட்டி கேட்டைத் திறந்ததும் உள்ளே இருந்த மஞ்சளான பழைய பிரிட்டிஷ் கட்டடம் நோக்கிச் சென்ற கார் அதன் முன்பக்கத்தை விலக்கி பக்கவாட்டில் சென்று போகன்வில்லா மரத்துக்கு அடியில் நின்றது. 'வாருங்கள்' என்றான் ராவ். நான் பேசாமல் இறங்கிக் கொண்டேன்.

என்னை உள்ளே அழைத்துச் சென்றார்கள். மரத்தட்டிகளால் பிரிக்கப்பட்ட சிறிய அறைகள். சில தட்டிகளில் அரசு அறிவிப்புகள் பசையால் ஒட்டப்பட்டு, கத்தையாகத் தொங்கி, காற்றின் ஈரப்பதத்தால் நமுத்து, பின் காய்ந்து அப்பளக்கட்டுபோல விளிம்பு பிரிந்து நின்றன. நிறைய, பழைய பழுப்புநிறக் கோப்புகளைத் தரையில் குவித்து வைத்திருந்தார்கள். துருப்பிடித்த நான்கு நாற்காலிகளில் பழைய கோப்புகள் கனத்துச் சரிந்திருந்தன.

என்னை, கூடம்போன்ற அறைக்குள் கொண்டுசென்றார்கள். அங்கே என் உடைகளைக் கழட்டச்சொல்லி இளநீலநிறமான தொளதொளப்பான வேறு உடைகள் கொடுத்தார்கள். நான் அவற்றைப் போட்டுக் கொண்ட கணம் முதல் என்னைக் கைதியாக உணர ஆரம்பித்தேன்.

என்னை எக்ஸ்ரே கருவிக்குக் கீழே படுக்கவைத்தார்கள். ஸ்கேனரால் என் உள்ளுறுப்புகளைச் சோதனையிட்டார்கள்...

அதன்பின் ஒரு பழைய அறைக்குள் என்னைக் கொண்டு சென்று அங்கிருந்த நாற்காலியில் அமரச் சொன்னார்கள். அந்த அறையின் கூரை மிக உயரத்தில் தேக்குமர உத்தரங்களுடன் இருக்க அதிலிருந்து தொங்கிய கம்பியில் மின்விசிறி கறக் கறக் என்று சுழன்றது. அந்த அறையின் சன்னல்களின் கதவுகள் பிரிட்டிஷ்பாணியில் மேலே எம்பித் திறக்கும் பலகைச்சில்லுகள் அடுக்கப்பட்டவை. அவற்றின் மீது கட்டை அறைந்து மூடி இறுக்கியிருந்தார்கள். காற்றுப்போக்கியின் மேலே இருந்த கண்ணாடிக்கதவுகளுக்கு கரிய தாள் ஒட்டியிருந்தார்கள். தரையில் விரிக்கப்பட்டிருந்த சிவப்புநிறமான பழைய விரிப்பு ஆங்காங்கே கிழிந்திருந்தது. தூசுவாடை, மட்கிய காகிதங்களின் வாடை. பக்கவாட்டுச் சுவரில் ஒரு பழைய இந்திரா காந்தி படம்.

ராவ் என்னருகே நின்று கொண்டிருக்க, மற்றவர் பக்கவாட்டு நாற்காலி யில் அமர்ந்துகொண்டு தன் செல்ஃபோனை எடுத்து எதையோ பார்க்க ஆரம்பித்தார். சில நிமிடங்கள் கழித்து கதவு கிரீச்சிட்டுத் திறக்க, ஒரு நடுவயது மனிதர் உள்ளே வந்தார். ஒல்லியான, மீசையற்ற மனிதர். அவரது கடுமையான உணர்ச்சியற்ற கண்கள் மட்டும் இல்லையென் றால் அவர் சென்னையில் ஒரு சைவ ஓட்டலில் கணக்கு எழுதுபவர் என்று சொல்லிவிட முடியும். உள்ளே செலுத்தப்பட்ட முழுக்கைச் சட்டை. கச்சிதமாக பித்தான்கள் போடப்பட்ட சட்டைக்கைகள். மடிப்பு கலையாத கால்சட்டை, சிவப்பு நிறமான ஷூ.

தன் பையில் இருந்து செல்ஃபோனை எடுத்து நேரம் பார்த்துவிட்டு நேராக இருந்த நாற்காலியில் அமர்ந்துகொண்டார். விரைப்பான நேரான தோள்கள். பக்கவாட்டில் இருந்த அதிகாரி செல்ஃபோனை அணைத்து சட்டைக்குள் வைத்து விட்டு முழங்கைகளை மேஜைமேல் ஊன்றிக் கொண்டார்.

‘வெல், உங்க பேர் சார்லஸ் என்கிற சாந்தன் இல்லியா?’ என்றார். நான் தலையை அசைத்தேன். அவர் மென்மையாகப் புன்னகை செய்து ‘நான் சாந்தன்னு சொல்லிக்கிறேன். இட் இஸ் கம்பர்ட்டபிள் ஃபர் மி..’ என்றார்.

நான் அவரையே பார்த்தேன். அவர்தான் நான் அதுவரை நேரில் சந்தித்த மனிதர்களிலேயே அபாயகரமானவர் என்று என் உள்ளுணர்வு சொல்லியது.

‘மை நேம் இஸ் சுவாமி. சுவாமிநாதன்...’ என்றார். அவர் அநேகமாக ராவின் துணை இயக்குநர்களில் ஒருவர் என எண்ணிக்கொண்டேன்.

'தமிழிலே பேசிக்குவோமே. ஸ்ரீவஸ்தவா கேன் ஆல்ஸோ ஸ்பீக் டமில்...'

ஸ்ரீவஸ்தவா புன்னகை செய்தார். நான் தலையசைத்தேன்.

'நீங்க விஷயம் தெரிஞ்ச ஆள். எதனால நாம சந்திச்சிருக்கோம்னு இதுக்குள்ள ஊகிச்சிருப்பீங்க.' நான் தலையசைத்தேன். வைஜெயந்தியின் உடலில், அனேகமாக ஏதேனும் நகையில், ஒலிப்பதிவி இருந்திருக்கும். என் ஊகத்தை அறிந்தவர்போல அவர் புன்னகையுடன் காதுமடலைத் தொட்டுக் காட்டினார்.

'ஸோ, இப்ப நாங்க கேக்க விரும்பற கேள்வியும் உங்களுக்குத் தெரிஞ்சிருக்கும்...' என்றார். நான் பேசாமல் இருந்தேன். 'சொல்லுங்க' என்றார் மீண்டும். நான் தொண்டையைக் கனைத்து, 'இந்தமாதிரி டிப்ளமாட் கேள்விக்கெல்லாம் நான் பதில் சொல்ல ஏலாது... என்ன கேள்வியெண்டால் கேளுங்கோ' என்றேன்.

'சரி, வைஜெயந்தி எதனாலே உங்ககிட்ட வந்து அந்தக் கோரிக்கையை வைச்சா? நீங்க அவள்கிட்ட சொன்னதை நாங்க பெரிசா நினைக்கலை. பொதுவா அந்த நேரத்திலே அப்டி ஒரு வார்த்தையை விடாத ஆம்பிளை கிடையாது. எங்களுக்குத் தேவையான பதில் ஏன் உங்ககிட்ட அப்டிக் கேக்கணும்னு அவளுக்குத் தோணிச்சு? நீங்க அவகிட்ட நெருக்கமாப் பழகியிருக்கீங்க. உங்க பேச்சிலே, நடத்தையிலே, ஏன் சிலசமயம் உள்ளுணர்வாக்கூட அவளுக்கு ஏதோ க்ளூ இருந்திருக்கு...'

'அதை நான் எப்டிச் சொல்ல ஏலும்? அவ கிட்டயே கேளுங்க' என்றேன்.

அவர் புன்னகை மாறாமல் 'தட் இஸ் நாட் த ஆன்ஸர்...' என்றார். 'எங்களுக்கு உங்கமேலே எப்பவுமே சந்தேகம்தான். கடல்தாண்டி வரக்கூடிய யார்மேலேயும் சந்தேகம்தான். உங்களை நாங்க சந்தேகப் பட்டதனாலத்தான் நீங்க டெல்லிக்கே வந்தீங்க...'

என்னுள் ஒரு மெல்லிய சிலிர்ப்பு ஓடியது. நான் ஒரு பொறி, மிக நுட்பமான பொறி. என்னுடன் இங்கே யார் தொடர்புகொள்கிறார்கள் என்று வேவு பார்த்திருக்கிறார்கள். அதற்காகவே என்னை இங்கே கொண்டுவந்து சேர்த்திருக்கிறார்கள். அதற்காக பொன்னம்பலத்தாரின் உயிரைச் சாதாரணமாகப் பணயம் வைத்து ஆடியிருக்கிறார்கள்.

நான் புரிந்துகொண்டதை அவர் புரிந்துகொண்டதுபோல, 'உங்ககிட்ட யாருமே தொடர்பு வைச்சுக்கலை. இப்ப இந்தக்குட்டி. ஷி இஸ் எ பிச், தட் வி நோ வெரி வெல்... அவளுக்கு இங்கே இருந்து தப்பிப் போகணும். ஷி வாஸ் ஈவன் ஸ்லீப்பிங் வித் தட் ஓல்ட் பாஸ்டர்ட்

சிவதாசன்... அவளுக்கு வேற எதுவுமே தேவையில்லை இப்ப. அதுக்காக அவள் என்ன வேணுமானாலும் செய்வாள்...'

நான், 'அவ அதுக்காகத்தான் எங்கிட்ட வந்தவள். எங்கிட்ட அதைத்தான் கேட்டவள். நான் சரி எண்டு சொன்னவன்...' அவர் கண்களைப் பார்த்து, 'அவளை கூட்டிக்கொண்டு யூரோப் போகலாமெண்டு நினைச்சனான்' என்றேன். சொல்லி முடிப்பதற்குள் பின்னால் நின்றிருந்த ராவ் தன் கையில் இருந்த ஒரு சிறு கருவியை என் புஜங்களில் வைத்து அழுத்தினான். அது பழுக்கச்சூடான ஓர் ஊசியை என் தசைக்குள் செலுத்த என் தசைகள் எதிர்விசை கொண்டு துள்ள நான் பற்களைக் கிட்டித்துக் கொண்டேன். ஒருகணத்தில் என் வாயில் இருந்து ஒரு முனகல் மட்டும் வெளிவந்தது. கையை அசைத்து அதை நிறுத்திய சுவாமி அதே பாவனையுடன், 'லுக், நாங்க ரொம்பவே டார்ச்சர் செய்வோம். உங்க இயக்கமளவுக்கே எங்களுக்கும் டார்ச்சர் தெரியும்...' மெல்ல உதடுகள் வளையும் சிரிப்புடன் 'வித்தவுட் டார்ச்சர் தேர் இஸ் நோ பவர், ஐ மீன் எனி பவர்' என்றார்.

'நான் டார்ச்சருக்குப் பயப்படயில்லை' என்றேன். 'ஆனா எனக்கு வேற ஒண்டும் சொல்றதுக்கு இல்லை... நான் அங்காலை இருந்து தப்பித்தான் இங்க வந்தனான். எனக்குத் தெரிஞ்ச தொழில் இதுதான் எண்டு இதைச் செய்யுறன். நான் எப்டியாவது உயிர்பிழைச்சு வாழணும் எண்டு நினைக்கிற ஒரு மனுஷன்... வேற ஒண்டுமே சொல்றதுக்கு இல்லை.'

'இதைக் கேளுங்க' என்றபடி தன் பையில் இருந்த சிறு ஒலிப்பதிவியை எடுத்து மேஜைமேல் வைத்தார் சுவாமி. 'சில வாக்கியங்கள் சரியா வந்து விழுந்திருக்கு' என்றார். அதில் இருந்து துண்டுகளாக வைஜயந்தியின் குரல் ஒலித்தது. 'நீங்கள் இயக்கத்திலை இருந்திருக்கிறியள்... உங்களுக்கு ஆக்களைத் தெரிஞ்சிருக்கும்...' இரு சொற்றொடருக்கு இடையே இருந்த தயக்கமான இடைவெளி அவள் உண்மையில் சொல்லவந்தது அந்த இரண்டாவது சொற்றொடரை அல்ல என்று தெளிவாகவே காட்டியது.

நான் அவரது கண்களைச் சந்தித்தேன். மனிதக் கண்களை எதிர் கொள்ளாத மிருகத்தின் கண்கள் போலிருந்தன. 'நீங்க எப்டியாவது இயக்கத்திலை இருந்து ஆரையாவது இங்காலை வர ஏற்பாடு செய்தாப்போருமே... இயக்கத்துக்கு இங்க வாரயிக்கு நீங்க ஹெல்ப் பண்ணினாப் போரும்' என்றாள் வைஜெயந்தி. அந்த இரு சொற்றொடர் நடுவிலும் மீண்டும் அந்த இடைவெளி.

'அவளுக்குத் தெரியும்' என்றார் சுவாமி. 'அவளுக்கு நீங்க அவள் அப்பாவைக் கொல்லவந்தவர்னு தெரியும். ஆனா எதுக்காகவோ தயங்குறீங்கன்னு ஊகிச்சிருக்கா. அதுக்குக் காரணம் நீங்க

பொன்னம்பலத்தாரை ரொம்ப நெருங்கிட்டதுதான்னு அவளுக்குத் தோணியிருக்கு. அதுக்காகத்தான் அவ வந்திருக்கா. அவரைக் கொன்னா நீங்க அவளை அடைஞ்சிடலாம்னு ஆசை காட்டியிருக்கா...'

நான் மெல்லச் சிரித்து, 'இப்டி ஒரு கதையச் சொன்னா நான் எதுக்கு அதைச் சம்மதிக்கணும்? நான் அவரைக் கொல்ல வந்திருந்தா ஏன் இவ்வளவு நாள் காத்திருக்கணும்?' என்றேன்.

'நீங்க ஆர்டருக்காகக் காத்திருக்கலாம் இல்லியா.'

'எப்டி... எந்த வழியா ஆர்டர் வருது?' என்றேன்.

'அதை நாங்க கவனிச்சிட்டிருக்கோம்... ஏன் இந்த வைஜெயந்தியே உங்களுக்கு வந்த ஆர்டரா இருக்கலாமில்லியா.'

'இவளா?'

'ஷி இஸ் எ ஃபூல்... ஆனா அவளை வேற யாராவது உபயோகிச்சிருக் கலாமே.'

'அதிபுத்திசாலித்தனம்... ஆனா...' என்றபின் 'சரி, நான் அவரைக் கொல்லவந்தவன் எண்டு வையுங்கோள்... அப்ப என்ன செய்வீங்கள்? கொண்டு போடுவீங்களோ?'

அவர் என் கண்களை அரைக்கணம் பார்த்தபின், 'இல்லை. இவ்வளவு முக்கியமான ஆள் எங்களுக்கு பெரிய அசெட். லெட் அஸ் மேக் எ டீல்' என்றார்.

'நான் இயக்கத்திலை இருந்தா டீலுக்கு வருவேன் எண்டு நினைக் கிறியளோ?' என்றேன்.

அவர் மேலும் புன்னகைத்து, 'அது நீங்க சின்ன ஆளா பெரிய ஆளாங் கிறதைப் பொருத்தது... சின்ன ஆள் யாருமே டீலுக்கு வர்ரதில்லை. பெரிய ஆள்னா டீலுக்குப் பிரச்னையே இல்லை...' புன்னகை பெரிதாக, 'உங்களுக்குத் தெரியாதுன்னு நெனைக்கிறேன். அந்த இயக்கத்திலே ஒரே ஒருத்தர் தவிர வேற எல்லாருமே எங்ககிட்ட எப்பவாவது பேரம் பேசினவங்கதான்.'

சிலநிமிடங்கள் கழித்து, 'என்ன சொல்றீங்க?' என்றார் சுவாமி.

நான், 'நீங்க ரொம்ப பிரில்லியண்டான மனுஷர். ஆனா இந்த விஷயத்திலே உங்க கணக்கு தப்பு...' என்றேன். 'நான் சாதாரணமான ஒரு மனுஷன். இயக்கத்திலை இருந்தேன். காயம் பட்டது. ஒருகட்டத் திலை எனக்குச் சந்தேகங்கள் வர ஆரம்பிச்சது. சந்தேகம் மனசுக்குள்ள ஓரத்திலை வந்தாக்கூட கண்டுபிடிச்சிடுவாங்கள்... துரோகியா

ஆகிறதுக்குள்ள தப்பி வந்திட்டனான்... அவ்வளவுதான், அதுக்கு மேலே ஒண்டுமே இல்லை.'

சட்டென்று என்மீது அறை விழுந்தது. நான் சுதாரிப்பதற்குள் ராவ் என் மீது இரு அக்குள்களிலும் அந்தக் கருவியைச் செருகி இரு கைகளையும் இறுக்கமாகப் பற்றிக்கொண்டான். என் உடம்பு அதிர்ந்தது. தொடைச் சதைகள் விதிர்விதிர்த்தன. மூச்சை இழுத்துப்பிடித்து பொசுங்கும் தசைகளின் வலியை மூளையின் எல்லா அணுக்களாலும் அனுபவித்தேன்.

சட்டென்று ஒரு கட்டத்தில் வலி வேறு, நான் வேறு என்றானேன். வலி ஓர் அதிர்வாக என் சிந்தனைகளைத் தாக்கிக்கொண்டிருக்க நான் வேறெதையோ சிந்தனை செய்துகொண்டிருந்தேன். என் கிராமம், அலைத்துளிகள் தெறிக்கும் கடல், நான் சிறு வயதில் வளர்த்த ஒரு கரிய பூனைக்குட்டி...

ராவ் கைகளை விடுவித்தபோது குப்பென்று என் இரு அக்குள்களும் நெருப்புபோல எரிய ஆரம்பித்தன. நான் பற்களை விடுவித்து தாடையை இலகுவாக்கினேன். மூச்சை ஊதி ஊதி விட்டேன். என் கண்களில் இருந்து கண்ணீர் சொட்டிக்கொண்டே இருந்தது. தாடைகளை அசைத்தபடி தலைகுனிந்து அமர்ந்திருந்தேன்.

சுவாமி தன் செல்ஃபோனைப் பார்த்துவிட்டு, 'உங்க ரூமிலே எந்தப் பொருளும் இல்லை... ஸோ உங்ககிட்ட எந்த தொடர்புச் சாமானும் இல்லை. அப்ப இங்கதான் உங்களுக்கு மெஸேஜ் கொண்டு வர்ரவன் இருக்கான்...' என்றபின் என்னைப் பார்த்தார். நான் சிவந்த கண்களால் அவரையே பார்த்தேன். இறுதியில் மிகச் சாதாரணமாக என்னைக் கொல்ல ஆணையிடக்கூடிய மனிதர்...

சுவாமி என்னைப்பார்த்துப் பிரியமாகப் புன்னகை செய்து, 'ஸீ, தட் இஸ் த கேம்...' என்றபின், 'நீங்க ஒப்புக்கொண்டா நாம பேரத்தை ஆரம்பிக்கலாம்...' என்று என் கண்களைச் சந்தித்தார். பின்பு ஒரு பிரியமான ரகசியத்தைச் சொல்வதுபோல, 'வி வில் அலோ யூ டு கில் த புரஃபஸர்' என்றார்.

நான் அவரையே பார்த்தேன்.

சுவாமி, 'திருப்பி தப்பிச்செல்ல விட்டுடுவோம்... அங்கே நீங்க சில வேலைகளைச் செஞ்சாப்போதும்...' என்றார். 'பெரிய விஷயங்கள் ஒண்ணுமில்லை. சின்னச்சின்ன விஷயங்கள்... அது உங்களுக்கும் பாதுகாப்பான அஃபயராத்தான் இருக்கும். உங்க பேமெண்ட் தாய்லாந்திலே இருக்கும். ஒரு வருஷம் கழிஞ்சு நீங்க தாய்லாந்துக்குப் போய் அங்கேருந்து பணத்தோட தப்பிப்போக முடியும்... இட் இஸ்

எ பிராமிஸ்... நீங்க என்னை நம்பலாம். நான் பிராமிஸ் பண்ணினா பிராமிஸ்தான்.'

நான் அவரையே பார்த்துக்கொண்டு பேசாமலிருந்தேன். அவர் என் கண்களையே சந்தித்தார். அவை உறுதியாக நிலைத்திருந்தன. எனக்கு ஒன்று அப்போது தெரிந்தது. அவர் என்னைப்பற்றி இன்னமும் முடிவுக்கு வரவில்லை. அதற்கான எந்தத் தடயமும் அவர் முகத்தில் இல்லைதான். ஆனாலும் ஓர் உள்ளுணர்வு அதைச் சொன்னது.

அவர் எழுந்து, 'ஸோ... நான் கிளம்பறேன். சில ஃபைல் வேலைகள் இருக்கு. ராவ் வில் டேக் கேர் ஆஃப் யூ' என்றார். நான் அவரை என் அர்த்தமற்ற பார்வையால் பின்தொடர்ந்தேன்.

ராவ் புன்னகையுடன் என்முன் வந்தான். நான் அவன் முகத்தையே பார்த்துக்கொண்டிருந்தேன். அப்போது எந்தவிதமான சுயபிரக்ஞையும் இல்லாமல் எவ்விதத் தன்னகங்காரமும் இல்லாமல் வலியைப் பற்றியே எண்ணிக்கொண்டிருந்தேன்.

16

அன்று பகல் முழுக்க என்னைச் சித்திரவதை செய்தார்கள். என் உடலை நோக்கி ஒரு சிறிய கருவியைக் கொண்டுவந்தபோது அது என் தொடையில் இருந்த குண்டை அடையாளம் கண்டுகொண்டு ரீ ரீ என்றது. ஸ்ரீவஸ்தவா குனிந்து கருவியின் திரையைக் கூர்ந்துபார்த்தார். என்னிடம் 'வாட்டீஸ் இட்?' என்றார். நான் ஒன்றும் சொல்லவில்லை. அடுத்த நிமிடம் அவருக்கே புரிந்ததுபோலப் புன்னகைத்தார்.

'ராவ், ஹி ஹேஸ் எ மெட்டல் இன் ஹிம்' என்றார் ஸ்ரீவஸ்தவா. ராவ் அவர் சொல்வதன் பொருள் சரியாக விளங்காமல் புன்னகை செய்தான்.

'அவனுடைய உலோகம் உருகி வழியட்டும்' என்றார் ஸ்ரீவஸ்தவா.

ராவ் என்முன் வந்து நின்று என்னைக் கூர்ந்து பார்த்தான். ஸ்ரீவஸ்தவா வெளியேறிய கதவு மூடியபோது நான் மெல்ல திடுக்கிட்டேன். ராவ் அந்த அசைவில் மகிழ்ந்து புன்னகை செய்தான்.

மிக நிதானமாக என்னை அவன் வதைக்க ஆரம்பித்தான். என்னை நிலத்துடன் பதிக்கப்பட்ட அந்தப் பெரிய நாற்காலியில் நைலான்பட்டைகளால் இறுக்கமாகக் கட்டினான். என் உடலில் இதயம் மட்டுமே இயங்கிக்கொண்டிருப்பதாக உணர்ந்தேன். அவன் வயலின் பெட்டி போலிருந்த கரிய பெட்டியைத் திறந்து பலவகையான கருவிகளை எடுத்து என்முன் பரப்பி வைத்தான். ஒவ்வொரு கருவியாக எடுத்துச் சரிபார்த்தான். சிலவற்றை மின் தொடர்பியில் செருகினான்.

வதை மிக மெல்ல ஆரம்பித்தது. கனத்த மெல்லிய குரலில் ராவ் எல்லாவற்றையும் சொல்லிவிடும்படி என்னிடம் சொன்னான். நான் பேசாமலிருந்தபோது என்னை ஓங்கி அறைந்து என் முகத்தில் காறி உமிழ்ந்தான். வெறுப்பு ததும்பும் சொற்களில் என்னை மிரட்டினான். பின்னர் மெல்ல மெல்ல வதைகள் அதிகரித்தன. என் உடலில் பல இடங்களில் சதைக்குள் கொதிக்கும் ஊசிகள் நுழைந்தன. என் பற்களில் கூசக்கூச டிரில்லிங் கருவி துளைத்து உள்சதையைத் துருவி என்னை அதிர்ந்து துடிக்கச் செய்தது.

ராவுக்குத் துணையாக இன்னொருவன் வந்துசேர்ந்தான். இரண்டாமவன் ஒல்லியாக பனைநாரால் இறுக்கி முடையப்பட்டவன் போலிருந்தான். கழுத்து முழுக்க ரத்தக்குழாய்கள் புடைத்துப் பரவியிருந்தன. உந்திய பெரிய முட்டைக்கண்கள். இருவரும் பேசிக்கொள்ளவில்லை. ஒரு பொதுவான அன்றாடச் செயலைச் செய்வதுபோல என்னை வதைத் தார்கள். என் உடல் வலிதாங்கும் எல்லையை மிகவிரைவாகவே எட்டி விட்டது. என் உதடுகளை நானே கடித்து இறுக்கிக் கிழித்துக் கொண்டேன். என் நகங்கள் என் உள்ளங்கைக்குள் புகுந்து ரத்த காயமாகின.

ராவ் என் முன்னால் தன் நாற்காலியை இழுத்துப்போட்டு அமர்ந்து என் கண்களை நோக்கிச் சொன்னான். 'சர்க்கார், இந்தச் சித்திரவதை நீங்கள் உண்மையைச் சொல்லும்வரை நிற்காது... நாங்கள் உங்கள் இயக்கத்தைச் சேர்ந்த பலரை இதுவரை இப்படி வதைத்திருக்கிறோம். எல்லாருமே வாய் திறந்திருக்கிறார்கள்...'

நான் அவன் கண்களை என் நீர்வழியும் கண்களால் பார்த்தேன். பேச ஆரம்பித்தபோது வீங்கிய என் உதடுகள் ஒத்துழைக்காமல் அசைந்தன. 'நான் என்ன செய்யவேண்டும் என்று நினைக்கிறீர்கள்... அதைச் செய் கிறேன்...'

ராவின் கண்களில் ஒரு சிறு ஏமாற்றம் மின்னிச் செல்வதைக் கண்டு கொண்டேன். அவன் நாற்காலியைப் பின்னால் தள்ளிவிட்டு எழுந்து ஒரு குறடை எடுத்து என் முன் காட்டினான். நான் அதைப் பார்ப்பதைத் தவிர்த்தேன். பின்பு என் கண்களை இழுத்து அதில் நட்டேன். சாதாரண ஆணிபிடுங்கும் கிடுக்கிதான். அவன் அதை என்முன் சிலமுறை விரித்துக் காட்டியபின் என் இடது கையை இழுத்து சுட்டுவிரல் நகத்தை அதன் நுனியால் கவ்வினான். என் குதவாய் கூசியது. இப்போது நான் அதையே பார்க்கவேண்டும் என்பதே நடைமுறை. அதை அஞ்சி பார்வையை விலக்கினால் நான் வலிக்கு பயப்பட ஆரம்பிக்கிறேன். அதில் கவனத்தை நிறுத்தவேண்டும், ஆனால் அது என் உடலல்ல என்பது போல என்னை விலக்கிக்கொள்ளவும் வேண்டும். அலறலாம், அழலாம். ஆனால் வலியை நீக்கிக்கொள்ள எதையுமே செய்யக் கூடாது. அந்த வலியில் அக்கணம் முழுமையாக மூழ்கிக்கிடக்க வேண்டும். அதுதான் வலியை எதிர்கொள்ள மிகச்சிறந்த வழி என்பது.

வலியில் திளைக்கையில் காலம் இல்லாமலாகிவிடுகிறது. அனுப வங்கள் தலைகீழாகிவிடுகின்றன. கைகள் தீயால் சுடப்படும்போது கால்களில் வலி தெறிக்கின்றது. இனம்தெரியாத ஒலிகள் காதில் வெடிக்கின்றன. விதவிதமான நாற்றங்களை நாசி அறிகிறது. நாம் நம்

வாயால் கூவுவதை நாமே கேட்டுத் துணுக்குறுகிறோம். சம்பந்தமே இல்லாத சொற்கள். 'நான் போறேன்... நான் போறேன்... அம்மா அம்மா' என்று கூவிக்கொண்டிருந்தேன். எங்கே? என்னுள் நின்று இதை வியப்பது யார்? இரண்டாக, நான்காகப் பிரிந்த மனம், ஒன்றை ஒன்று கவனித்தபடி தங்கள் திசைகளில் சிதறிப் பரவுகிறது. உச்ச வலி என்பது உச்சகட்ட போதை.

ராவ் அந்தக் குரடால் என் நகத்தைக் கையிலிருந்து பிடுங்கி உருவி எடுத்தான், பல்லைப் பிடுங்கும் மருத்துவர்போல. ரத்தம் படிந்த சிப்பி போலிருந்த அதைத் தூக்கி என்னிடம் காட்டினான். என் சுட்டுவிரலில் வலி உயரழுத்த மின்சாரம்போல அலையலையாகத் தாக்கியபின் சட்டென்று நிலைத்தது. ஒரு கணநேரக் குளுமை. விரல் ஈரக்களி மண்ணால் ஆனதுபோலக் கிடந்தது. நீர்ப்படலத்துக்கு அப்பால் ராவ் அந்த நகத்தை குறடின் நுனியில் ஏந்தி என்னிடம் ஆட்டிக் காட்டி விட்டுச் சிரித்தான். சட்டென்று அதை என் வாய்க்குள் போட்டான். உப்புக்கரித்த ரத்த வீச்சத்துடன் பிளுபிளுவென்ற சதைத்துணுக்குடன் என் நாவில் பட்டது. நான் அதைத் துப்பியபோது வீங்கிய உதடுகளால் விசைகூட்ட முடியாமல் அது என் மார்பில் விழுந்தது.

அவன் இன்னொரு விரலைப்பற்றி அதில் குறடைவைத்ததும் என் மூளையில் முன்பு நான் பேசியபோது அவன் கண்களில் தெரிந்த அந்த ஏமாற்றம் மின்னிச் சென்றது. அந்தவழி மிக அருகே விரியத்திறந்து கிடந்திருக்கிறது என்று உணர்ந்த வியப்பு என்னை அதிரச்செய்தது. 'நோ..நோ... நான் எல்லாவற்றையும் சொல்லிவிடுகிறேன்... நான் எல்லாவற்றையும் சொல்லிவிடுகிறேன்...' என்று ஆங்கிலத்தில் கதறினேன். கதற ஆரம்பித்ததுமே கதற விழைந்து என்னில் நிறைந் திருந்த துன்பம் மடை திறந்தது. கண்ணீர் விட்டபடி ரத்தம் வழிந்த கைகளைக் கூப்பியபடி 'விட்டுவிடுங்கள்... எல்லாவற்றையும் சொல்லி விடுகிறேன்... விட்டுவிடுங்கள்... வேண்டாம்' என்றேன்.

ராவ் முகத்தில் ஏமாற்றம் நன்றாகவே தெரிந்தது. நாற்காலியில் அமர்ந்தபடி, 'ம்' என்றான்.

நான் தழுதழுத்த குரலில் நான் இயக்கத்தைச் சேர்ந்த கொலையாளிதான் என்றும் பொன்னம்பலத்தாரைக் கொல்வதற்காகவே யாழ்ப்பாணத்தில் இருந்து கிளம்பினேன் என்றும் அதற்காகவே என் இயக்கம் என்னை டெல்லிவரை கொண்டு வந்து சேர்த்தது என்றும் சொன்னேன்.

ராவ் என்னையே பார்த்துக்கொண்டிருந்தபின், 'ஏன் கொல்லவில்லை?' என்றான்.

'எனக்கு இன்னும் உத்தரவு வரவில்லை' என்றேன்.

'எப்படி உத்தரவு வரும்?' என்றான் ராவ்.

'தெரியாது... வரும் என்று சொன்னார்கள்...'

ராவ் என்னையே கூர்ந்து பார்த்து சில நிமிடங்கள் இருந்தான். பின்னர் 'உன்னிடம் ஏதாவது சிக்னலர் இருக்கிறதா?' என்றான்.

'இல்லை... அது இருந்தால் சோதனையில் மாட்டிக்கொள்வேன் என்றார்கள்' என்றேன்.

மேலும் சிலநிமிடங்கள் அமைதிக்குப் பின் ராவ் எழுந்தான். நான் இரு கைகளையும் நீட்டி, 'ராவ்... நான் எல்லாவற்றையும் ஒப்புக்கொள் கிறேன். நான்தான் அந்தக் கொலையாளி. நானேதான். எல்லாவற்றை யும் ஒப்புக்கொள்கிறேன். நீங்கள் சொன்னபடி செய்கிறேன். நீங்கள் என்ன சொன்னாலும் செய்கிறேன்...' என்றேன்.

ராவ் லேசாகத் துப்பிவிட்டு வெளியே சென்றான். அந்த நரம்பு ஆள் என்னைப் பார்த்தபடி அங்கேயே நின்றிருந்தான்.

தூரத்தில் எங்கோ பறவை ஒலிகள் கேட்டன. ஒரு பழங்கால கிளாக் டாங் டாங் என்று இருமுறை அடித்தது. பகலா இரவா தெரிய வில்லை.நான் என் முழங்கால்கள் மேல் மடிந்து அழ ஆரம்பித்தேன். அழுகை எனக்கு அப்போது மிகவும் தேவைப்பட்டது. என் மொத்த மனமும் விம்மல்களாக, தேம்பல்களாக மாறி வெளியே கொட்டிக் கொண்டிருந்தது. அழுது ஓய்ந்து முழங்காலிலேயே முகத்தை வைத்துக் கொண்டு வெறுமைபடர்ந்த மனத்துடன் அமர்ந்திருந்தேன். நான் அப்போது உணர்ந்த அமைதியை வேறெப்போதும் உணர்ந்ததில்லை. அனைத்துமே எளிமையாக முன்னால் கிடந்தன. அஞ்சவேண்டிய ஏதுமில்லை உலகில். வலிக்கு அப்பால் செல்லும் மனிதநிலை ஏதுமில்லை. மரணம், அது ஓர் அதிர்ச்சியின் கணம் மட்டும்தான்.

என்னை சுவாமி கண்டிப்பாகப் பார்த்துக்கொண்டிருப்பார் என உணர்ந் திருந்தேன். அவரது மனம் முழுக்க ஏமாற்றம் நிறைந்திருக்கலாம். ஒரு கையில் காபியுடன் திரையில் என்னைப்பார்த்துக்கொண்டு என்ன செய்வதென்று அறியாமல் சிந்தித்துக்கொண்டிருக்கலாம். ஆனால் ஆட்டம் முடிந்துவிட்டது. வலி தாளமுடியாமல் தனக்குச் சம்பந்த மில்லாத ஒன்றை ஒப்புக்கொண்டிருக்கும் கோழையை அவர் பார்த்துக் கொண்டிருக்கிறார். நான் இனிமேல் எவ்வகையிலாவது அவருக்குப் பயன்படுவேனா என்று மட்டும் அவர் மனம் ஓடும். பயனில்லை என்றால்... ஆனால் எனக்குப் பயம் வரவில்லை. நான் உணர்ந்த வெறுமை இன்னும் கொஞ்சம் அழுத்தமாகத் தெரிந்தது, அவ்வளவு தான்.

நான் அப்படியே தூங்க ஆரம்பித்துவிட்டேன். என் இளமை நாள் களுக்குச் சென்று உற்சாகமாக நீர்க்கொழும்பு கடற்கரையில் பையன் களுடன் மணலை அள்ளி வீசி கத்திக் கூச்சலிட்டு விளையாடினேன். மீன்பிடிப் படகுகளுக்குள் பதுங்கிக்கொண்டு திருடன் போலீஸ் விளையாடினோம். எப்போதுமே பழைய காக்கி கால்சட்டை போட்டிருக்கும் குலம் என்னைக் கண்டுபிடித்துவிட்டான். ஓவென்று அவன் கத்த என்னை நோக்கி மற்ற போலீஸ் பையன்கள் ஓடிவந்தார்கள். நான் படகிலிருந்து எம்பி மணலில் குதித்து ஓட ஆரம்பித்தேன்.

பின்பக்கம் சிரிப்பொலிகள் துரத்தின. நானும் சிரித்துக்கொண்டுதான் இருந்தேன். என் பக்கவாட்டில் நீல நிறமாக ஒளி சுருண்டு அலையாக ஆகி கரைநோக்கி வந்து ஒரு மாபெரும் புடைவையை விரித்துப் பரப்பி, பின் இழுப்பது போல் அலையடித்தது. என் விழியிமை களுக்குள் காட்சிகளின் ஒளி நிறைந்து ததும்பிக்கொண்டிருக்க அறைக்குள் நடமாட்டங்களை உணர்ந்தேன். மெல்லிய பேச்சொலிகள்.

பின்பு என்னை யாரோ கூப்பிடுவதை உணர்ந்து விழித்துக்கொண்ட போது அறைக்குள் ராவ் நின்றிருந்தான். 'கிளம்பு' என்றான். நான் எழுந்தபோது நிற்க முடியாமல் தள்ளாட அவன் என் தோள்களைப் பற்றிக்கொண்டான். நோயுற்ற நண்பனைத் தூக்கிச் செல்பவன் போலிருந்தான். வெளியே சென்று பழைய அரசு அலுவலகத் திண்ணை போலிருந்த அந்த வராந்தாவில் நடந்து நாங்கள் வந்த காரிலேயே ஏற்றிக்கொண்டான்.

ராவ் என்னருகே ஏறியதும், 'வாண்ட் எ டிரிங்க்?' என்றான். நான் தலை யசைத்தேன். அவன் ஒரு கோக் டின்னை நீட்டினான். நான் அதைத் திறந்து நுரைநீரை இழுத்துக்குடித்தேன். நீர் செல்லும் வழியை எனக்குள் குளுமையாக உணர்ந்தேன். என் வாயின் காயங்கள் மேல் அதன் ஜிர்ரிப்பு இதமாக இருந்தது. குடித்து முடித்ததுமே வயிறு எம்பியது. இருமுறை குமட்டல்போல அதிர்ந்தபின் அமைதியாகி அந்த டப்பாவை காரின் பக்கவாட்டில் வைத்தேன்.

சாலைகள் விடிகாலைப் பனியில் செத்து விரைத்த கருநாகங்கள்போலக் கிடந்தன. கட்டடங்கள் பனிப்படலம் போர்த்தியிருக்க, மரங்கள் அசைவே இல்லாமல் நின்றன. எங்கே செல்கிறேன் என்று எண்ணிக் கொண்டேன். அநேகமாக இதுதான் என் கடைசிப்பயணம். இன்னும் சற்று நேரத்தில் நான் சுடப்படக்கூடும். அடையாளம் தெரியாத பிண மாக மின்மயானத்தில் எரியலாம். அல்லது டெல்லியைத் தாக்கவந்த தீவிரவாதியாக நடுத்தெருவில் சுட்டுத்தள்ளப்பட்டு வரலாற்றில் இடம் பெறலாம். நான் புன்னகை செய்துகொண்டேன்.

கொஞ்சநேரத்தில் நாங்கள் செல்லும் திசை எனக்குப் புலப்பட ஆரம்பித்தது. பொன்னம்பலத்தாரின் வீடு நோக்கித்தான் சென்று கொண்டிருந்தோம். என் மனம் கொஞ்சநேரம் பரபரப்படைந்தது. எதற்காக என்னை வரச்சொல்லியிருக்கிறார்? அவர் கண்முன் என்னைக் கொல்லப்போகிறார்களா? இல்லை அவரது பெண் முன்னால் நான் வதைக்கப்படுவேனா?

நான் பெருமூச்சுடன் சாய்ந்தமர்ந்துகொண்டேன். இனிமேல் எதிலுமே பொருள் இல்லை. இந்த ஆட்டத்தில் இனி நான் செய்வதற்கும் ஏதுமில்லை. கண்களை மூடிக்கொண்டாலும் ஒளி வழியாகச் சாலை நகர்வதை உள்கண் கண்டுகொண்டிருந்தது. தலை கொஞ்சம் சுழல்வது போலிருந்தது. நான் எங்காவது படுத்துத் தூங்க விரும்பினேன். எங்காவது என்னைச் சாய்த்துப் புதைத்துக்கொள்ள விரும்பினேன்.

கார் பொன்னம்பலத்தாரின் இல்லத்தை நெருங்கி உள்ளே சென்றபோது நான் நிமிர்ந்து அமர்ந்தேன். என் சிந்தனைகளைக் கோர்த்து என்னை நிதானப்படுத்திக்கொண்டேன். கார் நின்றதும் ராவ் இறங்கி தன் கனத்த கைகளை என் தோளில் வைத்து, 'ஸாரி பிரதர், இதெல்லாம் என் தொழில், உங்களுக்கே தெரியும்...' என்றபின் பெரிய பற்களைக் காட்டி புன்னகை செய்தான். நான் தலையசைத்தேன்.

சிவதாசன் வந்து என்னை வரவேற்றார். என்னுடைய கோலத்தை அவர் கண்டுகொண்டதாகக் காட்டிக்கொள்ளவில்லை. 'லைப்ரரியிலே இருக்கார்' என்று சுருக்கமாகச் சொல்லி என்னை இட்டுச் சென்றார். நான் குளிர்ந்த கூடத்தைத் தாண்டி என்னுடைய பிரதிபலிப்பு சுவர்களில் அசைய மௌனமாக நூலகம் நோக்கிச் சென்றேன்.

நூலகத்தில் பொன்னம்பலத்தார் செய்தித்தாள்களை வாசித்துக்கொண் டிருந்தார். நிமிர்ந்து என்னைப் பார்த்தபோது அவர் முகத்தில் ஒருகணம் திகைப்பைக் கண்டேன். என் கோலம் அப்படி இருந்திருக்கக் கூடும். சட்டென்று எழுந்து என்னை நோக்கி வந்தார். அவரது வேகத்தில் நான் அதிர்ந்து ஓரடி பின்னால் வைத்தேன். பொன்னம்பலத்தார் அவரது பெரிய கைகளால் என்னை ஆரத்தழுவி தன் உடலுடன் சேர்த்துக் கொண்டார். அவரது வெம்மையான உடலை, விபூதி வாசனையை நான் உணர்ந்தேன். என் உடல் தொய்ந்து களைத்து அவருடன் ஒட்டிக் கொண்டது.

'ஸொறி... ஸொறி...' என்று மெல்லிய குரலில் சொன்னார் பொன்னம் பலத்தார். 'எனக்கு ஒண்டுமே தெரியாது... ராத்திரி ரெண்டு மணிக்குத் தான் சுவாமி போன் பண்ணிச் சொன்னவர். நானறிஞ்சு ஒண்ணும் நடக்கயில்லை... நான் உம்மை என் சொந்த சகோதரனாத்தான்

நினைக்கிறன்... நம்புங்கோ' என்றார். அழுகை கலந்த குரல் உடைந்து நின்றுவிட்டது.

நான் 'பரவாயில்லை' என்றேன்.

அவர் என்னை அணைத்துச் சென்று அமரச்செய்தார். நாற்காலியை இழுத்து என்னருகே போட்டுக்கொண்டு அமர்ந்துகொண்டார்.

'எனக்கு எல்லாத்தையும் சொன்னவங்கள்... நீரும் வைஜெயந்தியும் பேசின பேச்சுக்க ரெக்காடையும் குடுத்தவங்கள்.'

நான் நிமிர்ந்து பார்த்தேன். அவர் என் தோளைத்தட்டி, 'நீர் என்னைக் கொல்ல நினைக்கயில்லை... அது எனக்குத் தெரியும்... உம்ம மனசு எனக்குத் தெரியும்... நான் உம்மை சந்தேகப்படயில்லை' என்றார்.

என் கண்களில் இருந்து கண்ணீர் கொட்ட ஆரம்பித்தது. அவர் என் கண்ணீரை மெல்லத் துடைத்தார். 'அவை உம்மைக் கொல்லணும் எண்டு திட்டமிட்டினம். நீர் பிரயோசனப்படமாட்டீர் எண்டு அவைக்கு தோணிட்டுது... நீர் இயக்கத்திலை இல்லை, சாதாரணமா தப்பிவந்தவர் தான் எண்டு தெரிஞ்சதுக்குப் பிறவு உம்மை வைச்சுக்கோண்டு என்ன செய்யறது? நான் சொன்னவன், அவரை எனக்குத் தெரியும், தெரிஞ்சு தான் வச்சிருந்தனான், என்ர ஆளை எனக்குக் குடுத்துப்போடுங்கோ எண்டு கேட்டனான்... சுவாமிக்கு மனசில்லை. சுவாமி ஒண்ணையுமே மிச்சம் வைக்காம முடிக்கிற ஆள். நான் மேலிடத்திலே பேசுவேன் எண்டு சொன்னபிறவுதான் விட்டவங்கள்.'

நான் அவர் கைகளை என் நடுங்கும் கைகளால் தொட்டேன். அவர் என் கைகளைப் பிடித்தபோது 'ஆ' என்றேன். அவர் குனிந்து பார்த்து நகமில்லாத என் விரலைப் பார்த்தார். நடுங்கியபடி கைகளைப் பின்னுக் கிழுத்துக்கொண்டு, 'முருகா!' என்று கூவினார். 'என்ன செய்தினம்? என்ன செய்தினம் உம்மை?' என்றார்.

நான் மெல்லிய புன்னகையுடன், 'பரவாயில்லை... விடுங்கோ... விடுங்கோ புரபசர்' என்றேன்.

'இல்லை... இந்தமாதிரி செய்து போட்டினம்... எப்டி என்னைக் கேக்காம செய்தினம்... நான் இப்பவே இதை டி.ஜிகிட்டே கேக்கிறன்... என்னெண்டு நினைச்சுப்போட்டினம்...' என்றார் அவர். கண்கள் கலங்கி கன்னத்தில் கண்ணீர் வழிய பெரிய முகம் அடக்கப்பட்ட அழுகையில் துடித்தது.

'விடுங்க புரபசர்... இதை நீங்க பெரிசு பண்ணினா எனக்குத்தான் ஆபத்து. இந்த மட்டுக்கும் சரியான நேரத்திலை வந்து காப்பாத்தினீங்கள்...'

பொன்னம்பலத்தார் பெருமூச்சு விட்டு, 'ஓம் ஓம்' என்றார். 'முருகன ருளாலே சரியான நேரத்திலை எனக்கு விஷயம் தெரிஞ்சுபோட்டுது... இல்லையின்னா... சரி, உமக்கு விதியிருக்கு' என்றார்.

நான் அவரையே பார்த்தேன்.

'கோபி குடிக்குறீரோ?'

'ஓம்' என்றேன்.

அவர் எழுந்து சென்று அழைப்பு மணியை அழுத்தினார். சேவகனிடம் இரண்டு காபிக்குச் சொன்னபின், 'கொடுமை...' என்று தலையை உலுக்கினார். நான் பேசாமல் அவரையே பார்த்திருந்தேன். 'எதுக்காக இந்தக் கொடுமையெல்லாம்... நம்ம இனத்துக்கு இந்த நூற்றாண்டிலே இதையெல்லாம் அனுபவிக்கணுமெண்டு விதியிருக்கோ? எனக்கு ஒண்டுமே புரியயில்லை... எவ்வளவு ரத்தம் எவ்வளவு வலி... என்னால முடியயில்லை... எங்கேயாவது ஓடிப்போனாப் போருமெண்டு நினைக் கிறன்... என்னால இதுக்குமேலே தாங்க முடியாது...' என்றார்.

நான் 'வைஜெயந்தி எங்கே?' என்றேன்.

அவர் என்னை நேராகப் பார்த்து 'அவளும் சந்திராவும் அஜ்மீருக்குப் போயாச்சு... என்னையும் அஜ்மீருக்குப் போகச்சொல்லியிருக்கிற வங்கள்...' என்றார்.

நான் தலைகுனிந்து 'ஸொறி புரபசர்' என்றேன்.

'என்னத்துக்கு ஸொறி? எல்லாம் நியாயம்தான். அவ என்னைக் கொல்லணுமெண்டு கேட்டதுகூட நியாயம்தான்... அவகிட்ட அதைத்தான் சொன்னேன். இந்த நரகத்திலை இருந்து வேறே எப்டி தப்புறது தம்பி? இந்த ரீதியிலே எத்தனைநாள்தான் வாழுறது? அவ என்ன செஞ்சாலும் அதெல்லாம் நியாயம். நான் நித்திரை கொள்ளை யிலே என் கழுத்திலே கத்தியை வச்சு வெட்டினாலும்கூட அதிலை ஒரு நியாயம் இருக்கு... எனக்கு அது தெரியுது...'

அவர் என்னை நெருங்கி மெல்ல, 'நான் அவைகிட்டப் பேச ஆரம்பிச் சிட்டேன்...' என்றார்.

நான் ஜில்லிட்ட குரலில் 'ஆர் கிட்ட?' என்றேன்.

'இயக்கத்துக்ககிட்ட ஒரு லிங்க் வந்தது... இங்க ரோவிலே ஆர் ஆர் இருக்கினமெண்டு எல்லாத் தகவல்களையும் சொன்னா என்னை விட்டுடலாமெண்டு சொன்னவங்கள். நான் சில தகவல்களைச் சொன்னனான். மிச்சம் தகவல்களை என்னை யூரோப்புக்கு எடுத்த வங்களெண்டால் சொல்லுறன் எண்டு சொன்னவன்.'

நான் அவரையே பார்த்தேன். 'எல்லாம் நல்லபடியா வந்தா இந்த மாசம் கடைசியிலே நான் கிளம்பிடுவேன் தம்பி... இங்காலை இவங்களை விட்டுப்போட்டுத்தான் போகணும்... ஆனா ஆரையும் கைவிட்டிட மாட்டேன். வெளீயே போனா உமக்கும் வைஜெயந்திக்கும் எல்லாம் ஒரு ஏற்பாடு செய்யாம போக மாட்டேன்... நான் போனபிறவு ரோ உங்களை ஒண்டும் செய்யாது...'

நான் பெருமூச்சு விட்டேன். காபி வந்தது. அடிபட்ட உதடுகள் வலியில் அதிர நான் காபியை உறிஞ்சி மெதுவாகக் குடித்தேன். மெல்ல மெல்ல பொன்னம்பலத்தார் நிதானமடைந்தார். அவரது உற்சாகம் மீண்டது.

'முருகனருளாலே எல்லாம் நல்லபடியா நடக்குது... அவைக்கு இங்காலை உள்ள சில தகவல்கள் வேணுமெண்டு நினைக்குறன். அதை நான் குடுக்க ஏலும். அதுக்கு விலையா என்ர உசிரை அவை குடுக்கினம்... தம்பி, உமக்குத் தெரியாதது இல்லை. எனக்கு இப்ப என்ர உசிர் மட்டும்தான் வேணும்... நான் ஆரும் சாகவேணுமெண்டு நினைக்கயில்லை... எல்லாரையும் வாழவைக்கணுமெண்டுதான் நினைக்குறன்... எனக்கு ஒரு விஷன் இருக்கு... எப்படியெண்டு சொல்ல ஏலாது. ஒரு சாதாரண விஷன். இதெல்லாம் இனிமே அதிககாலம் போகாது. எதுக்கும் ஒரு முடிவு உண்டுதானே? இன்னும் மேலேபோனா பத்து வருசம். அதுக்குள்ள இந்த இயக்கம், பெடியள், துவக்கு, சயனைடு, ஆர்டிஎக்ஸ் எல்லாம் இல்லாம ஆயிடும். எல்லாரும் எல்லாரையும் மறந்து போடுவாங்கள்... அந்தக் காலம் வரை எப்டியாவது பல்லைக்கடிச்சுட்டு உசிரோட இருந்திட்டாப் போரும். இந்த ஆட்டத்திலை உசிரோடை இருக்கிற ஆக்கள்தான் ஜெயிச்ச வங்கள்... நான் உசிரோடை இருக்க விரும்பறன்...'

நான் அவரையே பார்த்துக்கொண்டு பேசாமல் அமர்ந்திருந்தேன். 'நான் இங்காலை இவளை விட்டுப்போட்டு போறன்... நீர் இவளை பாத்துக் கிடும்...' சட்டென்று என் கைகளைப் பிடித்துக்கொண்டு 'நீர் இவளை மேரி பண்ணினாக்கூட எனக்கு சம்மதம்தான். நீர் சைவர்தானே. மத்த படி அந்தஸ்தெல்லாம் ஒண்டும் எனக்கு முக்கியமில்லை. நீர் இவளை லவ் பண்றீரெண்டு நினைக்கிறன். இல்லையெண்டால் என்னைக் கொல்லுறனெண்டு சொல்லியிருக்க மாட்டீர்...'

நான் தளர்ந்து நாற்காலியில் சாய்ந்துகொண்டு தலைகுனிந்து அமர்ந் திருந்தேன்.

'இண்டைக்கு கனக்க வேலை கிடக்கு. நீர் போயி ரெஸ்டு எடுத்துட்டு மதியம் தாண்டி வாரும்' என்றார் பொன்னம்பலத்தார். நான் சரி என்று எழுந்து சற்றே தள்ளாடியபின் சுவரைப் பிடித்து நின்றேன்.

பொன்னம்பலத்தார் சட்டென்று நினைத்துக்கொண்டு அந்தத் துப்பாக்கியை மேஜை இழுப்பில் இருந்து எடுத்து என்னிடம் நீட்டினார். 'உமது அறையிலே இருந்து ரோ ஒபிஸர்ஸ் இதை எடுத்த வங்கள். நாந்தான் இதை அவருக்குக் குடுத்தனான் எண்டு சொல்லி வாங்கி வைச்சனான்... நீர் இத்தனை நாள் குண்டு உள்ள துவக்கோடை என் பக்கத்திலை இருந்திருக்கிறீர். நீர் என்னைக் கொல்லவந்தவர் எண்டு அவை சந்தேகப்படினம்...' என்று சிரித்தார். அழுத குழந்தைகள் சிரிப்பது போல் இருந்தது.

நான் கைநீட்டாமல் நின்றதனால் அவர் அதை என் கையில் வைத்து, 'இது உமது கையிலை இருக்கட்டும்' என்றார். நான் அதை வாங்கிக் கொண்டேன்.

எனக்கு காதுக்குள் ஒரு ரீங்கரிப்பும் கண்களில் அடிக்கடி விழிக்கோளம் அதிர்வதுபோல சிறிய ஒளிவெடிப்புகளும் இருந்தன. குமட்டல் எடுத்தது. ஆனாலும் எங்கும் பிடிக்காமல் நடந்து வெளியே வந்தேன். காவலுக்கு நின்ற கூர்க்கா ஜவான் தலைகுனிந்து வணங்கினான்.

என் அறைக்குச் சென்று கட்டிலில் படுத்துக் கண்களை மூடிக் கொண்டேன். இடுப்பில் துப்பாக்கி உறுத்தியது. அதை எடுத்துப் படுக்கையில் என்னருகே போட்டேன். கண்மூடி கண்ணுக்குள் ஓடிய ஒளியலைகளையே பார்த்துக்கொண்டிருந்தேன். மெத்தை பெரியதோர் குழியாக என்னை இழுத்துக் கீழே கீழே கொண்டுசென்றபடியே இருப்பதாகப் பட்டது. நினைவுகள் குழம்பிக் குழம்பிக் கரைந்தன. நான் எதையோ எண்ணினேன். முக்கியமான ஒரு சிந்தனை. ஆனால் அது கையெட்டும் தூரத்தில் நழுவியது. அதைப் பிடிக்க முயன்ற வனாகத் தூங்கிப்போனேன்.

எழுந்தபோது முதல் நினைப்பாக அதுதான் மனத்தில் வந்தது. அந்தச் சிந்தனை, அது என் செல்ஃபோனைப் பற்றியது. பொன்னம்பலத்தார் இயக்கத்திடம் பேசியிருந்தாரென்றால் கண்டிப்பாக எனக்கு ஏதேனும் செய்தி வந்திருக்கும். நான் எழுந்து கழிப்பறைக்குள் சென்று கழிவுத் தொட்டிக்குள் கைவிட்டுத் துழாவி, அந்தப் பொட்டலத்தை எடுத்தேன். அதைத் திறந்து செல்ஃபோனை ஆன் செய்தேன். சில கணங்கள் கழித்து அது சிக்னல் பெற்றது. சிறிய ஒளியதிர்வுடன் செய்தி இறங்கியது. நான் அதை நடுங்கும் விரல்களால் வாசித்தேன். 'Do'.

ஆழ்ந்த பெருமூச்சுகளுடன் சில கணங்கள் அமர்ந்துகொண்டேன். செல்ஃபோனின் பின்பக்கத்து மூடியைத் திறந்து உள்ளிருந்து சயனைட் கேப்ஸ்யூலை எடுத்து பைக்குள் போட்டுக்கொண்டேன். செல் ஃபோனின் சிம்கார்டை ஒடித்து நீரில் போட்டு அடித்து உள்ளே செலுத்தியபின் செல்ஃபோனை நீரில் போட்டுவிட்டு வெளியே வந்து,

என் சட்டையையும் கால்சட்டையையும் அணிந்துகொண்டு, படுக்கையில் கிடந்த துப்பாக்கியை எடுத்து இடுப்பில் செருகிக்கொண்டு, வெளியே வந்தேன். வெயிலில் கண் கூசியது. நேராக நடந்து பொன்னம்பலத்தாரின் இல்லம் நோக்கிச் சென்றேன்.

நேராக பொன்னம்பலத்தாரின் அறைக்குள் நுழைந்தேன். செல்லும் வழியில் தானே பூட்டும் கதவை உள்ளிருந்து சாத்திவிட்டேன். பொன்னம்பலத்தார் செல்ஃபோனில் பேசியபடியே என்னைத் திரும்பிப் பார்த்து ஆச்சரியமான கண்களுடன் வரும்படிச் சைகை காட்டினார். நான் அக்கணமே அவரை நோக்கிச் சுட ஆரம்பித்தேன்.

அவ்வளவுதான்.

★

இந்த வாக்குமூலம் இப்படி முடியும் என நீங்கள் எதிர்பார்க்காதது அல்ல. ஆனால் சொல்லிவந்து இப்படி முடிக்கும்போது நீங்கள் சற்று அதிர்ச்சி அடைந்து பின்னால் சாய்ந்துகொண்டு முகவாயை வருடியபடி என்னைப் பார்க்கிறீர்கள். நீங்கள் என்னைக் கவனித்துக்கொண்டு என்ன சிந்திக்கிறீர்கள் என்று என்னால் சொல்லிவிட முடியும். பொன்னம்பலத்தாரை நான் ஏன் கொன்றேன், அந்த முடிவை எப்போது எடுத்தேன் என்று சிந்திக்கும் உங்கள் மனம் சென்று தொடும் இயல்பான இடம் அது. அவரைக் கொன்றது வழியாக சட்டத்தை மீறி என்னை நீங்கள் கொல்லமுடியாத இடத்துக்கு நான் சென்றுவிட்டேன். இனி என்னை நீங்கள் நீதிமன்றத்தில்தான் நிறுத்த முடியும், விசாரணை செய்ய முடியும். பல பத்தாண்டுகளுக்குப்பின் தீர்ப்பு வரலாம். ஒருபோதும் என்னை உங்கள் சட்டம் கொல்லாது.

ஆனால் அதுவல்ல காரணம். இதை நான் எப்படி உங்களுக்குச் சொல்வேன். உங்கள் நாட்டில் உங்கள் அலுவலகத்தில் உங்கள் நாற்காலியில் அமர்ந்துகொண்டு அதை உங்களால் ஒருபோதும் புரிந்துகொள்ள முடியாது. நான் அவரைக் கொன்றதற்கு ஒரே ஒரு காரணம்தான். எனக்குக் கொல்லும்படி உத்தரவு வந்தது. விசை அழுத்தப்பட்ட துப்பாக்கி செய்வதற்கு ஒரே ஒரு விஷயம்தான் இருக்கிறது.

இந்தக் குறிப்பை நீங்கள் முடித்துவிடலாம். ஒரு மனிதன் எங்கே எப்போது வெறுமொரு ஆயுதமாக ஆகிறான் என்று நீங்கள் உங்கள் தனிப்பட்ட டைரியில் எழுத ஆரம்பிக்கலாம். நாளை உங்கள் சுயசரிதையில் விளக்கலாம். எந்த நுட்பமான கருவியும் எல்லைக்குட்பட்ட இயக்கவிதிகளால் ஆனதுதான். முற்றிலும் ஊகிக்கக்கூடியதுதான். ஆனால் மனிதன் அப்படியல்ல. எல்லையிலாது மாறும் இயக்கவிதிகள் கொண்டவன். அவனாலேயே ஊகிக்க முடியாத அகம் கொண்டவன்.

அப்படிப்பட்ட ஒரு மனிதன் முழுமையாகவே ஒரு கருவியாக ஆவதென்பது சாத்தியமா? சாத்தியம் என்பதற்கு நான் உதாரணம். இங்கே உங்கள் கண்முன்னால்...

ஆனால் அப்போதுகூட உங்கள் மூளையை ஒரு சிறு கேள்வி நெருடிக்கொண்டே இருக்கும். அந்தக் கேள்வியை இந்த ஆவணத்தில் எழுதாவிட்டால் மட்டுமே இந்த வழக்கை நீங்கள் முடிக்க முடியும். சோபாவுக்குக் கீழே பொன்னம்பலத்தாரின் உடல் கிடந்தது. அவரது மூக்குக் கண்ணாடி மட்டும் திவானுக்கு அடியில் வெகுதூரம் தள்ளிச் சென்று சுவரோரமாகக் கிடந்தது. விழுந்தவரின் உடலில் இருந்து அது அவ்வாறு தெறித்திருக்க நியாயமில்லை.

அதற்கான காரணத்தை நான் உங்களிடம் சொல்லப்போவதில்லை. நான் கீழே விழுந்த பொன்னம்பலத்தார் துடிப்பதை அரைக்கணம் பார்த்தேன். என்னுள் அப்போது ஏதோ நிகழ்ந்தது. அந்த வேகத்தில் அவரது தலையை என் காலால் எத்தி உதைத்தேன். அப்போது கதவு உடைபடும் ஒலி கேட்க, தப்பிப் பின்னால் ஓடினேன்.

ஏன் அப்படிச் செய்தேன் என்பதற்கான காரணத்தை என் எஞ்சிய வாழ்நாள் முழுக்க நான் யோசிப்பேன். மிக அந்தரங்கமாக.

ஜெயமோகனின் பிற புத்தகங்கள்

நாவல்கள்

ரப்பர்
விஷ்ணுபுரம்
பின்தொடரும் நிழலின் குரல்
கன்யாகுமரி
காடு
அனல்காற்று
இரவு
கன்னிநிலம்
வெள்ளையானை
கொற்றவை

சிறுகதைத் தொகுப்பு

திசைகளின் நடுவே
மண்
ஆயிரங்கால் மண்டபம்
கூந்தல்
ஜெயமோகன் சிறுகதைகள்
ஜெயமோகன் குறுநாவல்கள்
ஊமைச்செந்நாய்
அறம்
ஈராறுகால்கொண்டெழும் புரவி
வெண்கடல்

ஆன்மிகம்/தத்துவம்

இந்திய ஞானம்
சிலுவையின் பெயரால்
இந்துமதம் சில விவாதங்கள்

அரசியல்

சாட்சிமொழி
இன்றைய காந்தி

பண்பாடு/வரலாறு

பண்படுதல்
தன்னுரைகள்
எதிர்முகம்
கொடுங்கோளூர் கண்ணகி (மொழியாக்கம்)

வாழ்க்கை வரலாறு

சுரா: நினைவின் நதியில்
முன்சுவடுகள்
கமண்டல நதி
லோகி (லோகிததாஸ் நினைவு)
கடைத்தெருவின் கலைஞன் (ஆ. மாதவன் பற்றி)

இலக்கிய அறிமுகம்

சங்கச் சித்திரங்கள்
மேற்குச்சாளரம் (மேலை இலக்கிய அறிமுகம்)
கண்ணீரைப் பின்தொடர்தல் (22 இந்தியநாவல்கள்)
பொன்னிறப்பாதை
விதிசமைப்பவர்கள்
சொல்முகம்
எழுதும் கலை

இலக்கிய விமர்சனம்

ஆழ்நதியைத் தேடி
நவீனத்துவத்துக்குப் பின் தமிழ் கவிதை - தேவதேவனை முன்வைத்து
உள்ளுணர்வின் தடத்தில் (கவிதை விமர்சனம்)

இலக்கிய முன்னோடிகள் வரிசை ஏழு நூல்கள்

முதற்சுவடு

கனவுகள் இலட்சியங்கள்

சென்றதும் நின்றதும்

மண்ணும் மரபும்

அமர்தல் அலைதல்

நவீனத்துவத்தின் முகங்கள்

கரிப்பும் சிரிப்பும்

ஈழ இலக்கியம் ஒரு விமர்சனப்பார்வை

புதியகாலம் (இலக்கிய விமர்சனம்)

பூக்கும் கருவேலம் பூமணியின் படைப்புலகம்

ஒளியாலானது தேவதேவனின் புனைவுலகம்

எழுதியவனைக் கண்டுபிடித்தல்

இலக்கியவிவாதக் கட்டுரைகள்

அனுபவம்

நிகழ்தல் – அனுபவக்குறிப்புகள்

இன்று பெற்றவை (நாட்குறிப்புகள்)

ஜெ. சைதன்யாவின் சிந்தனை மரபு

நாளும்பொழுதும் (அனுபவக்குறிப்புகள்)

இவர்கள் இருந்தார்கள் (நினைவுக்குறிப்புகள்)

நாடகம்

வடக்கு முகம்

பயணம்

புல்வெளிதேசம் (ஆஸ்திரேலிய பயணக்கட்டுரை)

மொழிபெயர்ப்பு

தற்கால மலையாளக் கவிதைகள்

இன்றைய மலையாளக் கவிதைகள்

சமகால மலையாளக் கவிதைகள்

தொகைநூல்கள்

அசோகமித்திரன் (அறுபதாண்டு நிறைவுவிழா மலர்)

சுந்தர ராமசாமி (அறுபதாண்டு நிறைவுவிழா மலர்)

இலக்கிய உரையாடல்கள்

மலையாளம்

நெடும்பாதையோரம்

உறவிடங்கள்

நூறு சிம்ஹாசனங்கள்

பொது

நலம் (ஆரோக்கியக் கட்டுரைகள்)

வெண்முரசு (மகாபாரதம் நாவல் வடிவில்)

முதற்கனல்

மழைப்பாடல்

வண்ணக்கடல்

நீலம்

www.ingramcontent.com/pod-product-compliance
Lightning Source LLC
LaVergne TN
LVHW090357051026
849518LV00006B/2161

4. Probleme der Stufen- und Funktionstheorie

5. Aufgabe: Harmonische Analyse des NB 10 ab T. 7 mithilfe der Funktions- und Stufen-Theorie (Stufengang!)

NB 10: Chopin, *Etüde es-Moll* für Klavier op. 10, Nr. 6 (Beginn)

Stufentheorie:
In *Takt 3* geschieht ein Wechsel von der VII. zur V. Stufe. Möglich wäre auch die Definition eines Nonvorhalts vor der Oktave in der V. Stufe.
Takt 6 bringt einen Tredezimakkord, der in der Stufentheorie am besten mit der entsprechenden Generalbass-Ziffer ausgedrückt wird. Es handelt sich dabei um einen Sextvorhalt, der aber tatsächlich 13 Intervallstufen über dem Grundton steht.

Funktionstheorie:
In *Takt 2* muss der Akkord der II. Stufe f-as-ces-es in der Funktionstheorie als Moll-Subdominante as-Moll mit sixte ajoutée f erklärt werde, da über dem Basston f keine reine Quinte erklingt. Die hinzugefügte Sexte steht demnach hier im Bass.
In Takt 3 steht ein verkürzter Dominant-Septnonakkord. Das dafür am häufigsten verwendete Symbol D^v meint den **verminderten Septakkord der Dominante**. Wenn die Terz des Akkordes im Bass liegt (vom verschwiegenen Grundton B aus gerechnet), wird sie meistens nicht eigens

mit einer Zahl unterhalb des Symbols notiert, da der verminderte Septakkord hier in "Grundstellung" steht mit den Tönen: [B]-d-f-as-ces. Der Funktionsbuchstabe D wird nicht durchgestrichen, da das Fehlen des eigentlichen Grundtons B schon durch das Symbol ^{v} für „vermindert“ angezeigt ist. Die Alteration des Tones „des“ zu „d“ ist durch die Groß-Schreibung (Dur) des Funktionsbuchstabens angezeigt. Vollständig wird der Akkord mit dem durchgestrichenen Symbol D für Dominante ohne Grundton mit den arabischen Ziffern für alle Intervalltöne bezeichnet, oder nur knapp als verminderter Septakkord der Dominante.
Hier die beiden Notationsmöglichkeiten: $\overset{9}{\underset{3}{\not{D}}}{}^{7} = D^{v}$

In *Takt 5* fehlt in der ersten Takthälfte der Grundton der Mollsubdominante, deshalb ist das Subdominant-Symbol durchgestrichen.

Kadenzspiel als Vorstufe zum Harmonisieren und Improvisieren

6.3 G. F. Händel, *Passacaille* aus der Klaviersuite in g-Moll

2. Aufgabe: Über dem Harmoniemodell von Händels Passacaglia improvisieren. 1. Variation: Achtelbewegung mit Durchgängen und Figurationen der Akkordtöne. - 2. Variation: Triolen. - 3. Variation: Sechzehntel

Als Lösung der Aufgabe werden jeweils einige Takte in der Version von G. F. Händel angegeben, die entsprechend weitergeführt werden sollten. In Version A und B erklingen auf den Viertelnoten jeweils Terzen und Sexten.

Die am häufigsten verwendete Kadenz besteht aus dem zweifachen Quintfall: II – V – I. Diese Schlusswendung wurde in verschiedenen Epochen unterschiedlich eingesetzt: Bach gebrauchte meistens die II. Stufe mit Septime als Quintsextakkord, also die erste Umkehrung des Septim-Akkordes: II_5^6. Mozart dagegen setzte gerne den Sextakkord der II. Stufe ohne die Septime: II^6. In der Funktionstheorie wird der Quintsextakkord II_5^6 als Subdominant-Akkord mit sixte ajoutée = S_5^6 bezeichnet, wobei der Grundton des Akkords auf der IV. Stufe steht, darüber erklingt eine Terz, Quinte und die hinzugefügte Sexte. Daher kommt möglicherweise die Meinung, die "Normalkadenz" würde aus der Stufenfolge I – IV – V – I bestehen.

Entwicklung der Mehrstimmigkeit

Aufgabe: Welche Dissonanzen sind im NB 6 vorhanden? Vgl. dazu im Lehrbuch S. 48 den Abschnitt 3.4 "Dissonanzen als Figuration". Welche Klausel-Typen verwenden die drei Oberstimmen?

Dissonanzen:
Takt 3: Sopran Quartvorhalt a. *Takt 5*: Sopran Durchganston e. *Takt 6*: Bass Quartvorhalt a. *Takt 7*: Sopran Septvorhalt e, aufgelöst zum d als Antizipation. *Takt 8*: Sopran Septvorhalt d, Alt Quartvorhalt a mit Auflösung zum Antizipationston g. *Takt 9*: Alt Nonvorhalt e zum Basston d und Septvorhalt zum Tenorton f, Auflösung mit Antizipation d; dieses d erneuter Septvorhalt. *Takt 10*: Bass Durchgangston e. *Takt 11*: Sopran Quartvorhalt a.

Klauseln in den Schlusstakten 11-12 (=> Lehrbuch S. 36):
Sopran = Diskantklausel, Alt = Kontratenorklausel, Tenor = Tenorklausel

Vokalpolyphonie im 16. Jahrhundert: Orlando di Lasso

Erläuterung der Mi-contra-Fa-Regel: Im Lehrbuch sind auf Seite 38 und 39 die *Akzidenzien* und die *Mi-contra-Fa-Regel* kurz dargestellt. Hier folgt eine genauere Erläuterung. *Verminderte und übermäßige Intervalle* wurden nicht zur Melodiebildung eingesetzt. Auch im Zusammenklang konnten zwei Stimmen diese Intervalle nur nach bestimmten Regeln verwenden.

Takt 1: Der dritte Ton des hexachordum naturale auf C ergibt das "mi". *Takt 2*: Der vierte Ton des hexachordum molle auf F ergibt das "fa". *Takt 3*: Das daraus resultierende Intervall *mi–fa* galt im 16. Jh als unsingbar (verminderte Quinte). *Takt 4*: Vierter Ton des hexachordum naturale = "fa". *Takt 5*: Dritter Ton des hexachordum durum = "mi". *Takt 6*: *Fa contra mi* als Umkehrung des *mi contra fa* ergibt die übermäßige Quarte, als *diabolus in musica* bezeichnet (der Teufel in der Musik).

Auch die **Chromatik** war in der klassischen Vokalpolyphonie verpönt, da sie aus der übermäßigen bzw. verminderten Prime resultiert. *Takt 1*: dritter Ton des hexachordum durum auf G = mi. *Takt 2*: vierter Ton des hexachordum molle auf F = fa. *Takt 3*: Die Chromatik mi–fa (und umgekehrt) galt ebenfalls als *diabolus in musica.*

Von ca. 1550 an wurden infolge der Beschäftigung mit den altgriechischen Skalen **auch chromatische Fortschreitungen** komponiert[1]. Chromatische Wendungen wurden nicht nur in Madrigalen zur Steigerung des Affektes eingesetzt, sondern experimentell auch in Motetten gebraucht. Musterbeispiele für Chromatik sind die ***Prophetiae Sibyllarum*** von **Orlando di Lasso** in akkordisch-homofonem Satz. Im Prolog zu den 12 sibyllinischen Motetten erzeugt die mediantische Verbindung G-Dur - H-Dur (T. 2–3) im Sopran den chromatischen Schritt d-dis, eine übermäßige Prime. Ungewöhnlich ist auch für diese Zeit die Verwendung des cis-Moll-Akkords. Im vorletzten Takt erklingt ein Querstand zwischen Alt g und Sopran gis.

NB: Orlando di Lasso, Prolog zu den *Prophetiae Sibyllarum*

Der Text der ersten Zeile des lateinischen Prologs bezeichnet programmatisch die chromatische Satzkunst, die Lasso zum Ausdruck der sibyllinischen Prophezeiungen einsetzte: *Carmina chromatico, quae audis modulata tenore* … Zur Übersetzung müssen die poetisch umgestellten Wörter anders geordnet werden: Carmina, quae audis modulata *tenore chromatico*, haec sunt … = Lieder, die du hörst, komponiert *in chromatischer Art*, sind diese … [lat. tenor, tenoris = Art, Charakter; modulata = komponiert].

1. Aufgabe: In welchem Modus stehen die Motetten Nr. 8 und 10 im NB 4? Welche Modus-Dispositionen benützen die einzelnen Stimmen in diesen Motetten?

Zum NB 4: *Motette Nr. 8* steht im *lydischen* Modus auf F: Der Tenor hat den Ambitus c – es' (plagal) mit dem Schlusston f, der Bass hat den Ambitus F – a (authentisch) mit dem Schlusston F. Im Original ist in diesem Modus das ♭ als Generalvorzeichen vorgeschrieben, so dass praktisch F-Dur gemeint ist; der zusätzliche Ton "es" ist dadurch möglich. Da die genaue Modusbezeichnung sich nach der Oberstimme richtet (hier nach dem Tenor), liegt *Hypolydisch* zugrunde = 6. Modus (=> Lehrbuch S. 37). *Motette Nr. 10* verwendet den *mixolydischen* Modus mit der authentischen Klanglage im Tenor (Schlusston ist der untere Finalis-Ton g) und mit der plagalen Klanglage im Bass (Schlusston g liegt in der Mitte des Ambitus). Es handelt sich also um *Mixolydisch.*

2. Aufgabe: Notierung von verschiedenen Modusdispositionen für 2 gleichzeitige Stimmen (z.B. Sopran und Alt bzw. Tenor und Bass) in verschiedenen Modi mit Angabe der möglichen Töne innerhalb dieser Dispositionen in ganzen Noten (ohne alterierte Töne).

1. Beispiel (nächste Seite) mit Sopran und Alt: *Hypo-Mixolydisch* auf G = 8. Modus.
2. Beispiel (nächste Seite) mit Sopran und Alt: *Hypo-Phrygisch* auf A = 4. Modus mit der Transposition von E nach A mit b-Vorzeichnung.

[1] L. Finscher [Hg.]: Die Musik des 15. und 16. Jahrhunderts, in: Neues Handbuch der Musikwissenschaft Bd. 3,1, Seite 152ff, Laaber-Verlag 1989.

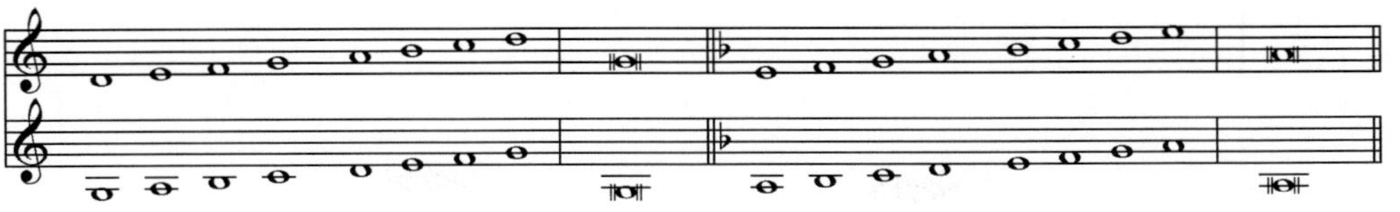

3. Beispiel mit Tenor und Bass: *Phrygisch* auf E = 3. Modus.

3. Aufgabe: Zwei Melodien sollen mit den bisher vorgestellten Möglichkeiten erarbeitet werden, eine Fassung im dorischen Modus (authentisch), die zweite im mixolydischen Modus (plagal). Beide Male soll mit dem Grundton (Finalis-Ton) begonnen und geschlossen werden.

Die folgenden Aufgaben dienen der **melodischen Erfindung**. Vorher sollten unbedingt einige der 12 Motetten[2] von Orlando di Lasso durchgesungen und nach satztechnischen Eigenschaften analysiert werden (=> Motette Nr. 2 und 11, Lehrbuch S. 183f). Durch die folgende fehlerhafte Ausarbeitung sollen die Satzregeln bewusst gemacht werden.

Zuerst eine **fehlerhafte (!)** Ausarbeitung im 1. Modus = Dorisch (authentisch):

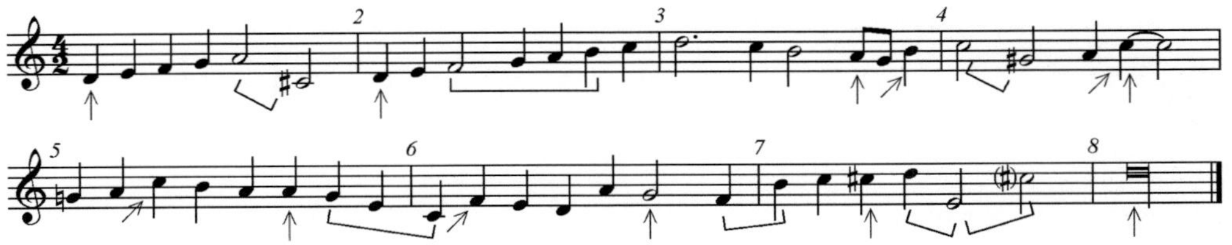

Fehlerbestimmung (=> Lehrbuch S. 42, Notenwerte):

Takt 1: ↑ Stilgerecht ist der Beginn mit größerem Notenwert, hier aber Beginn mit Viertelnote; ⊔ Sprung abwärts ist nur bis zur reinen Quinte möglich.

Takt 2: ↑ Zwei isolierte Viertelnoten an der Stelle einer betonten Halben; ⊔ übermäßige Quarte f-h (Tritonus), beide Töne sind relativ betont (Zählung in Viertelnoten).

Takt 3: ↑ Achtelnoten an der Stelle einer betonten Viertelnote; ↗ von Achtelnote abgesprungen.

Takt 4: ⊔ Verminderte Quarte; ↗ von betonter Viertelnote aufwärts gesprungen; ↑ falsche Synkope, an den kleineren Notenwert ist der größere angehängt.

Takt 5: ↗ Von aufsteigender Viertelnote aufwärts gesprungen; ↑ Wiederholung einer Viertelnote, das ist hier keine Vorausnahme; ⊔ Dreiklangsbrechung in Viertelnoten.

Takt 6: ↗ Von betonter Viertelnote aufwärts gesprungen; ↑ Synkope aus zwei Viertelnoten (eine Ausnahme nur in der 9. Motette von Lasso); ⊔ Tritonus-Sprung (*diabolus in musica*).

Takt 7: ↑ Übermäßige Prime = Chromatik; ⊔ Septsprung; ⊔ große Sexte aufwärts, außerdem Leitton angesprungen.

Takt 8: Schlusston als Spitzenton, Melodien schließen gewöhnlich mit dem unteren Finalis-Ton.

---

[2] Orlando di Lasso – *12 Motetten für zwei Stimmen* in originaler Tonhöhe und Notendauer, Notation in modernen Schlüsseln, Verlag Josef Trompke in Estenfeld, 2003.

Korrekte Ausarbeitung im 1. Modus:

Korrekte Ausarbeitung im 8. Modus = Hypo-Mixolydisch (plagaler Modus):

4. **Aufgabe:** In F-Lydisch/Jonisch - einmal authentisch, das zweite Mal plagal - den folgenden Text für Sopran in Noten setzen: „Dixit Dóminus Dómino meo" (Es sprach der Herr zu meinem Herrn).

Im 5. Modus (Lydisch):

Im 6. Modus (Hypolydisch):

5. **Aufgabe:** Zu den nachfolgenden Cantus firmi ist als Oberstimme ein einfacher Kontrapunkt ohne Imitation zu setzen. Dabei sind nur konsonierende Brevis, Semibrevis oder Minima zu verwenden.

In dieser einfach gehaltenen Aufgabe sollen in der Zweistimmigkeit die konsonierenden Intervalle bewusst gemacht werden, deshalb wurde als *cantus firmus* eine einfach Notenfolge in ganzen Noten vorgeschlagen. Die Klauseln können hier nicht in der typischen figurierten Version gestaltet werden. Vorsicht: Die Quarte ist keine Konsonanz, kann also hier nicht verwendet werden!

Im 12. Modus (C-Jonisch = C-Dur):

Im 10. Modus (d-Äolisch = d-Moll):

6. Aufgabe: Das folgende mixolydische Thema soll weiter entwickelt und mit einer Bassstimme kontrapunktiert werden. Dabei sollen die bisher behandelten Möglichkeiten einbezogen werden. Die typische imitatorische Beantwortung ist hier noch nicht erforderlich.

Lösung der 6. Aufgabe:

7. Aufgabe: Reale Imitation im Tenor auf der Oberquinte mit dem folgenden Palestrina-Thema zu dem Text "Benedictus, qui venit", für die Worte "in nomine Domini" ein eigenes Soggetto erfinden. In mindestens 10 Takten soll das Stück mit der passenden Klausel zum Abschluss geführt werden.

Zur Lösung dieser 7. Aufgabe müssen zuerst *Modus* und *Ambitus-Disposition* des Themas im **Bass** geklärt werden. Das Bass-Soggetto beginnt mit dem Ton d; dieser Ton könnte die Oberquinte von Mixolydisch auf G sein. Die nächsten Töne A und d zeigen aber, dass hier Hypo-Dorische auf D zugrunde liegt: Grundton d und Quinte A des Modus mit dem Ambitus A – a. Der **Tenor** muss also in der Oberquinte antworten, im authentischen Klangbereich d – d'. Nachdem sich die Modusbezeichnung nach der Lage der Oberstimme richtet (hier der Tenor), steht dieses kurze Stück im *1. Modus* = Dorisch (authentisch). Der Schlusston des Tenors liegt am unteren Ende des Ambitus.

Der zweite Textteil "in nomine Domini" erfordert ein neues Soggetto, das ebenfalls imitierend beantwortet wird in Oberquart-Imitation (entspricht einer Unterquint-Antwort). Der Tenor verwendet in T. 10 die Kadenzflucht (=> Lehrbuch S. 50).

Kantionalsatz bei Hans Leo Hassler

Entstehung des Kantionalsatzes

1. Aufgabe: Welcher Modus liegt im NB 5 vor? Wieviele verschiedene Akkordtypen verwendet Osiander: dur, moll, vermindert, Septakkorde, Akkordumkehrungen etc.? Welche Akkorde erscheinen an den Schlüssen als vorletzte und letzte Akkorde?

Zur Modusbestimmung vgl. das Kapitel *Tonvorrat und Lagendisposition* im Lehrbuch S. 37f. Die hier verwendete Melodie „Christ lag in Todesbanden" steht im 1. Modus auf d (= Dorisch) mit dem authentischen Ambitus d' – d"; in der zweiten Zeile erscheint im Sopran eine mögliche Überschreitung mit dem Ton e" (=> Lehrbuch S. 40). Einzelne Melodie-Abschnitte können auch in anderen Modi angelegt sein. Der Choral im NB 5 beginnt sogar in a-Äolisch (= a-Moll), der dritte Abschnitt T. 9-12 mündet nach F-Dur.

Osiander verwendet in diesem Choral nur Dur- und Moll-Akkorde ausschließlich in Grundstellung, hier kommt kein verminderter oder gar übermäßiger Akkord vor, es gibt auch keinen Septakkord. Da keinerlei Figuration eingesetzt ist (Durchgang, Vorhalt usw.), wirkt der sehr schlicht gestaltete Satz auf uns heute fremd und altertümlich; er eignete sich aber gut für den Gesang einer Kirchengemeinde.

Die fünf Teilschlüsse (Confinales) werden mit den folgenden Akkorden gebildet: A, D, F, a, d, wobei die beiden letzen Mollakkorde etwas ungewöhnlich sind, da im 16. Jh Finalis und Confinalis mit einem Durakkord[3] gebildet wurden (=> *Mitteltönige Stimmung*, Lehrbuch S. 20). Die jeweils vorletzten Akkorde haben die Durterz als Leitton, der in den Schlussklang abspringt, z. B. im Tenor in T. 3-4 gis-e. In T. 11-12 wird die Confinalis F-Dur über die II. Stufe g-Moll erreicht (Sekundgang abwärts). Der Schlussakkord ist wieder zeittyisch verdurt: D-Dur.

Der Kantionalsatz bei Hassler

2. Aufgabe: Die folgende Melodie ist vierstimmig auszusetzen mit Akkorden in Grundstellung ohne Figuration.

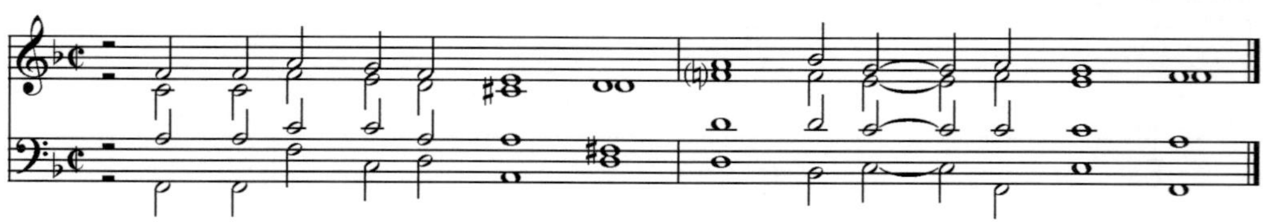

3. Aufgabe: Harmonische Analyse des folgenden Chorals mit Angabe der Stufen und Bezeichnung des Stufenganges zu Ende führen.

Kommentar zum NB 11 *Vom Himmel hoch da komm ich her*: Ähnlich wie im späteren Choralsatz von J. S. Bach herrscht als Akkordfolge der Quintgang abwärts 5↓ und Sekundgang aufwärts 2↑ vor, gefolgt vom Terzgang abwärts 3↓. Nur drei Akkorde stehen in der ersten Umkehrung (= Sextakkord).

In T. 9 wird der Akkord der VI. Stufe verdurt. In T. 12-13 moduliert der Satz nach C-Dur, die Stufenbezeichnung könnte also auch auf die C-Dur-Tonika als I. Stufe bezogen werden.

[3] Zum falsch verwendeten Begriff *pikardische Terz* vgl. die Fußnote im Lehrbuch S. 83.

NB 11: Hassler, *Vom Himmel hoch da komm ich her*

4. Aufgabe: Beim Aussetzen der folgenden Melodie "Nun freut euch alle" auch einige Sextakkorde verwenden.

Kommentar:

Das ist der etwas vereinfachte mixolydische *Originalsatz* von H. L. Hassler. Die Melodie steht im 8. Modus = Hypo-Mixolydisch.

Takt 2-3: Die verdeckte Quintparallele zwischen Bass H-c und Sopran d'-g' ist möglich.

Takt 4: Bei Fortschreitung in halben Noten von e-Moll nach D-Dur würde eine Quintparallele zwischen Bass und Sopran und eine Oktavparallele zwischen Bass und Alt entstehen. Diese Parallelen werden vermieden durch den eingeschobenen Akkordwechsel e-Moll–G-Dur in Viertelnoten. Der Leitton fis im Tenor wird aufwärts weitergeführt, deshalb hat der folgende Akkord keine Quinte.

Takt 6: Der Akkord d-Moll hat als Terz den 7. Ton der mixolydischen Skala.

5. Aufgabe: Die folgende Melodie soll mit den bisher besprochenen Mitteln noch ohne Figurationen ausgesetzt werden (vgl. dazu die 6. Aufgabe). Die Melodie ist im Original nur mit Zäsurstrichen notiert, hier sind zur Erleichterung Taktstriche eingefügt.

Originalsatz von Hans Leo Hassler, *Nisi Dominus* (*Wo Gott zum Hauß nit giebt sein gunst*)

Kommentar zum Originalsatz *Nisi Dominus* von H. L. Hassler: Die Taktstriche waren zu der Zeit noch nicht allgemein üblich, zur Abschnitts-Gliederung sind Unterteilungsstriche eingefügt.

Im 5. Akkord konnte Hassler die Durterz e verdoppeln, da sie nicht als Leitton in einen Schlussklang geht. Der erste Abschnitt führt über den g-Moll-Akkord in den C-Dur-Halbschluss.

Am Ende des zweiten Abschnitts werden die evtl. entstehenden 5- und 8-Parallelen im Tenor und Bass (d-Moll → C-Dur) vermieden durch Akkordfiguration in Viertelnoten.

Im dritten Abschnitt bringt der Tenor den Ton „es" entsprechend der Regel *mi-contra-fa* (=> Erläuterung im Beiheft S. 11). Dadurch wird die Tenorlinie geschmeidiger und der Tritonus b–(c)–e vermieden. Hassler verwendet in diesem Abschnitt als vorletzten Akkord den verminderten Dreiklang e-g-b in Grundstellung, dabei wird keiner der beiden Töne, welche die verminderte Quinte bilden, verdoppelt.

Im vierten Abschnitt erklingt eine Trugwendung A-Dur → B-Dur, das ist in d-Moll der Stufengang V – VI. Im viertletzten Akkord C-Dur ist nochmals die Durterz e verdoppelt, da sie auch hier nicht als Leitton unmittelbar in den Schlussklang geht.

6. Aufgabe: Der Choralsatz aus der 5. Aufgabe sollte jetzt mit vielfältigen Figurationen gestaltet werden.

Kommentar zur 6. Aufgabe mit Ziffern-Verweisen:

1) und **2**) harmonische Figuration in den Unterstimmen, Tenoränderung wegen besserer Stimmführung.
3) Durchgang im Bass.
4) Wechselton c im Tenor.
5) Non-Vorhalt im Alt.
6) Quart-Vorhalt im Alt.
7) Nach einem Quart-Vh springt der Alt vom Auflösungston (= Leitton) nicht ab, deshalb hier keine Akkordquinte in der Confinalis.
8) Betonter Durchgang im Bass.
9) Durchgang im Tenor.
10) Betonter Achtel-Durchgang im Alt.
11) Durchgangslinie in Achtelbewegung im Bass.
12) Durchgang im Alt, dadurch entsteht zwar ein Dominant-Septakkord, dieser zufällig entstandene Akkord hat aber bei Hassler nicht die harmonische Funktion eines Dominant-Septakkords.
13) Durchgang im Alt.
14) Harmonische Figuration im Bass.
15) Betonter Achtel-Durchgang im Alt.
16) Quart-Vorhalt im Alt als Synkope, Behandlung des Leittons wie in Ziffer 7.

Der dritte Abschnitt könnte auch so gefasst sein:
17) Durchgang im Tenor und Bass.
18) Sept-Vorhalt im Alt mit anschließend betontem Achtel-Durchgang e. Aus satztechnischen Gründen musste die Harmonisierung und die Bassführung hier verändert werden.

> **7. Aufgabe**: Der Kantionalsatz NB 17 sollte gespielt, auf Tonsilben und auf Text gesungen werden. Wenn nicht alle vier Vokalstimmen zur Verfügung stehen, kann man nacheinander einzelne Stimmen singen und die fehlenden dazu spielen. Zum Bewusstwerden der Stileigentümlichkeiten und Stilunterschiede zu anderen Epochen sollte dieser Satz am besten auswendig gelernt werden.

Die Anregung in der 7. Aufgabe ist wichtig, da durch das eigene Musizieren die Gesetzmäßigkeiten der unterschiedlichen Tonsatzstile sich deutlicher einprägen als nur durch Schreiben von Tonsatzaufgaben. Zusätzlich wird dadurch die Fähigkeit zum freien Improvisieren befördert.

Choralsatz bei Johann Sebastian Bach

1. Aufgabe: Der folgende Satz klingt eigentlich nicht schlecht. Er enthält aber 10 falsche Parallelbewegungen. Als Korrektur sind sie mit Parallelstrichen zu bezeichnen.

NB10:

Fehlerhafte Parallelbewegungen[4] (vgl. Ziffern zwischen den Systemen):
1: Anti-Oktaven S – B (im früheren Kantionalsatz waren diese Parallelen typisch, vgl. Hassler).
2: Verdeckte Oktav-Parallele: S springt in gleicher Richtung in den Auflösungston des Tenors.
3: Anti-Quinten A – B (war im Kantionalsatz möglich).
4: Offene Quint-Parallele A –T.
5: Verdeckte Oktav-Parallele T –B (vgl. Nr. 2).
6: Offene Oktav-Parallele T – B.
7: Offene Quint-Parallele A – T.
8: Offene Quint-Parallele T – B, auch nach einer Zäsur wie hier nicht möglich.
9: Offene Oktav-Parallele S – T.
10: Offene Quint-Paralle A – T, hier unmittelbare Folge zweier Quinten.

2. Aufgabe: Im NB 11 ist in den weiteren Akkorden Nr. 8 – 14 die Verdopplungsregel zu bestimmen.

NB 11:

In den Akkorden 8 – 14 sind die folgenden Töne verdoppelt: **8**: Basston c. **9**: Basston h, die Durterz kann verdoppelt werden, wenn sie nicht als Leitton aufwärts weitergeführt wird. **10**: Grundton f. **11**: Basston g, hier die Akkordquinte von C-Dur in einem Durchgangs-Quartsextakkord. **12**: Kein Ton verdoppelt, da der Septakkord vier verschiedene Töne enthält. **13**: Basston g.
14: Basston c entsprechend der Verdopplungsregel: In erster Linie wird der Basston verdoppelt (nicht der Grundton eines Akkordes).

---

[4] An der Stelle des Pfeils (T. 4-5) handelt es sich nicht um eine Parallele zwischen T und B, da die beiden von der Quinte d-a in die Oktave B-b gehen. Die Parallel-Bewegung in ***gleichnamigen*** Intervallen ist dann stilfremd, wenn es sich um Parallel-**Bewegung** in **Primen**, **Oktaven** oder reinen **Quinten** handelt. Wenn sich nur eine Stimme bewegt, liegt keine Parallel-Bewegung vor.

3. Aufgabe: Harmonische Analyse des folgenden Bach-Chorals mit Bestimmung der Funktionen (1. Unterzeile) bzw. der Stufen und des Stufengangs (folgende Unterzeilen).

NB 12: Choral Nr. 9 *Ach Gott, wie manches Herzeleid*

4. Aufgabe: Zur Speicherung von typischen Akkordfolgen sollte der Choralsatz NB 12 auswendig gespielt werden. Als Übung auch in eine andere Tonart transponieren.

Damit ist nicht ein mechanisches Auswendiglernen gemeint, sondern ein allmähliches Durchhören der typischen harmonischen Wendungen. Die Transposition in andere Tonarten zwingt dazu, die Strukturen genauer zu erfassen und bewusst anzuwenden.

Im NB 12 ist in Takt 14 im G-Dur-Akkord die Terz verdoppelt. Diese Verdopplung ist möglich, da diese Terz nicht als Leitton wirkt: Der Akkord wird nicht nach C-Dur, sondern nach a-Moll weitergeführt.

5. Aufgabe: Die zwei folgenden Melodien sollen mit einfachen Akkorden harmonisiert werden, jeweils ein Akkord unter jedem Melodieton. Dazu vorher die Tonart bestimmen mit den Kriterien: letzter Ton, Vorzeichen, Generalvorzeichnung, Akzidenzien im Stück, Melodieverlauf. Harmonisierung => Lehrbuch S. 96f.

Die Bestimmung der Tonart der ersten Melodie ist recht einfach: **F-Dur**. Die zweite Melodie verwirrt evtl. durch den Beginn mit dem Ton a. Der Schlusston d zeigt aber klar die Tonart **d-Moll**, der Anfangston ist damit die Tonart-Quinte. Der zweite Abschnitt benützt das Material des melodischen Moll, die Skala steigt aufwärts über die erhöhte 6. und 7. Stufe.

Harmonisierung der ersten Melodie in **F-Dur**:

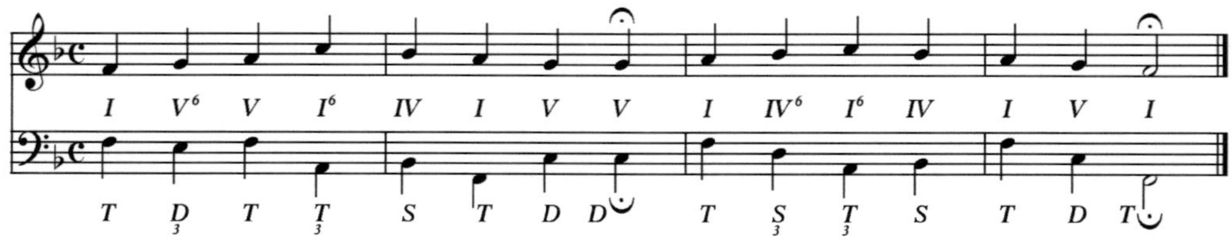

- *Erster Arbeitsschritt*: Zuerst sollten die Akkordfolgen festgelegt werden (Stufengang). Für die Anfangsübung sind am besten nur die drei Hauptakkorde I, IV, V = T, S, D zu verwenden, jeweils in Grundstellung oder als Sextakkord.
- *Zweiter Arbeitsschritt*: Aufgrund der gewählten Harmonik wird die Basslinie entworfen. Aus den vielen Möglichkeiten wurde der obige Rahmensatz gebildet.
- *Dritter Arbeitsschritt*: Der vorher entworfene Rahmensatz wird nun mit den Innenstimmen ausgefüllt. Dabei ist für den Einstieg nicht so wichtig, wenn Alt und Tenor ziemlich an der Stelle kleben[5]. In weiteren Übungen sollte eine melodisch bewegtere Fassung der beiden Innenstimmen versucht werden. Typisch für den Bachchoral ist das Abspringen einer Mittelstimme aus dem Leitton in den Schlussklang, damit dieser Akkord vollständig wird (Tenor im letzten Takt).

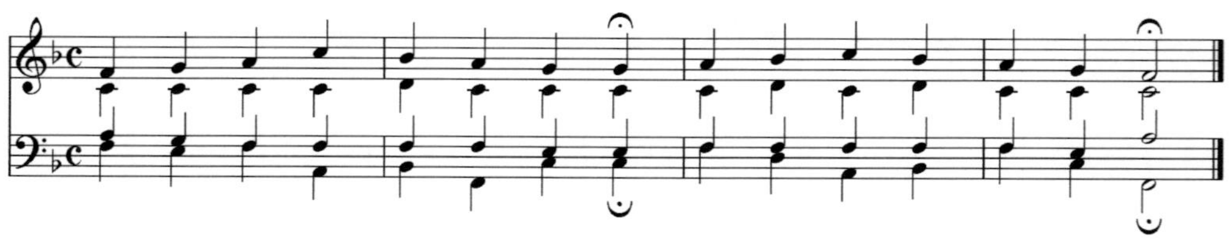

Harmonisierung der zweiten Melodie in **d-Moll**: Die folgende Harmonisierung lehnt sich an die Bachchoräle Nr. 196 bzw. 201 an (vereinfachte Harmonik und fehlende Figuration):

[5] Mein Klavierlehrer gab mir im Anfangsunterricht für diese Übung folgenden Anfänger-Tipp: „Töne die liegen bleiben können, einfach wiederholen – sonst auf dem kürzesten Weg von einem Ton zum anderen gehen." Schon im frühen Klavierunterricht sollte die Harmonisierung von Melodien geübt werden.

Kommentar zu den Ziffern im vorhergehenden Choral:

1) Die Septime g' im Sopran ist ohne Vorbereitung möglich, da sie zu einem Dominantseptakkord gehört = Durakkord mit kleiner Septime. Septimen werden grundsätzlich abwärts weitergeführt, hier ist das in der Melodie schon vorgegeben.

2) Das dissonierende d' im Alt ist im vorhergehenden Akkord vorbereitet. Im Quintsextakkord der II. Stufe wird die Septime immer vorbereitet, auch wenn dieser Akkord verdurt ist, z. B. als Doppeldominante. Die *Funktionstheorie* bezeichnet den Quintsextakkord der II. Stufe als Subdominante mit sixte ajoutée, demnach wäre hier die „Akkordquinte" d (vom Grundton g aus gerechnet) als dissonierender Ton vorbereitet, was terminologisch ein Problem darstellt.

3) Der verminderte Akkord auf der VII. Stufe wird meistens als Sextakkord eingesetzt: Leitton cis nicht verdoppeln! Im NB ist der Basston verdoppelt, das ist in der Stufentheorie die Akkordterz. Die Funktionstheorie bezeichnet diesen Akkord als verkürzten Dominantseptakkord. Die Quartparallele übermäßige–reine Quarte zwischen Sopran und Alt ist stiltypisch.

4) Zur Finalis oder Confinalis springt der Leitton in den Mittelstimmen fast immer abwärts in die Quinte oder aufwärts in die Terz des abschließenden Tonika-Akkords, damit der Schlussakkord vollständig klingt. Der letzte Akkord wird verdurt.

6. Aufgabe: Bei der Harmonisierung der folgenden Melodie sollte zur Übung zweimal der Trugschluss und mindestens einmal eine Zwischendominante mit Septime eingesetzt werden. Hier noch nicht den Quartsextakkord, Terzquartakkord oder verminderten Septakkord verwenden!

Vgl. zu der Harmonisierung im folgenden Satz den Bachchoral Nr. 261. Auch eigene Lösungen sollten versucht werden.

Kommentar zu den Ziffern:

1) und 2) Der Dominantseptakkord auf D wird statt zur Tonika G-Dur hier als Trugschluss zur Tonika-Parallele e-Moll geführt, Stufentheorie V^7 – VI, Funktionstheorie D^7 – Tp. Die *Septime c'* muss nicht vorbereitet sein, aber *abwärts weitergeführt* werden. Der Leitton fis im Tenor geht aufwärts wegen der sonst erklingenden 5-Parallele zwischen Alt und Tenor. Bei der Weiterführung des Dominantseptakkords gilt also nicht die vereinfachende Schülerregel „vermindert – rein klingt *auch* ganz fein". Wegen der Aufwärtsführung des Leittons fis ist die Terz im Trugschluss-Akkord verdoppelt.

3) Die Zwischendominante E-Dur zu A-Dur ist Doppeldominante, da die Melodie nach D-Dur moduliert.

4) Trugschluss-Akkord h-Moll statt der erwarteten Tonika D-Dur. Wegen drohender Quint- und Oktav-Parallelen müssen Alt und Tenor vom A-Dur-Akkord abwärts weitergeführt werden, dadurch Verdopplung der Terz im Zielklang h-Moll.

5) Zwischendominante E^7 zum a-Moll-Akkord; die Septime im Alt muss abwärts geführt werden, dadurch wird die Terz im a-Moll-Akkord verdoppelt, die Quinte kann fehlen.

7. Aufgabe: Die folgende Melodie steht im phrygischen Modus, erkennbar an der Melodiegestalt und am Schlusston. Deshalb muss mit dem Akkord der I. Stufe begonnen werden.

Vgl. hierzu den Bachchoral Nr. 95

8. Aufgabe: Die originalen Figurationen im folgenden NB 21 sollen mit Symbolbuchstaben bezeichnet werden: D = Durchgang; bD = betonter D; W= Wechselnote; A= Antizipation; Vh= Vorhalt mit Angabe des Intervalls; H = harmonische Figuration; N = Nebenton.

NB 21:

Kommentar zum NB 21 mit Verwendung der Figurations-Buchstaben:

Takt 1: Alt 7-Vh.
Takt 2: Tenor 2-Vh , Bass 4-Vh.
Takt 3: Alt und Bass H.
Takt 5: Tenor H (von der Quinte in die Septime) und bD h.
Takt 7: Auf zweiter Halbenote ein verminderter Septakkord.
Takt 10: Tenor D; Alt und Bass D, das vierte Viertel kann auch als selbständiger Akkord aufgefasst werden.
Takt 11: Bass D, Tenor D.
Takt 12: Alt 9-Vh, Sopran A.
Takt 13: Die zweite halbe Note ist ein Sekundakkord, weil der Bass tiefste Stimme ist (16-Fuß-Lage!).
Takt 14: Tenor D, Bass W; Alt, Tenor und Bass H.
Takt 15: Alt und Tenor Stimmtausch wegen 8-Parallele zwischen Alt und Bass.
Takt 16: Sopran A.
Takt 18: Alle Stimmen mit Durchgangstönen auf den Achtelnoten.
Takt 19: Auf jedem zweiten Achtel D.

9. Aufgabe: Der folgende Gerüstsatz NB 22 soll am Klavier figurativ ausgestaltet werden, die Melodie selbst nicht verändern. Anschließend einen figurierten Satz notieren.

Zum NB 22 folgt hier der *originale Satz* von J. S. Bach, Choral Nr. 100:

10. Aufgabe: Die folgende Melodie soll harmonisiert werden unter Verwendung von Quartsextakkorden (Vorhalts- und Durchgangs-Quartsextakkorde). Auch andere Vorhaltstöne einsetzen.

Kommentar zum folgenden NB:

Takt 1: Im Alt ein Non-Vorhalt; letztes Viertel im Tenor eine Vorausnahme und Wechselnote.

Takt 2: Erstes Viertel *Vorhalts-$_4^6$-Akkord* auf der V. Stufe = D_4^6- $_3^5$. Nur der Quart-Vorhalt d' im Alt ist vorbereitet mit folgender Vorausnahme und Wechselnote. Der Sext-Vorhalt fis im Tenor muss nicht vorbereitet werden. Auf dem zweiten Viertel muss der Tenor vom e wegspringen, damit er nicht mit dem Bass eine 5-Parallele bildet zum Fermaten-Akkord.

Takt 3: Im Tenor und Bass Durchgangstöne. Im Alt 7-Vorhalt d'; für die Funktionstheorie ist er Quartvorhalt in einem verkürzten Dominantseptakkord über dem verschwiegenen Grundton A.

Takt 5: Im Alt 7-Vohalt fis'. Die Töne könnten auch als Septakkord auf Gis angesehen werden mit folgendem E_5^6. In der Funktionstheorie wird dieser Akkord als 9-Vorhalt in einem verkürzten Dominantseptakkord bezeichnet, mit nachklappender Oktave: $\not{D}^{7\;9-8}_{3}$

Auf dem letzten Viertel in Takt 5 ein *Durchgangs-$_4^6$-Akkord* der I. Stufe (= T_4^6) in der angezielten Tonart A-Dur.

Takt 6: Tenor springt nicht vom Leitton gis auf dem zweiten Viertel zur Quinte e im Fermaten-Akkord ab, weil dadurch zum folgenden Akkord D-Dur eine 5-Paralle mit dem Bass entstünde.

Takt 7: Auf dem zweiten Viertel ein *Durchgangs-$_4^6$-Akkord* der I. Stufe von D-Dur: Stufentheorie = I_4^6, Funktionstheorie = T_4^6.

Takt 8: Der Bass springt in den Schlussakkord zum oberen d^0, da das tiefe D („großes D“) den Umfang der vokalen Bassstimme[6] überschreiten würde (=> Lehrbuch S. 74).

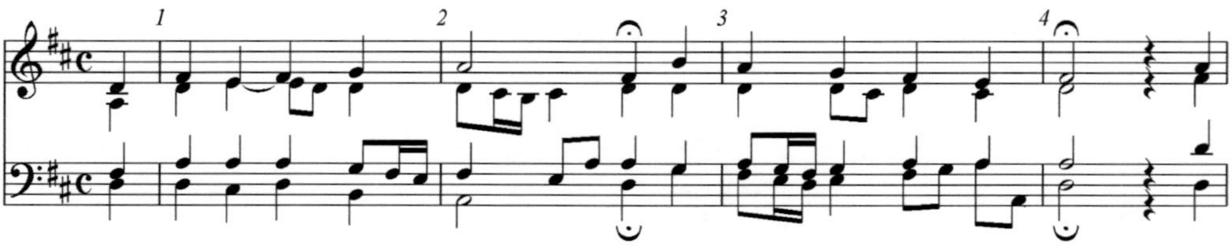

Zusatzaufgabe: Nach der Erarbeitung des verminderten Septimakkords (=> Lehrbuch S. 93f) sollte die Melodie der 6. Aufgabe (Lehrbuch S. 86) mit Verwendung von verminderten Septimakkorden ausgesetzt werden.

Der Beginn dieser Zusatzaufgabe könnte so aussehen, wie im NB rechts dargestellt:

[6] Die Untersuchung der ersten 50 Choräle in der hier zugrunde gelegten Breitkopf-Ausgabe ergibt folgende Zahlen (ohne Beachtung der instrumentalen Continuo-Stimme): Das tiefe D wird für den Bass 23-mal gesetzt, das tiefe C immerhin 2-mal, das tiefe Cis kommt einmal vor. Es ist aber zweifelhaft, ob die Choräle, in denen diese tiefen Töne gebraucht werden, tatsächlich von J. S. Bach stammen. Vgl. dazu das Kapitel „Zur Echtheit Bach zugeschriebener Choralsätze“ in: Thomas Daniel: Der Choralsatz bei Bach und seinen Zeitgenossen, Köln-Rheinkassel 2000, Verlag Dohr. Bei der praktischen Aufführung dürften die Bass-Sänger solche tiefen Töne aufwärts oktaviert haben.

Invention bei Johann Sebastian Bach

1. Aufgabe: Das folgende Harmonieschema soll durch Figurationen zu Themen entwickelt werden, jeweils eine Dur- und eine Mollversion notieren.

Themenerfindung in d-Moll und in F-Dur:

Zwei weitere Themen in G-Dur und in e-Moll:

2. Aufgabe: Auf beliebigen Instrumenten sollen Themen improvisierend erfunden werden – in Dur und Moll, in verschiedenen Taktarten. Am Klavier spielt die linke Hand Akkorde, die rechte Hand entwickelt figurativ Themen aus der einfachen Kadenzfolge I – V – I = T – D – T oder: t – D - t, erweiterte Harmonie: I – II^6 – V – I = T – S^6 – D – T.

Jedes Thema umfasst einen ganzen Takt und endet im nächsten Takt auf der I. Stufe (Tonika), hier sind die verschiedenen Varianten der Übung halber fortlaufend notiert.

3. Aufgabe: Zu einem vorher ausgearbeiteten Thema soll am Klavier[7] ein Kontrapunkt improvisiert werden, anschließend soll zur Kontrolle das Thema und der Kontrapunkt notiert werden.

Hinweis: Die **4. Aufgabe** „Analyse verschiedener Inventionen" (Lehrbuch S. 108) kann hier nicht ausgeführt werden, da die Analysen zu umfangreich ausfallen würden. Vgl. dazu die vollständige Analyse der 9. Sinfonia in f-Moll im Beiheft S. 30.

[7] Selbstverständlich können einstimmige Improvisationsaufgaben auch auf anderen Instrumenten ausgeführt werden.

5. Aufgabe: Exposition (= erste Durchführung) der folgenden Themen in Ober- und Unterstimme, modulatorische Überleitung zur zweiten Durchführung. Evtl. zweite Durchführung anschließen (Beginn mit dem Thema in der Unterstimme). "Durchführung" bedeutet hier vollständiges Zitat des Themas in einer Stimme.

Bei der folgenden Ausarbeitung des ersten Themas wurde der Kontrapunkt beibehalten, es handelt sich also um ein Kontrasubjekt, das als obligater Kontrapunkt über oder unter dem Thema eingesetzt werden kann, da es im doppelten Kontrapunkt der Oktave erfunden ist (=> Lehrbuch S. 111).

Zu Beginn wird das Thema in den beiden Stimmen insgesamt dreimal durchgeführt. Ab der Mitte des zweiten Takts beginnt die modulierende Überleitung zur Paralleltonart F-Dur mit einer Quintfallsequenz. Dabei wird das erste Motiv des Themas aus drei Auftakt-Sechzehnteln in der Umkehrung gebraucht, das zweite Motiv erscheint dagegen original (recto).

Bei der Sequenz wechseln Ober- und Unterstimme mit dem Motivspiel ab. Ab Takt 7 Beschleunigung durch rhythmische Verdichtung: Beide Stimmen laufen mit Terzparallelen in Sechzehntelbewegung. Die erreichte neue Tonart wird durch eine Abschlusskadenz bestätigt.

6. Aufgabe: Weitere Themen für die Erarbeitung von Inventionen. Fortgeschrittene können mit diesen Themen eine Exposition oder eine ganze Invention improvisieren und notieren.

Bauplan einer Invention (=> Lehrbuch S. 107f)

Als Einstieg zum Improvisieren einer Invention ist hier ein harmonisch und rhythmisch einfach gestaltetes soggetto mit einem sehr ruhigen Kontrasubjekt verbunden:

Als nächstes NB folgt die ausgearbeitete Exposition einer Invention. Die Überleitung zur zweiten Tonartebene ist mit motivischem Material aus der Exposition gestaltet. Sie führt an einer klanglich günstigen Stelle die neue Tonart G-Dur ein (=> T. 15 mit Leitton fis). Ab dem Sternchen könnte die Quintfallsequenz verkürzt werden mit einem Sprung in die untere Schlussfassung (mit zweitem Sternchen gekennzeichnet). Beide Schlüsse sind als Hemiolen gestaltet.

Der Kontrapunkt zum folgenden D-Dur-Thema könnte ebenfalls als Kontrasubjekt gebildet werden. Das Thema hat als harmonische Grundlage die Akkordfolge I – I – V – I = T – T – D – T (im NB mit Akkordbuchstaben angegeben). Der 3/4-Takt ist hier notiert als 9/8-Takt mit Achteltriolen.

7. Aufgabe: Die Analyse der 9. Sinfonia in f-Moll bis zum Ende weiterführen.

Motivtafel zur *Sinfonia Nr. 9 in f-Moll* (=> Lehrbuch S. 110, NB 11):

Legende zur Analyse der *9. Sinfonia in f-Moll* (Analyse-Tabelle auf der nächsten Seite):

KS 1 = Kontrasubjekt 1
KS 2 = Kontrasubjekt 2
a = erstes Motiv des Themas (1. Takt) aU = Umkehrung des Motivs a
a' = Variante des ersten Motivs a
b = zweites Motiv des Themas (2. Takt) bU = Umkehrung des Motivs b
b' = Variante des Motivs b
c = chromatisches Motiv aus KS 1 cU = Umkehrung des Motivs c
→= Modulation

Oberstimme	- - - - - - - - - -		**Thema** Comes		a aU bU bU		**KS 1**		b' cU	a a
Mittelst.	**Thema** Dux		**KS 1**		a aU aU		*KS 2*		a a	b' cU
Bass	**KS 1**		*KS 2*				**Thema** Dux		b'	b'
Struktur	**Durchführung**[8]		**Durchführung**		mod. Rückleitung		**Durchführung**		Zwischenspiel	
Tonart	f		c		c → f		f		f→ b→ Es→ es/Es→ As	
Takte	1	2	3	4	5	6	7	8	9	10

KS 2		**Thema** Comes		a a a c c c			**KS 1**		b' cU	a a	b' cU
Thema Dux		**KS 1**		c c c a a a			**Thema**		b'	b'	b'
KS 1		*KS 2*		a a a a' a' a'			*KS 2*		a a	b' cU	a a
Durchführung		**Durchführung**		Zwischenspiel			**Durchführung**		Zwischenspiel modulierend		
As-Dur		Es-Dur		Überleitung von Es nach c			c-Moll		c →f → B → b →		Es →
11	12	13	14	15	16	17	18	19	20	21	22

a a	**KS 1**		**Thema** Comes		c c c a a a			**Thema**		*KS 2*		
b'	*KS 2*		**KS 1**		a a a c c c			**KS 1**		**Thema**		
b' cU	**Thema** Dux		*KS 2*		a a a a' a' a'			*KS 2*		**KS 1**		
	Durchführung		**Durchführung**		Zwischenspiel			**Durchführung**		**Durchführung**		
As →	Des-Dur		As-Dur		Überleitung von As nach f			f-Moll		f-Moll		F
23	24	25	26	27	28	29	30	31	32	33	34	35

Kommentar:
Ab Takt 11 werden die drei Themen in der parallelen Durtonart As-Dur durchgeführt. Es sind drei soggetti: Thema + Kontrasubjekt 1 + Kontrasubjekt 2. Dabei erklingt dieselbe Stimmendisposition wie zu Beginn ab Takt 1, die Mittelstimme ist jetzt näher an die Unterstimme gerückt, die Oberstimme tritt hinzu mit dem KS 2. Jedes Thema kann in jeder Position stehen (dreifacher Kontrapunkt). Ähnlich gestaltet Bach die Zwischenspiele.

In den folgenden Takten werden die Motive untereinander ausgetauscht: Die Takte 9–10 entsprechen den Takten 20–21, die letzteren werden wiederholt als Takte 22–23. Die Motive der Takte 15–17 sind vertauscht in den Takten 28–30. In der Analysetabelle kann der Austausch der Materien wegen der Übereinander-Notierung der entsprechenden Takte gut verglichen werden.

[8] *Durchführung* bedeutet hier nach barockem Sprachgebrauch das vollständige Auftreten des Themas in einer Stimme (=> Lehrbuch S. 112, Fußnote 3).

Fuge bei Johann Sebastian Bach

1. Aufgabe: Die folgenden Themen sind als Comes zu beantworten. Im zweiten Thema kann das dritte Achtel entweder tonal oder real gesetzt werden. Da das dritte Thema moduliert, muss eine günstige Stelle für die Rückmodulation nach g-Moll gefunden werden (charakteristischen kleinen Sextsprung aufwärts beibehalten).

Kommentar:

Das erste Thema erklingt nach der Vorstellung im Dux (in B-Dur) als **Comes** in der benachbarten Oberstimme (Oberquint-Antwort) oder in der benachbarten Unterstimme (Unterquart-Antwort), hier ist der Comes als Unterstimme notiert, real eine Quarte tiefer in F-Dur.

Das zweite Thema steht in B-Dur. Als Comes wird es in F-Dur beantwortet, in der Oberstimme notiert mit dem Auftakt zum dritten Taktviertel. Der Comes setzt damit zeitgleich mit den letzten Tönen des Dux ein (2. Takt des Dux). Der Comes könnte natürlich auch später mit dem Auftakt zum ersten Taktviertel beginnen. Das zweite Achtel des Themas muss auf jeden Fall betont sein, d. h. auf dem ersten oder dritten Viertel im 4/4-Takt stehen. An der Stelle des dritten Comes-Achtels (Ton b beim *) könnte auch der Ton c stehen. Der erste Ton muss auf jeden Fall tonal angepasst werden, da er zu Beginn als Quinte der Skala besonders herausgestellt ist (tonale Antwort).

Das dritte Thema steht in g-Moll, es erfordert ebenfalls zu Beginn die tonale Beantwortung: Der Comes beginnt also statt in realer Beantwortung (Ton a) wegen der Anpassung nach g-Moll mit dem Ton g. Bei der erforderlichen Rückmodulation zur Grundtonart g-Moll (Unterquint-Antwort) könnte statt des Tons g (beim *) noch der Ton a erklingen.

2. Aufgabe: Zu den drei Themen der 1. Aufgabe ist jeweils ein Kontrapunkt zu erfinden, evtl. als Kontrasubjekt im doppelten Kontrapunkt der Oktave (→ zweifach notieren)

Kontrasubjekt zum 1. Thema:

Kontrasubjekt zum 2. Thema:

Kontrasubjekt zum 3. Thema:

3. Aufgabe: Zu einem eigenen ruhigen Thema einen rhythmisch oder chromatisch bewegten Kontrapunkt erfinden, evtl. als Kontrasubjekt.

Vor der Realisierung dieser Aufgabe sollten die Themen und Kontrapunkte der Fugen im *Wohltemperierten Klavier* und in anderen Fugenwerken Bachs gespielt und ihre Strukturen erarbeitet werden. Man kann evtl. zuerst selbst einen Kontrapunkt zu einem Thema Bachs erfinden und anschließend mit der Lösung Bachs vergleichen (=> Lehrbuch S. 106: *Themenerfindung*).

Als **Zusatzaufgabe** wird hier das **2. Thema aus der 1. Aufgabe** (Lehrbuch S. 114) mit einem neuen Kontrasubjekt kontrapunktiert und als Exposition in drei Stimmen ausgeführt.

Vorüberlegung: Das B-Dur-Thema beginnt mit der Quinte der Tonart, deshalb

→ Comes mit tonaler Beantwortung.

→ Wenn das Thema mit der Tonart-Quinte in der Duxform einsetzt, muss als Akkordgrund der Dominant-Akkord (= V. Stufe) erklingen, hier beim Achteleinsatz der dritten Stimme in T. 4 der F-Dur-Akkord.

Einsatzstellen für eine Fuge mit drei Stimmen.
Hier fehlt der Einsatz auf der Ton-Stelle b^0, der in einer vierstimmigen Fuge belegt wird. Im letzten Takt ergänzt der Tenor als vierte Stimme die Einsatzstelle für eine vierstimmige Fuge.

Ausgearbeitete Fugenexposition mit drei Stimmen:

Die Reihenfolge der Stimmen kann auch anders ausfallen (=> Lehrbuch S. 116, Diagramm 2).

Nach dieser Exposition könnte sofort eine weitere Durchführung des Themas oder ein modulierendes Zwischenspiel einsetzen (=> Lehrbuch S. 117f).

Musikalisches Würfelspiel

NB 2: Mozart, *Menuett Nr. 4* (aus: 8 Menuette, 1779)

> **Aufgabe:** Analyse des Stufengangs und der großformalen Anlage des Menuetts von Mozart (NB 2). Was unterscheidet harmonisch den Walzer NB 1 vom Menuett in NB 2?
> **Zusatzaufgabe:** Das Mozart-Menuett auswendig spielen – evtl. in eine andere Tonart transponieren.

Analyse des NB 2: Mozart, *Menuett* Nr. 4

Takte	1	2	3	4	5	6	7	8	9	10	11	12	13	14	15	16
Stufen	I	I	V	V	I	I	$I^6\ II^6\ IV^7_{\sharp}$	V :	$V\ I^{6\flat}_{4}$	V	$V\ I^{6\flat}_{4}$	V	I	I	$II^6\ V^{v\,6\,5}_{\ \ 4\,3}$	I :
Funktionen	T	T	D	D	T	T	$T_3\ S^6\ \not{D}^{9}_{7\,3}$	D	$D^{5\ \ 6>}_{3\ -4}$	D	$D^{5\ \ 6>}_{3\ -4}$	D	T	T	$S^6\ D^{6\ 5}_{4\ 3}$	T
Motive	a		a		a		b mit Halbschluss		c „Durchführung“		c		a Reprise		b mit Ganzschluss	

Unterschiede zwischen dem Walzer NB 1 und dem Menuett NB 2:

Im **Walzer** NB 1 *werden zwei Tonarten gegenüber gestellt*. Nach den ersten 4 Takten in C-Dur wird in den nächsten 4 Takten G-Dur etabliert und kadenziell abgeschlossen. Nach der ersten Hälfte (mit Wiederholung) wird in der „Durchführung“ ab Takt 9 diese zweite Tonartebene beibehalten, in Takt 12 offener Schluss auf $I^{Vh}{}_4^6 - {}_3^5$ der G-Dur-Tonika. Dieser Akkord wirkt wegen des ${}_4^6$-Vorhalts als Dominante von C-Dur, dies entspricht dem Dominantsignal der Sonatensatzform. Ab Takt 13 beginnt die Reprise, die hier aber wegen des Zufalls des Würfelns nicht das gleiche Motiv verwendet wie zu Beginn. Die harmonische Anlage des Würfelspiels entspricht im Kern der Sonatensatz-Anlage, hier wird die Verwandtschaft von Sonate/Sonatine und Walzer (bzw. Menuett) sehr deutlich. (=> Lehrbuch: Kapitel *Sonatensatzform*)

Das **Menuett** NB 2 *bleibt im Gegensatz zum Walzer in der Grundtonart C-Dur.* Allerdings wird durch entsprechende Platzierung der Motive der Zusammenhang zwischen „Exposition“ und „Reprise“ hörbar. Die „Durchführung“ in der zweiten Hälfte bleibt auf dem Dominant-Orgelpunkt von C-Dur mit zwei Wechseltönen (Wechsel-Quartsextakkord), wobei die Wechselsexte die Mollvariante der Tonika bringt, den Ton „es“: In der Klassik wird dieses Verfahren gerne innerhalb des Dominantsignals verwendet, um dann die Durvariante der Tonika frisch eintreten zu lassen – so auch hier.

Sonatensatzform bei Wolfgang Amadeus Mozart

1. Aufgabe: Selbst einige Themen in verschiedenen Tonarten (Dur und Moll) erfinden auf der harmonischen Grundlage des NB 1 (noch ohne figurierte Begleitung). Dabei aber die Erweiterungstakte 6/7 weglassen, damit sich eine 8-taktige Periode ergibt.

Ein Thema kann volltaktig oder mit Auftakt beginnen, es kann periodisch oder nicht periodisch gegliedert sein. Manche Themen bestehen nicht aus der Dualität von Vorder- und Nachsatz, sondern schieben dazwischen noch einen Mittelsatz ein (sind also dreiteilig). Gelegentlich franst ein Thema am Ende aus, wird also weiter gesponnen, ja sogar aus einem Motiv weiter entwickelt. Auch hier gilt: *variatio delectat* – Veränderungen sind interessant. Das Spielen und Analysieren von Themen aus der klassischen Epoche bildet den Zugang zum Verstehen des klassischen Stils. Als Anregung folgt hier nur ein Beispiel, das nach der Vorgabe des Aufgaben-Textes die harmonische Grundlage des NB 1 verwendet. Die beigegebenen Akkordbuchstaben verdeutlichen den Harmoniegrund in der C-Dur-Tonalität, über dem das figurierte Thema erfunden wurde.

2. Aufgabe: Zu dem folgenden Thema ist aus den Formeln eine Begleitung für die linke Hand zu gestalten.

Die Begleitformeln wechseln bei Mozart nicht allzu schnell: ein Motiv wird wenigstens einen Takt lang beibehalten. Das erleichtert auch die Fasslichkeit für den Zuhörer. Das andere Extrem wäre das Beibehalten einer Begleitformel über längere Strecken, z. B. das penetrant fortlaufende Repetieren eines Alberti-Basses.

Hier folgt eine weitere Variante der Begleitung. Über dem harmonischen Grundschema ist wie im drei- bis vierstimmigen Satz die Stimmführung pianistisch mit Achtelfiguren aufgelockert. Gelegentlich läuft die Melodie in Oktavparallelen mit einer Innenstimme, wie in diesem NB in Takt 3.

Nochmals dasselbe Thema mit einer Alberti-Figur begleitet: Im zweiten Takt könnte das dritte und vierte Viertel des Basses auch in Achteln gestaltet werden: fis–a–fis–d. Die durchgehende Achtelbewegung würde einen nahtlosen Anschluss an den dritten Takt gewährleisten.

4. Aufgabe: Die Exposition eines Sonatensatzes skizzieren mit dem Thema aus der 2. Aufgabe und eine einfache Überleitung mit einem Motiv aus dem Hauptthema gestalten. In einem weiteren Schritt die Exposition mit eigenen Themen vollenden.

Vorüberlegung: Die Exposition wird in erster Linie durch die Tonartebenen bestimmt, durch den Gegensatz zweier Tonarten (=> *tonaler Bauplan*, Lehrbuch S. 127). In der hier gestellten Aufgabe folgt also auf die **Grundtonart D-Dur** (Hauptthema) für den Rest der Exposition die **Oberquinttonart A-Dur** (Seitenthema und Epilog). Die **Überleitung** leitet vom Hauptthema zum Seitenthema. Sie kann in der Grundtonart bleiben oder zur zweiten Tonartebene modulieren. Auf jeden Fall erklingt am Ende der Überleitung das **Dominantsignal** zu einer der beiden Tonartebenen. In Moll ist nur die Dominante zur zweiten Tonartebene (Durparallele) möglich.

- Dominantsignal der Grundtonart D-Dur: *A-Dur-Akkord*
- Dominantsignal der Zieltonart A-Dur: *E-Dur-Akkord*

Das **Vorsignal** vor dem Dominantsignal erscheint bei Mozart **nicht in Grundstellung**, da damit der öffnende Charakter des Dominantsignals verloren ginge. Vgl. dazu Ziffer 2: E^6-Akkord.

Dominantsignal in D-Dur

Dominantsignal in A-Dur

Vor dem Dominantsignal gibt es sechs Gestaltungsmöglichkeiten, die verschieden figuriert werden können mit wechselnder Stimmenanzahl und verschiedener Positionierung der Oberstimme. Die Ordnungs-Ziffern für das Dominantsignal in D-Dur bzw. in A-Dur beziehen sich auf die Darstellung im Lehrbuch auf der Seite 133.

Nach diesen Vorüberlegungen wird nun die **vollständige Exposition** gestaltet. Dabei dient für die **Überleitung** (ab T. 8) ein Motiv aus dem Hauptthema: Es sind die drei absteigenden Töne der Oberstimme mit den Begleittönen der linken Hand in T. 4: g-fis-e, in der Überleitung auch in Gegenbewegung. Harmonisch bewegt sich die Überleitung im folgenden Entwurf in der Terzfall-Sequenz D – h – G (Arpeggio-Akkorde der linken Hand).

Das **Seitenthema** (ab T. 16) stellt eine große Periode aus 16 Takten dar, wobei der Nachsatz (ab T. 24 eine Variante des Vordersatzes bildet. Wichtig für die Themen-Gestaltung ist auch der Einsatz wechselnder Dynamik, die richtige Artikulation und der Gebrauch von Verzierungen.

Kommentar zur Überleitung

Wenn in der *Exposition* bei der Überleitung das Dominantsignal der Zieltonart gewählt wird (im vorhergehenden Beispiel wäre es der E-Dur-Akkord), muss in der *Reprise* die Überleitung entsprechend angepasst werden: Hier steht am Ende der Überleitung das Dominantsignal zum Seitenthema in der Grundtonart.
Mozart verfährt so auch in seinen Sonaten, z. B. im letzten Satz der *1. Klaviersonate in C-Dur* (KV279), der in der Sonatensatzform gestaltet ist:
Überleitung in der Exposition (T. 11-22) in T. 17 Verdurung der II. Stufe von G-Dur als Vorsignal zum Dominantsignal D-Dur: $a^6 - \mathbf{A^6} \rightarrow D$
Überleitung in der Reprise (T. 97-108) in T.103 Verdurung der II. Stufe von C-Dur als Vorsignal zum Dominantsignal G-Dur: $d^6 - \mathbf{D^6} \rightarrow G$

Durchführung

In der Durchführung wird die **Grundtonart vermieden**, da in der Reprise alle Materialien sowieso in der Grundtonart stehen. Die Behauptung, in der Durchführung der klassischen Sonate würden „die Themen verarbeitet“ stimmt so keineswegs, da manchmal nur ein Thema oder sogar nur ein Motiv aus einem Thema herangezogen wird. Gelegentlich wird gar kein Thema „durchgeführt“, sondern lediglich ein Motiv aus dem kadenzierenden Epilog zur harmonischen Gestaltung benützt. Aufschlussreich dafür ist Mozarts *Sonate in C-Dur* KV 545, 1. Satz (NB unten): Hier beginnt die Durchführung auf der vermollten Oberquinttonart mit dem Epilog-Motiv in steigender Harmonik: g-Moll – Dominante A → d-Moll, von d-Moll – Dominante E → a-Moll. Ab Takt 37 halbtaktige Quintfallsequenz in a-Moll: a – d – G – C – F – h° – E – a. In diesem Satz beginnt die Reprise in Takt 42 in der Unterquinttonart F-Dur!

Harmonik in der Romantik

2. Aufgabe: Improvisatorisches Spiel mit typisch romantischen Akkorden und Kadenzen in verschiedenen Tonarten. Notation solcher Versuche.

Kommentar:

Takt 1: Über dem Orgelpunkt im Bass verminderter Septakkord der VII. Stufe (verkürzter Dominant-Septnonakkord), Sopran mit Vorhaltston h.

Takt 2: Untermediante Es-Dur.

Takt 3-4: Mit der Zwischendominante Es_5^6 wird As-Dur erreicht, mit stiltypisch chromatischer Linienführung geht es über den als selbständigen Neapolitaner[9] behandelten As-Dur-Akkord zum Dominant-Septakkord mit Sexte statt Quinte (Tredezimakkord der V. Stufe).

Takt 6: Untermediante es-Moll mit frei einspringendem Nonvorhalt f'' und Vorausnahme e'' zum folgenden Akkord.

Takt 7: Dominant-Septnonakkord. Auf dem letzten Viertel wird aus der Tonika G-Dur durch die hoch alterierte Quinte dis' ein Dominantakkord = Zwischendominante zur Subdominante C-Dur, hier mit der großen Septime h'.

Takt 8-9: Von der vermollten Subdominante c-Moll (Variante von C-Dur) führt die sixte ajoutée a' direkt zur Schlusstonika G-Dur.

3. Aufgabe: Analyse des Chorals von Beethoven (NB 23) unter folgenden Gesichtspunkten: Akkordtypen – Stufengang – Figuration – Satzregeln (Verdopplung, Parallelen). Welchen Kantionalsatz-Stil könnte Beethoven zum Vorbild gehabt haben? Was unterscheidet seinen Satz davon?

Zur Analyse des Beethoven-Chorals (=> NB 23 auf der folgenden Seite):

Akkordtypen

Beethoven gebaucht in diesem Choral Durakkorde in Grundstellung und in erster Umkehrung, nur vier Mollakkorde in Grundstellung, einen Durchgangs-$_4^6$-Akkord, drei Dominantseptakkorde in Grundstellung und einen verminderten Akkord als Sextakkord.

Stufengang

In diesem Choral kommt der Quintgang abwärts **5↓ elfmal** vor, der Sekundgang aufwärts **2↑** ist mit **siebenmal** am zweithäufigsten. Den Quintgang aufwärts setzt Beethoven **5↑ fünfmal** ein.

---

[9] Bezeichnung des selbständigen Neapolitaners: $II^{5\flat}_{\flat} = s^N$

Nur dreimal erklingt der Sekundgang abwärts **2↓**, die Akkordrepetition **1** ebenfalls dreimal, der Terzgang abwärts **3↓** zweimal. Der Terzgang aufwärts **3↑** kommt überhaupt nicht vor. Mit diesen Stufenfolgen entspricht die Harmonik Beethovens der früheren Akkordbehandlung.

NB 23: Beethoven, Streichquartett op. 132 *Heiliger Dankgesang …*

Figuration
Im vorstehenden Choral sind keine figurativen Elemente vorhanden, dadurch entsteht ein sehr schlichter homofoner Satz mit Anklängen an den frühen Kantionalsatz.

Satzregeln
Die **Verdopplung** von Akkordtönen ist in der folgenden Tabelle mithilfe der Stufentheorie dargestellt. Beethoven notierte gelegentlich fünf Töne (Streichersatz). Geringer Stilwandel gegenüber Hassler und Bach, z. B. Verdopplung in Sextakkorden (=> Lehrbuch S. 64 bzw. S. 79f).

Häufigkeit der Verdopplung	**Grundstellung**			**Sextakkord**			**Quartsextakk.**
	Grundton	Terz	Quinte	Grundton	Terz	Quinte	Quinte
Durakkorde	16	4	2	2	-	7	1
Mollakkorde	2	1	1				
verminderter Akkord						1	
übermäßiger Akkord							

Parallelen
Dieselben Regeln für Parallelen, die Hassler im frühen Kantionalsatz beachtete, haben auch Geltung für den Choralsatz Beethovens. In NB 23 Takt 13 auf 14 erscheint eine Antiparallele in Quinten zwischen Sopran und Bass, wie es im Kantionalsatz und später in der Klassik üblich war.

Resümee
Vorbild für Beethoven dürfte der frühe Kantionalsatz gewesen sein, der im 19. Jahrhundert als Mustersatz für die „Choralgeschicklichkeit" galt (vgl. *Ein Choral* von R. Schumann, => Lehrbuch S. 14). Beethovens Satz ist ein figurationsloser homophoner Satz mit ruhigen Akkordsäulen unter jedem Melodieton und reduziertem Akkordgebrauch. Beethoven orientierte seinen Stufengang stärker an Hassler als an Bach, der harmonische Stufengang der drei Komponisten ist sehr ähnlich. Beethoven versah im Unterschied zu den Komponisten des 16. und 17. Jahrhunderts den lydischen Modus auf F nicht mit zusätzlichem b-Vorzeichen (= F-Dur), sondern setzte ihn „echt" kirchentonal ein. Er wollte eben einen „*heiligen Dankgesang*" komponieren – und der sollte möglichst religiös klingen (Kirchentonart!). Er benutzt aber auch den Dominantseptakkord, der um 1600 noch nicht üblich war.

4. Aufgabe: Beide Versionen der Teufelsmühle in beide Richtungen spielen (Kreis-Grafik in NB 27). Die 1. Version beginnen mit dem Akkord A^7 (im Kreis unten) gegen den Uhrzeigersinn. Die Akkorde auch von rechts nach links spielen = im Uhrzeigersinn. Mit einem anderen der drei möglichen Akkorde anfangen: - verminderter Septakkord - Quartsextakkord (kleine Sexte!). In verschiedenen Positionen ansetzen.

Teufelsmühle aus Voglers Tonkreis (=> Lehrbuch S. 152) als Übung in der Tonart D-Dur. Am günstigsten ist der 3/4-Takt, da es sich um drei Akkorde handelt. Mit jedem Akkord kann die Teufelsmühle eröffnet werden, die Länge ist freigestellt. Hier sind drei Versionen verwendet.

Buchstabe A: Teufelsmühle gegen den Uhrzeigersinn, Beginn mit dem Dominantseptakkord A^7.
Buchstabe B: Beginn mit einem Sekundakkord ≈ dreifach verminderter Septakkord (vgl. unten Takt 10). Jeweils eine der drei Oberstimmen bewegt sich chromatisch gegen den Bass.
Buchstabe C: Beginn mit dem Quartsextakkord g_4^6.

Zusätzliches Beispiel für die Teufelsmühle: *2. Sinfonie von Beethoven*, am Ende des ersten Satzes in der zweiten Durchführung (Coda), T. 326–335:

In der originalen Notation Beethovens (hier harmonischer Auszug des Streichersatzes, teilweise eine Oktave tiefer gelegt) ist die Kreuz- und b-Notation vermischt: In T. 332 hat der Quartsextakkord es-Moll die Töne dis und fis, da die enharmonische Modulation zurückführt nach D-Dur.

Weitere Fundstellen für die Teufelsmühle: Beethoven, Klaviersonate Nr. 22 in F-Dur, 2. Satz ab T. 39; Brahms, 2. Sinfonie in D-Dur, 1. Satz ab T. 78.

Modulation

1. Aufgabe: Die Stufen- bzw. Funktionsbezeichnung der zutreffenden Tonarten ist unter den Akkorden des NB 3 zu notieren. Den Umdeutungsakkord beiden Tonarten zuweisen.

NB 3: Beethoven, *Klavierkonzert* in Es, 2. Satz (Streichersatz ab Takt 26)

Fis-Dur:	*I*	*V*	*I*	*I*	*IV*♮		
D-Dur:				= *VI*		V^7	*I*
Fis-Dur:	*T*	*D*	*T*	*T*	*s*		
D-Dur:				= *Tp*		D^7	*T*

2. Aufgabe: Die harmonischen Vorgänge im folgenden Lied von Schubert sind zu analysieren und mithilfe der Stufen- oder Funktionstheorie zu bezeichnen.

NB 19: Schubert, *Meeres Stille* op. 3,2 (Takt 13–28), hier nur der harmonische Auszug

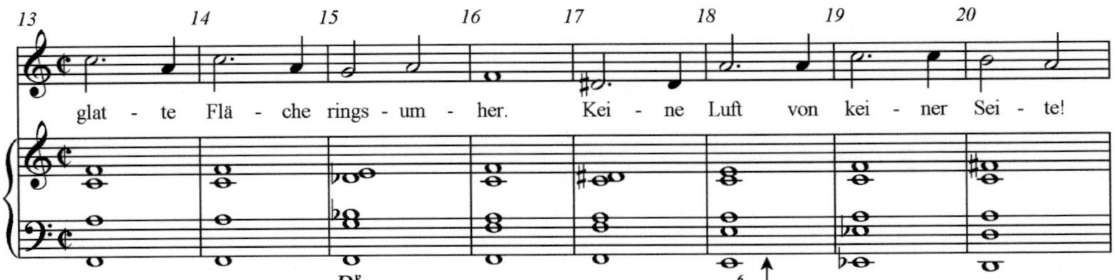

F-Dur: T *T* $\frac{D^v}{T}$ *T* $(D^7)[S]\approx \not{D}^v_{5>}$ D^6_4 ↑ *a-Moll: Beginn der Teufelsmühle*

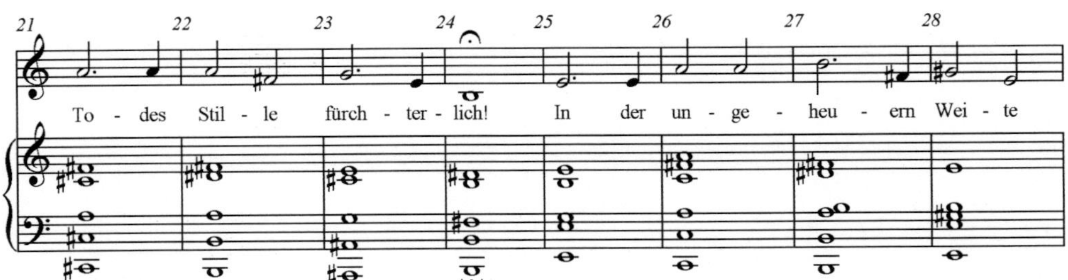

e-Moll: D^7 $\not{D}^v_3$ *D* *t* s^6_3 D^7 *T*

Richard Wagner

2. Aufgabe: Das Sequenzmodell des NB 5 ("Mild und leise") von einer anderen Tonika ausgehend weiterführen (mediantische Wendungen).

Als Anregung für das Improvisieren im romantischen Stilbereich folgen noch einige leere Notenzeilen, um vor dem Improvisieren ein paar Skizzen notieren zu können:

***ibidem*-Verlag**

Melchiorstr. 15

D-70439 Stuttgart

info@ibidem-verlag.de

www.ibidem-verlag.de
www.ibidem.eu
www.edition-noema.de
www.autorenbetreuung.de